महाराष्ट्रातील सर्व विद्यापीठातील पर्यटन भूगोल विषयाच्या पदवी व पदव्युत्तर विद्यार्थ्यांसाठी व अभ्यासकांसाठी उपयुक्त; तसेच स्पर्धा परीक्षांसाठी उपयुक्त.

पर्यटन भूगोल

प्राचार्या शैलजा अ. सांगळे

डायमंड पब्लिकेशन्स

पर्यटन भूगोल
प्राचार्या शैलजा अ. सांगळे

Paryatan Bhugol
Principal Shailaja A. Sangale

प्रथम आवृत्ती : डिसेंबर २०१५

ISBN : 978-81-8483-642-4

© डायमंड पब्लिकेशन्स

मुखपृष्ठ
शाम भालेकर

प्रकाशक
डायमंड पब्लिकेशन्स
२६४/३ शनिवार पेठ, ३०२ अनुग्रह अपार्टमेंट
ओंकारेश्वर मंदिराजवळ, पुणे-४११ ०३०
☎ ०२०-२४४५२३८७, २४४६६६४२
info@diamondbookspune.com

ऑनलाईन पुस्तक खरेदीसाठी भेट द्या
www.diamondbookspune.com

प्रमुख वितरक
डायमंड बुक डेपो
६६१ नारायण पेठ, अप्पा बळवंत चौक
पुणे-४११ ०३० ☎ ०२०-२४४८०६७७

मनोगत

'पर्यटन भूगोल' हा विषय विविध विद्यापीठांतील पदवी व पदव्युत्तर स्तरावर शिक्षण घेणाऱ्या विद्यार्थ्यांच्या अभ्यासक्रमात अंतर्भूत आहे. इंग्रजी भाषेत 'पर्यटन भूगोल' या विषयावर अनेक पुस्तके उपलब्ध आहेत. परंतु मराठी भाषेत या विषयावरील पुस्तके मर्यादित असल्याने अद्ययावत माहितीसह मराठी भाषेत 'पर्यटन भूगोल' पुस्तक काढावे, या विचाराने हे पुस्तक लिहिले आहे. या पुस्तकाचा लाभ बी.ए. (भूगोल) एम.ए. (भूगोल), नेट सेट, महाराष्ट्र लोकसेवा आयोग इ. परीक्षा; तसेच अनेक स्पर्धा परीक्षा देणाऱ्या विद्यार्थ्यांना घेता येईल व त्यासाठीच हा लेखनाचा प्रपंच.

सध्या विकसित व विकसनशील देशांतही पर्यटन आयोग आघाडीवर आहे, त्यामुळे पर्यटनात नवीन प्रकार, संकल्पना उदयास येत आहेत. त्याचा खुलासेवार उलगडा अत्यंत सोप्या भाषेत करण्याचा प्रयत्न केला आहे. गेल्या दोन-तीन दशकात पर्यटनात खूप बदल झाले. जागतिकीकरण, वाढते प्रदूषण, ग्लोबल वॉर्मिंग इ. चा नैसर्गिक, सामाजिक, सांस्कृतिक, आर्थिक, राजकीय घटकांवरही गंभीर परिणाम झालेला दिसतो. त्याचा सखोल ऊहापोह या पुस्तकात आहे.

यापूर्वी मी लिहिलेल्या १५ पुस्तकांना शिक्षक व विद्यार्थी यांचा उत्तम प्रतिसाद लाभल्याने १६व्या पुस्तकाचे लेखन करण्याची स्फूर्ती मिळाली. या पुस्तकासही असाच प्रतिसाद मिळेल, अशी आशा बाळगते. पर्यटन हा केवळ अभ्यासक्रमात अभ्यासायचा विषय राहिलेला नसून; जगातील अनेक नागरिकांसाठी कुतूहलाचा विषय ठरत आहे. त्यामुळे हे पुस्तक पर्यटनाची आवड असणाऱ्या व्यक्तींच्याही ज्ञानात भर घालणारे आहे.

डायमंड पब्लिकेशन्सचे श्री. दत्तात्रेय पाष्टे यांनी हे पुस्तक लिहावे, असा आग्रह धरला, व त्यामुळेच या पुस्तकाचे लेखन झाले. या पुस्तकात सर्व मुद्द्यांचा परिपूर्ण विचार करण्याचा प्रयत्न केला असला; तरीसुद्धा काही त्रुटी राहण्याची शक्यता आहे. माझे मित्र, हितचिंतक अध्यापक यांनी पुस्तकातील सुधारणांबद्दल सूचना केल्यास त्याचा खुल्या मनाने स्वीकार करून पुढील आवृत्तीत अवलंब करता येईल.

प्राचार्या शैलजा अ. सांगळे

लेखक परिचय

प्राचार्या शैलजा अ. सांगळे

शिक्षण : पुणे विद्यापीठातून भूगोल या विषयात बी. ए. ची परीक्षा प्रथम क्रमांकाने उत्तीर्ण. 'ग्रहभ्रमणयंत्र संशोधन पारितोषिक' विजेत्या. पुणे विद्यापीठातून एम. ए. भूगोल परीक्षा पहिल्या वर्गात, द्वितीय क्रमांकाने उत्तीर्ण.

शैक्षणिक कार्य : मुंबई येथील महाविद्यालयात १२ वर्षे अध्यापक (Lecturer) म्हणून व १४ वर्षे प्राचार्यपदी काम केले. निगडी, पुणे येथील महाविद्यालयात ३ वर्षे प्राचार्यपदी काम केले. राजप्रज्ञाशोध व राष्ट्रीयप्रज्ञा शोध परीक्षेला बसणाऱ्या विद्यार्थ्यांना १० वर्षे मार्गदर्शन केले. एम.पी.एस.सी. व यू.पी.एस.सी.च्या विद्यार्थ्यांना मार्गदर्शक म्हणून कार्यरत.

इतर शैक्षणिक कार्य : ● मुंबई विद्यापीठाच्या सिनेट सदस्य - २००० ते २००५. ● नॅक समितीवर नेमणूक - २००० ते २००५. ● परीक्षेसाठी भरारी पथकावर नेमणूक - २०००-२००५. ● मुंबई विद्यापीठाच्या केंद्रीय प्रवेश समितीवर नेमणूक - २००३-२००४. ● मुंबई विद्यापीठाच्या प्राचार्य संघटनेची खजिनदार, सेक्रेटरी व उपाध्यक्ष इ. पदांची जबाबदारी सांभाळली.

लेखन विषयक कार्य : एकूण १५ पुस्तकांचे लेखन व प्रकाशन. भूगोल विषयावर ६ पुस्तके, पर्यावरणावर ६ पुस्तके व इतर विषयांवरील ३ पुस्तके प्रसिद्ध. विविध वृत्तपत्रांमधून ७०० पेक्षा जास्त लेख प्रकाशित.

व्याख्याने, मुलाखती व चर्चासत्रे : महाराष्ट्रातील अनेक महाविद्यालये, सामाजिक संस्था, महिलामंडळे, बचत गट, ज्येष्ठ नागरिक इ. साठी ५०० हून अधिक व्याख्याने. दूरदर्शनच्या सह्याद्री वाहिनीवर 'हॅलो सखी' कार्यक्रमात ५ वेळा मुलाखत प्रसारित.

समाजकार्य : लायन्स क्लबच्या माध्यमातून गेली २४ वर्षे अंध महिला, अपंग व रस्त्यावरची मुले, ज्येष्ठ नागरिक, अनाथ मुले यांच्यासाठी कार्यरत.

पुरस्कार : ● मुंबई विद्यापीठाचा उत्तम शिक्षक पुरस्कार - २००२. ● सावित्रीबाई फुले पुरस्कार - २०१२. ● जिजाऊ पुरस्कार - २०१५. ● सोनिया स्त्री सन्मान पुरस्कार - २०१४. यासारखे विविध पुरस्कार.

अनुक्रम

१ पर्यटन : स्वरूप व व्याप्ती
(Tourism : Nature and Scope)

१) **प्रस्तावना** (Introduction)

२) **पर्यटनाची संकल्पना** (Concept of Tourism)

३) **पर्यटनाची व्याख्या** (Definition of Tourism)

४) **पर्यटनासाठी आवश्यक बाबी** (Essential Elements for Tourism) : **पैसा, वाहतूक व्यवस्था, हेतू, वेळ, इतर सेवा.**

५) **पर्यटनाच्या विकासाचा इतिहास** (Evolution of Tourism)

　　अ) **मध्ययुगातील विकास** (Development in Middle Ages)

　　ब) **औद्योगिक क्रांतीनंतरचा पर्यटनाचा विकास** (Development of Tourism after Industrial Revolution)

६) **पर्यटनाचे स्वरूप** (Nature of Tourism)

　　अ) **तृतीय व्यवसाय** (Tertiary Occupation)

　　ब) **व्यापारी दृष्टिकोन** (Commercial Attitude)

　　क) **पर्यटनाचा हेतू** (Purpose of Tourism)

　　ड) **पर्यटन : वाढता व्यवसाय** (Tourism : Growing Business)

　　इ) **ऋतूनुसार चालणारा व्यवसाय** (Business According to Season)

७) **पर्यटनाची व्याप्ती** (Scope of Tourism)

८) **पर्यटन एक उद्योग** (Tourism as an Industry)

१) प्रस्तावना (Introduction)

पर्यटन हे फक्त देशाला चलन मिळवून देण्यासाठी किंवा देशाचे राष्ट्रीय उत्पन्न वाढवण्यापुरते मर्यादित नसून, देशाच्या आर्थिक, सामाजिक व सांस्कृतिक विकासासाठीसुद्धा महत्त्वाचे आहे. दुसऱ्या महायुद्धानंतर तर पर्यटनाचा झपाट्याने विकास झालाय. आंतरराष्ट्रीय पर्यटनाचा विकास अत्यंत झपाट्याने होण्याची मुख्य कारणे म्हणजे लोकांचे वाढते राहणीमान, वाहतुकीच्या साधनातील तंत्रज्ञानामुळे झालेले बदल, पर्यटनाच्या मार्केटिंगची नवी तंत्रे इ. आणि आजच्या जगात भरपूर ताण-तणावाखाली वावरणाऱ्या लोकांसाठी पर्यटन ही एक काळाची गरज झालेली आहे. रोजच्या कंटाळवाण्या व्यस्त दिनक्रमामुळे त्यातून बाहेर पडण्यासाठी पर्यटनाची गरज आहे. पर्यटकांच्या वाढत्या संख्येमुळे अनेक देशात पर्यटनासाठी पायाभूत सेवांचा विकास करण्यासाठी भरपूर भांडवली गुंतवणूक केली जात आहे; त्यामुळे अधिकाधिक पर्यटक आकर्षित होत आहेत व पर्यायाने पर्यटन व्यवसायाची भरभराट होत आहे. अगदी विकसनशील देशसुद्धा पर्यटनाच्या विकासाचा गांभीर्याने विचार करत आहेत, कारण परदेशी चलन मिळवण्याचे हे एक उत्तम साधन आहे.

२) पर्यटनाची संकल्पना (Concept of Tourism)

पूर्वीच्या काळी पर्यटन ही संकल्पना नव्हती तरीही लोक प्रवासाला जात. त्या काळी प्रवास (Travel) हा शब्द मूळ फ्रेंच शब्द travail या शब्दापासून आला, त्याचा अर्थ हाल, त्रास. पूर्वीच्या काळी प्रवास करणे अत्यंत अवघड होते. वाहतुकीच्या साधनांचा विकास झालेला नव्हता; त्यामुळे प्रवास म्हणजे हाल असे समीकरण होते.

पर्यटन या शब्दाची सुरुवात १२९२ साली झाली. लॅटिन शब्द tornus याचा अपभ्रंश होऊन tour हा शब्द प्रचलित झाला. लॅटिन शब्द tornus म्हणजे गोलाकार दर्शवणारी वस्तू किंवा चाक. त्या काळी हा शब्द वापरला गेला कारण लोक एका ठिकाणाहून दुसऱ्या ठिकाणी देशाच्या प्रमुख भागामध्ये गोलाकार फिरत म्हणून tourism म्हणजे पर्यटन असा शब्द रूढ झाला.

३) पर्यटनाची व्याख्या (Definition of Tourism)

इंटरनॅशनल असोसिएशन ऑफ सायंटिफिक एक्स्पर्ट्स इन टुरिझम यांनी १९४१ साली केलेली पर्यटनाची व्याख्या प्रोफेसर हुंझीकर व क्रॅफ (Hunziker and Krapf) यांनी पुढे सादर केली - ‘पर्यटन म्हणजे कायमस्वरूपी न राहण्याच्या हेतूने आणि पैसे कमावण्याचा हेतू नसलेल्या अनिवासी व्यक्तीच्या प्रवासातून प्रस्थापित झालेली घटना व संबंध होय.’

१९७८ साली टुरिस्ट सोसायटी ऑफ इंग्लड यांनी केलेली व्याख्या, 'पर्यटन म्हणजे तात्पुरत्या स्वरूपाची क्रिया, कमी कालावधीसाठी आपल्या नेहमीच्या वास्तव्याच्या ठिकाणापासून दुसऱ्या ठिकाणी जाणे आणि त्या ठिकाणाच्या वास्तव्यात केलेले उपक्रम किंवा कार्यक्रम.'

१९८१ साली इंटरनॅशनल असोसिएशन ऑफ सायंटिफिक एक्स्पर्ट ऑन टुरिझम यांनी केलेल्या व्याख्येनुसार, 'पर्यटन म्हणजे घराच्या बाहेर आवडीनुसार निवडलेला विशिष्ट कार्यक्रम किंवा उपक्रम.'

१९८२ साली मॅथीसन आणि वॉल (Mathieson and Wall) यांनी अधिक व्यापक व्याख्या केली. त्यांच्या मते, 'पर्यटन म्हणजे तात्पुरत्या काळासाठी आपल्या राहत्या निवासापासून दूर दुसऱ्या ठिकाणी जाणे, त्या वास्तव्याच्या काळात दुसऱ्या ठिकाणी केलेले उपक्रम किंवा कार्यक्रम आणि त्यांच्या गरजा पुरवण्यासाठी निर्माण केलेल्या सोयीसुविधा.'

हर्मर यांनी अत्यंत साधी व सोपी व्याख्या दिली - 'एखाद्या परदेशी व्यक्तीने कोणत्याही देशात राहण्यासाठी जाणे, मौजमजा करणे व परत स्वत:च्या देशात परत जाणे म्हणजे पर्यटन.'

वरील सर्व व्याख्यांचा अभ्यास करता पर्यटनाबाबतचे काही सामायिक घटक खालीलप्रमाणे -

१) पर्यटनात लोक एका ठिकाणाहून दुसरीकडे जातात व राहतात.

२) पर्यटन हे तात्पुरत्या स्वरूपाचे असते. लोक परत आपल्या निवासाच्या ठिकाणी परततात. पर्यटक चोवीस तासांपेक्षा जास्त व सहा महिन्यांपेक्षा कमी वेळ पर्यटनस्थळी घालवतात.

३) पर्यटक आपल्या नेहमीच्या वास्तव्याच्या ठिकाणापासून दूर प्रवास करून जातात व वास्तव्य करतात.

४) पर्यटनासाठी दिवसांची मर्यादा नसते. पर्यटन एक दिवसासाठीसुद्धा असते किंवा एक महिन्यांसाठी असू शकते.

५) पर्यटनाला जाणारी व्यक्ती कोणत्याही कारणासाठी पर्यटनाला जाते. फक्त नोकरी करण्यासाठी किंवा पैसे कमवण्यासाठी किंवा कायमस्वरूपी रहायला जाण्यासाठी इ. हेतू असल्यास त्याला पर्यटन म्हणत नाही.

६) पर्यटन हे लोकांनी स्वत:च्या आवडीनुसार निवडलेले असते.

७) पर्यटन हा फुरसतीने करायचा कार्यक्रम असतो. बऱ्याचशा पर्यटनात मौजमजा, करमणूक करणे हा हेतू असतो.

८) पर्यटन व स्थलांतर यात फरक आहे. स्थलांतर हे प्रामुख्याने नोकरी, व्यवसाय सुरू करण्यासाठी असते पण पर्यटन अगदी कमी कालावधीपुरते व पैसे न कमवण्याच्या हेतूने केलेले असते.

४) पर्यटनासाठी आवश्यक गोष्टी (Essential Elements for Tourism)

१) पैसा (Money) **:** पर्यटन म्हणजे प्रवास, प्रवास करण्यासाठी पैशांची आवश्यकता असते.

२) वाहतूक व्यवस्था (Transport System) **:** लोकांना आवश्यक त्या ठिकाणी पोहोचण्यासाठी विमान, रेल्वे, रस्ते वाहतूक इ. व्यवस्था असायला हवी.

३) हेतू (Purpose) **:** पर्यटनासाठी शिक्षण, साहस कार्य, नैसर्गिक सौंदर्याची आवड, नवीन प्रदेश बघण्याची ऊर्मी इ. सारखा हेतू मनात असावा लागतो.

४) वेळ (Time) **:** पर्यटन करण्यासाठी वेळ काढणे अत्यंत महत्त्वाचे असते.

५) इतर सेवा (Other Services) **:** हॉटेल किंवा निवासाची सोय, मनोरंजनाची सोय, खरेदीची सुविधा, टुर गाईड इ. सेवा उपलब्ध असाव्या लागतात.

५) पर्यटनाच्या विकासाचा इतिहास (Evolution of Tourism)

अति प्राचीन काळी म्हणजे माणूस गुहेत राहत होता तेव्हासुद्धा लोकांना शिकारीसाठी दूर दूर जावे लागे. त्यानंतर जसा लोकांना अग्निचा शोध लागला, लोकांनी शिकारीसाठी हत्यारे बनवली व त्यांचा लांब लांब प्रवास सुरू झाला. हत्यारे घेऊन शिकारीसाठी दुर्गम भागात लोक जाऊ लागले. त्यानंतर इजिप्तमध्ये लोकांनी लहान बोटी बनवल्या व लोक नवीन प्रदेशाच्या शोधात बाहेर पडू लागले. त्यानंतर सुमेरियन लोकांनी नाण्यांचा म्हणजे पैशांचा शोध लावला. हातात पैसा आल्यामुळे लांब लांब प्रवासास जाणे लोकांना शक्य झाले. व्यापारासाठी लोक देशाबाहेर जाऊ लागले. अगदी पूर्वीपासूनच लोकांना बाहेर प्रवासाला जाण्याचे आकर्षण होतेच. त्यात व्यापाराचे निमित्त मिळाले; त्यामुळे नवीन नवीन व्यापारी मार्ग लोकांनी शोधून काढले. दुसऱ्या देशात व्यापाराच्या निमित्ताने गेल्याने त्या देशाची व प्रदेशाची, तेथील नवीन ठिकाणांची, लोकांची ओळख होऊ लागली; त्यामुळे देशादेशांत जाणे-येणे वाढले. व्यापाराच्या निमित्ताने लोक चीन व भारत देशांकडे वळले. त्या काळी दोन्ही देशांत सुबत्ता होती. त्यामुळे लोकांना दोन्ही देशांबद्दल कुतूहल होते. वास्को-द-गामा, अलेक्झांडर, अरब व्यापारी, क्रिस्टोफर, कोलंबस अनेकजणांनी भारताला भेट दिली.

अ) मध्ययुगातील विकास (Development in Middle Ages) : व्यापारासाठी प्रवास जगभरचे लोक करत होतेच; पण मध्ययुगात नवीन भूभागांचा शोध घ्यायचा,

नवीन ज्ञान प्राप्त करायचे, माहिती मिळवायची या ईर्षेने लोकांनी प्रवासाला सुरुवात केली. त्या वेळी प्रवास करणे एवढे सोपे नव्हते, वाहतुकीच्या सोयी नव्हत्या, जेवणासाठी हॉटेल्स नव्हती; पण लोकांचा उत्साह दांडगा होता कारण नवीन भूभाग शोधायचे कुतूहल होते. १२७१ साली मार्को पोलो व्हेनिसमधून प्रवासाला बाहेर पडला. पर्शिया, अफगाणिस्तान, पामिर पठार, गोबी वाळवंट इ. पार करून, चीनमध्ये जाऊन वीस वर्षे वास्तव्य केले. त्याचा खडतर प्रवास करण्याचा हेतू मौजमजा करणे नव्हता; तर ज्ञान मिळवणे हाच होता.

रोमन लोकांनी खऱ्या अर्थाने पर्यटनाला सुरुवात केली. रोमन लोकांनी विविध कारणांसाठी म्हणजे नैसर्गिक सौंदर्य, कला, संगीत, क्रीडा इ. कारणाने प्रवास केला व त्यामुळे प्रवास करून आनंद लुटला. रोमन लोकांकडे भरपूर पैसे व वेळही होता. ग्रीस, इजिप्त, आफ्रिका, आशिया इ. देशात किंवा खंडात जाण्यासाठी समुद्रमार्गे सहज शिरकाव करता येत होता. रोमन लोक अनेक मैलांचा प्रवास घोड्यावरून एका दिवसात करत. भूमध्य सामुद्रिक प्रदेशातील अनेक देवळांना, ऐतिहासिक स्मारकांना, इजिप्तच्या पिरॅमिडला जाण्यासाठी त्यांनी प्रवास केल्याचा उल्लेख इतिहासात आढळतो. उन्हाळ्यात रोममध्ये तीव्र उन्हाळा असे, त्यामुळे सम हवामानाच्या समुद्रकिनारी असलेल्या ठिकाणी किंवा डोंगरावर जाऊन राहण्यासाठी रोमन लोक भूमध्य समुद्रकिनाऱ्यावर असलेल्या गावांमध्ये येऊन राहू लागले; त्यामुळे तेथे समुद्रकिनाऱ्याचे रिसॉर्ट्स बांधले गेले. नेपल्स, पुटेली, क्युमा इ. पर्यटनस्थळांचा तेव्हाच विकास झाला. श्रीमंत रोमन लोकांनी तर समुद्रकिनारी आलिशान बंगलेच (Villa) बांधले होते. तेथे येऊन ते वर्षातील पंधरा दिवस राहत. समुद्रात आंघोळ करणे, समुद्रात डुंबत राहणे हे त्यांचे आकर्षण होते.

त्यानंतरच्या काळात 'स्पा' पर्यटन प्रसिद्ध झाले. बेल्जियममध्ये 'इरचा' म्हणजे कारंजे त्यावरून 'स्पा' शब्द प्रचलित झाला. तेथे स्पा नावाचे छोटे शहर आहे. तेथे खनिजयुक्त झरे आहेत; त्या झऱ्यात स्नान केल्याने एका व्यक्तीचा त्वचारोग बरा झाला. त्यामुळे अनेक 'स्पा' खनिजयुक्त पाण्याचे झरे विकसित झाले. त्यानंतर इंग्लंडमध्ये सुद्धा 'स्पा' झाले. तेथे अनेक लोक गर्दी करू लागले. दररोज खनिजयुक्त पाण्यात स्नान केल्याने आपले अनेक असाध्य रोग बरे होतात, असा लोकांचा समज झाला त्यामुळे अनेक लोक 'स्पा'च्या आजूबाजूला राहू लागले, त्यांच्यासाठी निवासाच्या सोयींचा विकास करण्यात आला; त्यामुळेच मालव्हर्न, स्कारबरो, हॅरोगट, शॅप अशा इंग्लंडमधील 'स्पा' पर्यटनासाठी प्रसिद्ध पर्यटनस्थळांचा विकास झाला. हळूहळू 'स्पा' परिसरात पर्यटकांसाठी मनोरंजनाच्या सोयी उपलब्ध व्हाव्या म्हणून करमणूक केंद्रे विकसित झाली. जुगार, मद्यपानकेंद्रे यांचे आकर्षण वाढून 'स्पा'च्या परिसरात चैन करण्यासाठी धनिक

लोकांची गर्दी होऊ लागली. त्यानंतर अनेक समुद्रकिनाऱ्यांची गावे 'स्पा' पर्यटनसाठी प्रसिद्ध झाली. रोमन साम्राज्याला उतरती कळा लागल्यावर येथील प्रवासाचे प्रमाण घटले.

त्यानंतर जगातील अनेक देशात धार्मिक कारणासाठी म्हणजे धार्मिक स्थळांना जाण्यासाठी धार्मिक पर्यटन सुरू झाले. धर्माचा प्रसार करण्यासाठी धर्मोपदेशक वेगवेगळ्या देशात जाऊ लागले. ख्रिश्चन धर्माचा प्रसार युरोप व अमेरिकेत, तर बौद्ध, इस्लाम व हिंदू धर्माचा प्रसार अशियाई देशात करण्यासाठी धार्मिक पर्यटनाचा विकास झाला. त्या काळात बरेचसे लोक पायी किंवा घोड्यावर बसून प्रवास करत. बरेचदा एकांत असलेल्या रस्त्यांना चोर, दरोडेखरोर त्यांना लुटत म्हणून सूर्यास्तानंतर प्रवास करण्याचे लोक टाळू लागले; त्यामुळे रस्त्याच्या कडेला धर्मशाळा, विश्रामगृहे बांधण्यात आली. विश्रामगृहे, धर्मशाळा यांचा उपयोग फक्त रात्रीच्या निवाऱ्यासाठीच होई.

सतराव्या शतकाच्या सुरुवातीला प्रबोधन काळात इटलीमध्ये लोकांनी जायला सुरुवात केली. त्या काळात इटली युरोपात आर्थिक आणि सांस्कृतिक नेतृत्व करत होते. ब्रिटिश लोक इटलीला भेट देऊ लागले; तर रोमन लोक ग्रीसमध्ये जाऊ लागले. या प्रबोधन काळात अनेक कवी, लेखक, बुद्धिमान व्यक्तींनी इटलीला भेट दिली. अठराव्या शतकात युरोपमध्ये वार्षिक सुट्टीची नवीन संकल्पना आली, त्यामुळे लोकांना प्रवासाला जाण्यास प्रोत्साहन मिळाले.

ब) औद्योगिक क्रांतीनंतरचा पर्यटनाचा विकास (Development of Tourism after Industrial Revolution) : पर्यटनाची संकल्पना खऱ्या अर्थाने औद्योगिक क्रांतीनंतरच रुजली. औद्योगिक क्रांतीमुळे शहरांचा उदय झाला. लोक निसर्गाकडून दूर जाऊ लागले. औद्योगिक क्रांती होण्यापूर्वी लोक केवळ ज्ञान मिळवण्याच्या हेतूने किंवा धार्मिक कारणासाठी प्रवास करत होते, पण औद्योगिक क्रांतीनंतर आर्थिक व सामाजिक चित्र बदलले. कारखान्यात काम करणाऱ्या लोकांना सतत १२-१२ तास काम करावे लागे; पण कामाच्या ठिकाणी परिस्थिती चांगली नसे. लोक रोजच्या दैनंदिन जीवनाला कंटाळू लागले. कामगारांनी दैनंदिन जीवनामधून बाहेर पडून थोडा आराम करून परत कामाला यावे व त्यांच्या तब्येती चांगल्या रहाव्यात म्हणून ग्रेट ब्रिटनमध्ये १८७१ साली 'बँक हॉलिडे' कायदा लागू केला. नंतर कामगार युनियननी दबाव आणून सुट्ट्या वाढवून घेतल्या. हॉलिडे ॲक्टसुद्धा पास झाला. त्यामुळे पर्यटनाला चालना मिळाली.

एकोणिसाव्या शतकात रेल्वे वाहतुकीचा विकास हा पर्यटनाच्या वाढीच्या मार्गातील मैलाचा दगड ठरला. इंग्लंडप्रमाणेच फ्रान्स, ऑस्ट्रिया, स्वित्झर्लंड इ. देशातही रेल्वेचा विकास झाला. १८७० साली रेल्वेच्या प्रवासात भोजनव्यवस्थाही करण्यात आली.

त्यामुळे रेल्वेचा विकास ही पर्यटनाला चालना देणारी फार मोठी बाब ठरली. रेल्वेमुळे देशांतर्गत वाहतुकीला फायदा झाला; पण रेल्वे पाठोपाठ सागरी वाहतुकीचासुद्धा विकास झाला. सागरी वाहतुकीमुळे अनेक देश एकमेकांशी जोडले गेले. १८६९ साली सुएझ कालवा व १९१४ साली पनामा कालवा सुरू झाल्याने प्रवाशांची संख्या वाढली. युरोप व आशिया या दोन खंडात पर्यटन सुरू झाले. सागरी वाहतुकीने आंतरराष्ट्रीय प्रवास वाढला.

पहिल्या महायुद्धाच्या काळात लोकांनी प्रवास करायचे टाळले त्यामुळे पर्यटन कमी झाले; पण युद्धानंतर पुन्हा लोकांनी आंतरराष्ट्रीय संबंध चांगले ठेवण्यासाठी शांती प्रस्थापित करण्याचे प्रयत्न केले. त्यामुळे पुन्हा पर्यटन वाढले.

पहिल्या महायुद्धानंतर विमान प्रवास व मोटार वाहतुकीची वाढ झाली. मंदावलेले पर्यटन सुधारण्यासाठी इंग्लड, फ्रान्स, जर्मनी, बेल्जियम इ. देशात सरकारने विविध सवलती दिल्या. वाहतुकीच्या सोयी, सरकारी विश्रामगृहे, खाद्यपदार्थांची दुकाने, अल्पखर्चात निवासाच्या सोयी इ. कडे सरकारने लक्ष दिले. पॅकेज टुर, राऊंड टुर इ. सुरू झाल्या व लोकांना पर्यटनाच्या सुविधा प्राप्त झाल्या.

पुन्हा दुसऱ्या महायुद्धाच्या सहा वर्षांच्या कालावधीत पर्यटन व्यवसायाला उतरती कळा लागली. लोकांना प्रवासाची सुरक्षितता वाटेना. पर्यटनाला जाण्याची लोकांची मनाची तयारी होईना. लोकांची क्रयशक्ती पण मर्यादित होती; पण दुसऱ्या महायुद्धानंतर प्रवास परत सुरक्षित झाला. लोकांची क्रयशक्ती वाढल्याने मोटारी विकत घेण्याची क्षमता वाढली. पर्यटनासाठी सरकारी कर्मचारी, कामगार, बँक कर्मचारी, सैनिक इ. गटातील लोकांना विशेष सवलती उपलब्ध होऊ लागल्या. मोठेमोठे रस्ते युरोपात विकसित झाले. दोन देशांना जोडणारे मोठे रस्तेही विकसित झाले. उदा. ट्रान्स आफ्रिकन हायवे, या हायवेने आफ्रिकेतील सात देश जोडले गेले. पॅन अमेरिकन हायवेने उत्तर अमेरिकेतील अलास्का व दक्षिण अमेरिकेतील चिली जोडले गेले. आंतरराष्ट्रीय पर्यटन वाढण्यात मोलाचा वाटा हवाई वाहतुकीचा आहे. १९६० सालापासून जेट विमानांचा वापर सुरू झाला. विमान वाहतुकीमुळे जलद व सुखद प्रवास करता येत असल्याने पर्यटकांची आंतरराष्ट्रीय पर्यटनासाठी उत्तम सोय झाली.

१९६० च्या सुमारास युरोपातील सर्वच महत्त्वाच्या देशात म्हणजे जर्मनी, फ्रान्स, ग्रेट ब्रिटन, बेल्जियम, नेदरलॅण्ड, लक्झेंबर्ग, स्वीडन, नॉर्वे, डेन्मार्क, ऑस्ट्रिया, स्विल्झर्लंड, इटली इ. तसेच संयुक्त संस्थाने व कॅनडा इ. देशात मोठ्या प्रमाणात पर्यटनाला सुरुवात झाली. या देशात जगाच्या एकूण आंतरराष्ट्रीय पर्यटकांपैकी ७५ टक्के पर्यटक जाऊ लागले. वाहतुकीचा विकास व उच्च राहणीमान या दोन कारणांमुळे पर्यटनाचा येथे

विकास झाला. गेल्या दोन दशकांपासून अशियाई देशातही आंतरराष्ट्रीय पर्यटनाचा विकास होत आहे; कारण आता आंतरराष्ट्रीय पर्यटन केवळ समुद्रकिनारा, नैसर्गिक सौंदर्य एवढ्यापुरतेच मर्यादित न राहता हिवाळी क्रीडा, उत्संवामध्ये सहभाग, साहसी क्रीडा इ. कारणांनी पर्यटक अशियाई देशात येत आहेत. उदा. राजस्थानचा पतंग महोत्सव, गुलमर्ग येथील हिवाळी क्रीडास्पर्धा इ. अनेक ट्रॅव्हल कंपन्या आता स्थापित झाल्या आहेत; त्यामुळे पॅकेज टुरमध्ये जाणे लोकांना अधिक सुरक्षित व सोईस्कर वाटते. सर्वांत महत्त्वाचे म्हणजे आंतरराष्ट्रीय पर्यटनामुळे भरपूर परदेशी चलन मिळते; त्यामुळे विकसनशील देशांनीसुद्धा पर्यटनाकडे गांभीर्याने लक्ष द्यायला सुरुवात केली व आज पर्यटन व्यवसाय विकसित व विकसनशील दोन्ही गटातील देशांमध्ये जलद गतीने वाढत आहे.

६) पर्यटनाचे स्वरूप (Nature of Tourism)

अ) तृतीय व्यवसाय (Tertiary Occupation) **:** पर्यटन हा तृतीय व्यवसाय आहे. यात आपण नैसर्गिक वस्तू निसर्गापासून मिळवतही नाही व त्यावर प्रक्रियासुद्धा करत नाही. त्यामुळे पर्यटन हा प्राथमिक व द्वितीय व्यवसायपण नाही; पण पर्यटनात विविध सेवा पुरवल्या जातात व त्या सेवा फक्त पर्यटकांसाठीच असतात. त्यामुळे त्या सेवा ग्राहकांना पुरवणे याअर्थी पर्यटन हा तृतीय व्यवसाय आहे.

ब) व्यापारी दृष्टिकोन (Commercial attitude) **:** पर्यटन व्यवसाय हा पूर्वी व्यापारीदृष्टीने विकसित झाला नव्हता. व्यापार, नवीन प्रदेशाचा शोध, नवीन संस्कृतीची ओळख, धार्मिक स्थळांना भेटी इ. साठी पर्यटन केले जाई. मग पर्यटक रस्त्याने लागणाऱ्या गावातील नातेवाईक किंवा मित्र यांच्याकडे रात्रभर मुक्काम करत; पण आता हॉटेलमध्ये मुक्काम करतात व एकूणच खाद्यपदार्थ, हॉटेल, ट्रॅव्हल कंपन्या इ. सर्वच ठिकाणी चांगली सेवा देऊन त्यांना पैसा, प्रसिद्धी मिळवायची असते.

क) पर्यटनाचा हेतू (Purpose of Tourism) **:** पर्यटनाला जाणारे लोक विशिष्ट हेतू ठेवून जातात. उदा. धार्मिक पर्यटन धार्मिक स्थळी जाण्याच्या हेतूने किंवा धर्माचा प्रसार करण्याच्या उद्देशाने केले जाते. हुआन सँग हा चिनी धर्मगुरू बौद्धधर्माची माहिती; तसेच बौद्ध धर्मग्रंथाचा अभ्यास करण्यासाठी भारतात आला होता. वास्को-द-गामा नवीन भूप्रदेशाच्या शोधात निघाला होता.

ड) पर्यटन : वाढता व्यवसाय (Tourism Growing Business) **:** पर्यटन व्यवसाय हा जगातील सर्वांत जलद गतीने वाढणारा व्यवसाय आहे. त्याच्या वाढीस संपूर्ण जगात वाव आहे. पर्यटन व्यवसायाची वृद्धी जगात १२ ते १५ टक्क्याने दर दशकामागे होत आहे. सर्व देशात त्याच्या वृद्धीसाठी पायाभूत सेवा वाढवणे, मार्केटिंगच्या निरनिराळ्या

क्लृप्त्या लढवणे इ. प्रकारे प्रयत्न केले जात आहेत. काही देशांमध्ये तर पर्यटनाचा दुसरा किंवा तिसरा क्रमांक लागतो. आंतरराष्ट्रीय पर्यटक वाढवण्याचा प्रत्येक देशाचाच प्रयत्न असतो कारण त्यामुळे परकीय चलनात भर पडते.

इ) ऋतूनुसार चालणारा व्यवसाय (Business according to Season) : पर्यटन हा ऋतूमानानुसार चालणारा व्यवसाय आहे. काही ठिकाणी हिवाळी पर्यटन तर काही ठिकाणी उन्हाळी पर्यटन तर काही ठिकाणी पावसाळी पर्यटन जोरात चालते; पण काही पर्यटनस्थळे अशी आहेत की, तेथे सर्व ऋतूत पर्यटन चालते.

७) पर्यटनाची व्याप्ती (Scope of Tourism)

पर्यटन म्हणजे आरामासाठी, करमणुकीसाठी किंवा एखाद्या विशिष्ट हेतूने निवासस्थानापासून लांब दुसऱ्या गावी जाणे, असे असले तरी इतिहास, भूगोल, समाज, संस्कृती यांचा पर्यटनाशी घनिष्ठ संबंध आहे. उत्तम हवामान, नद्या, झरे, धबधबे, उत्तुंग पर्वत, हिरव्यागार टेकड्या, गरम पाण्याचे झरे इ. भौगोलिक घटक पर्यटनाचा विकास होण्यास कारणीभूत ठरतात. भौगोलिक घटकांवर आधारित पर्यटनाचाच जगात अधिक विकास झाला आहे; कारण त्यामुळे लोकांना निसर्ग अनुभवायला मिळतो.

ऐतिहासिक स्मारके, वास्तू, पुतळे, समाधी, वारसा स्थळे इ. मुळे पर्यटनाचा विकास झाला आहे. पर्यटनाचा संस्कृतीशीसुद्धा संबंध आहे. सांस्कृतिक वारसा, सांस्कृतिक महत्त्वाची शहरे, परंपरा, चालीरीती, उत्सव, महोत्सव, सणवार इ. चेही आकर्षण पर्यटकांना असतेच. पर्यटनाचा अनुकूल व प्रतिकूल परिणामही निसर्ग, समाज व संस्कृतीवर होत असतो.

या घटकांव्यतिरिक्त वाहतूक, निवासाची सोय, टुर गाईड, स्थानिक वाहतूक व्यवस्था, फोटोग्राफर, भोजनालये, रेस्टॉरंट, खरेदीसाठी दुकाने, मनोरंजनाच्या सोयी इ. चा पर्यटनात समावेश होतो. आधुनिक काळात पर्यटनात वैद्यकीय पर्यटन, ग्रामीण पर्यटन, इको पर्यटन, आरोग्य पर्यटन, सेक्स पर्यटन, कृषी पर्यटन इ. पर्यटनाचे प्रकार सुरू झाल्याने पर्यटनाची व्याप्ती अधिकच वाढली आहे.

८) पर्यटन एक उद्योग (Tourism as an Industry)

पर्यटन हा जलद गतीने वाढणारा उद्योग आहे असे नेहमीच म्हटले जाते; कारण पर्यटनामुळे रोजगार उपलब्ध होतात, सरकारला कराच्या रूपाने उत्पन्न मिळते, राष्ट्रीय उत्पन्नात भर पडते व परकीय चलनही प्राप्त होते. पर्यटनामुळे वाहतूक, हॉटेल्स, खाद्यपदार्थांची दुकाने, टुर गाईड, हाऊसकिपिंग सेवा पुरवणारे, माळी, वॉचमन, सुरक्षारक्षक, शेफ त्यांना मदत करणारे व्यवस्थापक सामान वाहून नेणारे, सुपरवायझर इ.

रोजगाराच्या संधी उपलब्ध होतात. पर्यटनस्थळी सरकारला हॉटेल्स, दारू व डान्स बार, कॅसिनो, दुकाने, टॅक्सीवाले, रेस्टॉरंट्स इत्यादींकडून कररूपाने उत्पन्न मिळते. पर्यटनातून मिळणाऱ्या उत्पन्नामुळे देशाच्या उत्पन्नात भर पडते. पर्यटनामुळे वाहतूक, अन्नधान्य, भाज्या, फळे, फुले, फर्निचर इ. वस्तूंना मागणी वाढते व त्यांची विक्री होऊन राष्ट्रीय उत्पन्नात भर पडते. काही देशात एकूण उत्पन्नाच्या २५ टक्के उत्पन्न पर्यटनातून मिळते. पर्यटन हा परकीय चलन मिळवून देणारा उद्योग आहे. एखाद्या उद्योगात तयार होणाऱ्या वस्तूंना मागणी असेल, तरच परदेशात पाठवल्या जातात व परकीय चलन मिळते; पण पर्यटनस्थळी येणारे परदेशी पर्यटक वाहतूक, हॉटेलातील वास्तव्य, जेवणखाण, करमणूक, खरेदी इ. बाबींवर खर्च करतात व परकीय चलन जमा होते. वस्तू परदेशी पाठवण्याचा खटाटोप व खर्चही लागत नाही.

काहींच्या मते, उद्योगातून किंवा कारखान्यातून वेगवेगळ्या वस्तू पुरवल्या जातात तर पर्यटनात वाहतूक, निवास, अन्न व खाद्यपदार्थ, हस्तकलेच्या वस्तू इ. सेवा पुरवल्या जातात. त्यामुळे पर्यटन ही एकत्रितपणे काम करणारी यंत्रणा आहे. उद्योगात वस्तू पुरवतात व इकडेही सेवा तशाच पुरवल्या जातात एवढाच फरक असतो.

काही विचारवंतांच्या मते पर्यटन आणि उद्योग यामध्ये फरक आहे. त्याची कारणे पुढीलप्रमाणे -

१) एखाद्या उद्योग व्यवसायात अनेक छोट्या छोट्या उपविभागात वस्तू बनवल्या जातात व त्यांच्यात स्पर्धा असते; पण पर्यटनात वस्तू तर बनवल्या जातच नाहीत; परंतु त्याचे संबंधित विभाग म्हणजे वाहतूक, निवास, अन्न व खाद्यपदार्थ पुरवणारे इ.मध्ये स्पर्धा नसते. ते एकमेकांना पूरक असतात. एकमेकांच्या साहाय्याने पर्यटन व्यवसाय चालतो.

२) उद्योगात वस्तू बनवल्या जातात व पुरवल्या जातात, पण पर्यटनात उत्पादन न करता विविध सेवा पुरवण्यावर भर असतो.

३) पर्यटन व उद्योग यातील सर्वांत महत्त्वाचा फरक कोणता असेल तर पर्यटकाला स्वतःला कोणत्याही वाहनाने पर्यटनस्थळी येऊन तेथील सेवांचा आस्वाद घ्यावा लागतो; पण उद्योगात उत्पादित वस्तू उत्पादित करणाऱ्या प्रदेशापासून जेथे ग्राहक असतील तिकडे पोहोचवाव्या लागतात. उद्योगात ग्राहकाकडे वस्तू पोहोचवाव्या लागतात, त्यात वाहतुकीचापण खर्च होतो, पण पर्यटनात ग्राहकच पर्यटनस्थळी असणाऱ्या सेवांचा लाभ घेतात.

४) उद्योगात तयार झालेल्या वस्तू विशिष्ट दिवशी, विशिष्ट तारखेलाच विकाव्या असे बंधन नसते, कधीतरी भाव पडले तर विक्री थांबवून भाव येईपर्यंत वाट

बघावी लागते; पण पर्यटनात मात्र ज्या दिवशीचे विमान/रेल्वे/बस तिकीट काढलेले असेल तर ते दुसऱ्या दिवसापर्यंत चालत नाही. एखाद्या रूमचे बुकिंग झालेले असल्यामुळे त्याच दिवशी पर्यटकाला लाभ घ्यावा लागतो; जर बुकिंग झाले नाही तर त्या दिवशी तोटा होतो. आजचे वाहतुकीचे तिकीट असो वा हॉटेलचे बुकिंग असो, दुसऱ्या दिवशी चालत नाही.

५) लिकोरिग व जेनकीन यांच्या मते, पर्यटन व उद्योग यात फरक आहे. उद्योगात काही वस्तूंचे उत्पादन केले जाते. उदा. लोह-पोलाद उद्योगात पोलाद तयार करतात, पोलादाची हत्यारे बनवतात. त्यात कच्च्या मालावर प्रक्रिया करतात पण पर्यटनात थेट वस्तूंचे उत्पादन नसते. फक्त सेवा पुरवल्या जातात.

६) उद्योग व्यवसायात प्रक्रिया होतात, चिमणीतून धूर निघतो; पण पर्यटन व्यवसायातून धुरामुळे प्रदूषण होत नाही; म्हणूनच पर्यटनाला Smokeless Industry म्हणतात.

पर्यटन व उद्योग व्यवसाय यात जरी फरक असला तरीसुद्धा उद्योग व्यवसायात जसा उत्पादनाचा व मालाचा दर्जा राखला तर मागणी वाढते व उद्योग प्रसिद्ध होतो; तसेच पर्यटन व्यवसायात पर्यटनस्थळी असणाऱ्या सेवांचा दर्जा उत्तम असेल तर ते पर्यटनस्थळ प्रसिद्ध होते व तेथे पर्यटकांची गर्दी वाढते.

सराव प्रश्न

१) पर्यटनाची व्याख्या करा व पर्यटनाची संकल्पना स्पष्ट करा.

२) जागतिक पर्यटनाच्या विकासाचा विविध टप्प्यातील इतिहास स्पष्ट करा.

३) पर्यटनाचे स्वरूप स्पष्ट करा.

४) पर्यटनाची व्याप्ती स्पष्ट करा.

५) 'पर्यटन हा उद्योग आहे' स्पष्ट करा.

६) पर्यटन व उद्योग यातील फरक स्पष्ट करा.

७) टिपा लिहा -

अ) मध्ययुगातील पर्यटनाचा विकास

ब) औद्योगिक क्रांतीनंतर झालेला पर्यटनाचा विकास

२ | पर्यटनावर परिणाम करणारे घटक

(Factors Influencing Tourism)

१) प्रस्तावना (Introduction)

२) पर्यटनावर परिणाम करणारे नैसर्गिक घटक (Natural Factors Influencing Tourism)

अ) हवामान ब) विविध भूरचना क) पर्यटनस्थळाचे स्थान ड) जलाशय इ) जंगले ई) वन्यप्राणी जीवन उ) राष्ट्रीय उद्याने व अभयारण्ये

३) पर्यटनावर परिणाम करणारे ऐतिहासिक घटक (Historical Factors affecting Tourism)

अ) किल्ले आणि गड ब) राजवाडे आणि महाल क) ऐतिहासिक स्थाने

४) पर्यटनावर परिणाम करणारे सामाजिक व सांस्कृतिक घटक (Social and Cultural Influencing Tourism)

अ) सण व उत्सव ब) नृत्य व गायनकला क) संग्रहालये ड) शिल्पकला व चित्रकला इ) परंपरा फ) कला व संस्कृतीचा वारसा

५) पर्यटनावर परिणाम करणारे आर्थिक घटक (Economic Factors Influencing Tourism)

अ) वाहतुकीच्या सोयी ब) निवासाच्या सोयी क) सुगमता ड) आतिथ्य इ) इतर सोयीसुविधा

६) पर्यटनास प्रेरित करणारे घटक (Motivating Factors Influencing Tourism)

अ) तीर्थयात्रा व धार्मिक स्थळांना भेटी ब) मनोरंजन क) आराम ड) क्रीडाप्रकार अथवा क्रीडास्पर्धा इ) साहसक्रीडा ई) खरेदी उ) वैद्यकीय सुविधा ऊ) अभ्यासदौरे ए) व्यापारदौरे

१) प्रस्तावना (Introduction)

पर्यावरणावर परिणाम करणाऱ्या घटकांचे पाच भागात वर्गीकरण करता येते. नैसर्गिक, ऐतिहासिक, सामाजिक-सांस्कृतिक, आर्थिक आणि प्रेरणादायी घटक इ.

२) पर्यटनावर परिणाम करणारे नैसर्गिक घटक (Natural Factors Influencing Tourism)

पर्यटनावर परिणाम करणारे नैसर्गिक घटक आहेत - हवामान, नैसर्गिक सृष्टीसौंदर्य, स्थान, जलाशय किंवा नद्या, वन्य पशुपक्षी इ. या सर्वांच्या आकषर्णामुळे लोक पर्यटनाला जातात.

अ) हवामान (Climate)

अ) उत्तम हवामान (Best Climate) **:** बहुतेक पर्यटकांचे महत्त्वाचे आकर्षण म्हणजे पर्यटनस्थळाचे उत्तम हवामान. उत्साहवर्धक हवामान, निरभ्र आकाश, पुरेसा सूर्यप्रकाश इ. पर्यटकांच्या दृष्टीने महत्त्वाचे असते. समशीतोष्ण कटिबंधीय व ध्रुवीय कटिबंध यांच्या सीमारेषेवर असणाऱ्या बऱ्याच देशांमध्ये हिवाळा अत्यंत तीव्र असल्याने असह्य होतो, त्यामुळे लोक भरपूर सूर्यप्रकाशाच्या व सम हवामान असणाऱ्या समुद्रकिनाऱ्याच्या रिसॉर्ट्समध्ये पर्यटनाला येतात. समुद्र, सूर्यप्रकाश व समुद्रावरची वाळू या कारणांसाठी जरी पर्यटक समुद्रकिनारी येत असले; तरीसुद्धा सूर्यप्रकाश हा त्यातला महत्त्वाचा घटक असतो. उत्तर व मध्य युरोपातील लोक प्रखर थंडीच्या मोसमात दक्षिणेकडे म्हणजे भूमध्यसमुद्र किनारी असणाऱ्या पर्यटनस्थळी एक एक महिना येऊन राहतात. त्यामुळेच स्पेन, फ्रान्स, इटली, ग्रीस इ. देशांत पर्यटनाचा भरपूर विकास झाला आहे.

उष्ण कटिबंधीय देशात उन्हाळा असह्य होतो, तापमान जास्त असते तेव्हा बरेचसे लोक थंड हवेच्या ठिकाणी पर्यटनाला जातात; कारण उन्हाळ्यातही तेथे उंचीमुळे तापमान कमी असते. सिमला, कुलू, मनाली, दार्जिलिंग, महाबळेश्वर, माथेरान, पंचमढी इ. हिल स्टेशन्सला पर्यटकांची खूप गर्दी असते.

ध्रुवीय प्रदेशात तापमान गोठणबिंदूच्या खाली जाते. सहा महिने रात्र असते व तीव्र हिवाळा असतो; तेव्हा लोक हिवाळी पर्यटनाला जातात. हिवाळी पर्यटन म्हणजे भरपूर सूर्यप्रकाश असणाऱ्या पर्यटनस्थळी जाणे. कॅनडा व संयुक्त संस्थानाच्या सीमारेषेजवळ राहणारे, तसेच उ. कॅनडा देशात राहणारे लोक संयुक्त संस्थानातील हिवाळ्यात उत्तम हवामान व सूर्यप्रकाश असणाऱ्या कॅलिफोर्निया व फ्लोरिडा या दोन राज्यात पर्यटनाला जातात. वेस्ट इंडीज बेटे व बहामा बेटावरही जातात.

उत्तम हवामानाच्या ठिकाणांचा शोध पक्षीसुद्धा वर्षभर घेतच असतात. उत्तर

ध्रुवाजवळच्या प्रदेशात जेव्हा हिवाळा खूप तीव्र असतो तेव्हा तिकडचे पक्षीसुद्धा चांगल्या हवामानासाठी भारतात येतात. पावसाळ्यानंतर सुरू होणाऱ्या हिवाळ्यात सरोवरे, तलाव, नद्या यामध्ये भरपूर पाणी असते. हा पक्ष्यांचा विणीचा काळ असतो. राजस्थानातील भरतपूर येथील पक्षी अभयारण्यात उजनी धरणाच्या जलाशयात हे स्थलांतरित परदेशी पक्षी येतात. उदा. सारस क्रेन हा रशियातून राजस्थानातील भरतपूर येथील पक्षी अभयारण्यात २-३ महिने मुक्कामाला असतो. हे पक्षी बघणे, त्यांचा अभ्यास करणे हा अनेकांसाठी (Amount of rainfall) छंद असतो, त्यामुळे तसे पर्यटक तेथे जातात.

i) पावसाचे प्रमाण : बहुतेक पर्यटकांना पावसाळा ऋतू आवडतो; कारण पावसाळ्यात सर्वत्र हिरवेगार असते, झाडांना भरपूर पाने असतात. डोंगर उतारावर गवत उगवते, धबधबे व झरे वाहत असतात. धुके पसरलेले असते, रानटी फुलांचा गंध आसमंतात दरवळलेला असतो. अशा आनंददायी वातावरणात फिरण्याचा आनंद अनेक पर्यटक घेतात. त्यामुळे पावसाळ्यात भरपूर पाऊस पडणारी ठिकाणे म्हणजे पर्यटकांची पावसाळी पर्यटनाची पर्वणीच असते. अंबोली, लोणावळा, माथेरान, माळशेज घाट, महाबळेश्वर येथे लोक पर्यटनाला जातात.

परंतु अति पावसाच्या प्रदेशात नद्यांना पूर येतात, दळणवळण विस्कळीत होते, वाहतुकीवर विपरीत परिणाम होतो, सर्वत्र चिखल व दलदल असते. त्यामुळे अशा पर्यटनस्थळी लोकांचा कल असतो. अशा अति पावसाच्या ठिकाणी पर्यटनस्थळे विकसित होत नाहीत. भारतातील मेघालय, मणिपूर, आसाम इ. राज्यात अति पावसामुळे पर्यटनाचा कमी विकास झाला आहे. कोकणातही अतिपावसामुळे पावसाळ्यात पर्यटकांची संख्या कमी असते.

ii) हिमवृष्टी (Snowfall) **:** अति थंड हवामानाच्या म्हणजे ध्रुवीय प्रदेशात तसेच ध्रुवीय प्रदेशाच्या सीमारेषेवरील प्रदेशात जेथे हिवाळा तीव्र व ६ ते ८ महिने असतो. हिमवृष्टी होते, हिम डोंगरउतारावर साठते. तेथे पर्यटक हिवाळी क्रीडाप्रकारांसाठी म्हणजे स्किईंग, स्केटींग करण्यासाठी जातात. जगातल्या फार थोड्या प्रदेशात बर्फ पडताना बघायला मिळते. त्यामुळे येथे सीझनला गर्दी असते. भारतातील सोनमर्ग, गुलमर्ग, पेहलगाव इ. पर्यटनस्थळे हिवाळी पर्यटनासाठी प्रसिद्ध आहेत. जगातील इतर महत्त्वाची हिवाळी पर्यटने आहेत. चॅमोनिक्स (Chamonix), झेरमॅट्ट (Zermatt), क्लोस्टर (Kloster), सेंट मॉरीत्झ (Moritz) इ.

iii) नैसर्गिक सृष्टिसौंदर्याचे आकर्षण (Attraction of Natural Beauty) : नैसर्गिक सृष्टीसौंदर्यात विविध भूरचना, नद्या, तळी, सरोवरे, हिमनद्या, जंगले, गवताळ प्रदेश इ.चे पर्यटकांना आकर्षण असते.

ब) विविध भूरचना (Different Landforms)

i) पर्वत व टेकड्या (Mountains and plateaus) : हल्ली पर्वत किंवा डोंगर हे पर्यटनासाठी महत्त्वाचे झाले आहेत त्याचे कारण केवळ नैसर्गिक सौंदर्य एवढेच नसून तेथे विकसित झालेले साहसी क्रीडाप्रकार होय. बर्फाच्छादित पर्वतशिखरे, हिरवेगार उतार, डोंगरातून वाहणारे झरे, धबधबे, धुके इ. निसर्गसौंदर्यामुळे बऱ्याच डोंगरावर, डोंगरांच्या घाटात, पर्वतांच्या पायथ्याशी पर्यटनस्थळे विकसित झाली आहेत. स्वित्झर्लंडमधील आल्प्स पर्वत, जम्मू-काश्मीर व नेपाळमधील हिमालय यांची बर्फाच्छादित शिखरे बघण्यासाठी अनेक पर्यटक तेथे जातात. संयुक्त संस्थानातील स्मोकी पर्वत तेथील जंगल उतारावरचे गवत व धुक्यांनी वेढलेली शिखरे इ. बघण्यासाठी पर्यटक तेथे गर्दी करतात.

गिर्यारोहण, प्रस्तररोहण, व्हॅलीक्रॉसिंग, पॅराग्लायडींग, स्किईंग, स्केटिंग इ. साहसी क्रीडाप्रकारांसाठी पर्वतावर किंवा त्याच्या पायथ्याशी पर्यटनस्थळे विकसित होतात. मनाली येथे गिर्यारोहण संस्था आहे तेथे गिर्यारोहणाचे प्रशिक्षण देतात. गिर्यारोहणासाठी लागणारे सामान विकत मिळते. तेथून अनेक गिर्यारोहक पर्यटनाला जातात. हिमालय, आल्प्स, रॉकी, ॲण्डीज इ. पर्वत हिवाळी क्रीडाप्रकारासाठी प्रसिद्ध आहेत.

टेकड्यांच्या माथ्यावर थंड हवेची ठिकाणे म्हणजे हिलस्टेशन्स विकसित होतात. उत्तम हवामान व टेकड्यांच्या उतारावरील हिरवेगार जंगल, गवताच्छादित उतार इ. मुळे पर्यटक तेथे गर्दी करतात. सिमला, कूल, मनाली, अंबोली, सापुतारा, उटी, मुन्नार, माथेरान, महाबळेश्वर इ. भारतातील प्रसिद्ध हिल स्टेशन्स आहेत.

ii) दरी व घळई (Valley and Gorge) : दरी किंवा घळईसुद्धा पर्यटकांचे आकर्षण असते. काही दऱ्यांमध्ये भरपूर फुलांची झाडे उगवतात व त्या दऱ्यांचे उतार रंगीबेरंगी फुलांच्या पट्ट्याने भरून जातात. काश्मिरमधील व्हॅली ऑफ काश्मिरमध्ये ऑगस्ट-सप्टेंबर महिन्यात दरीच्या दोन्ही उतारांवर रंगीबेरंगी फुलांचे पट्टे असतात. संपूर्ण दरी फुलाच्या रंगाने व सुवासाने भरलेली असते. काही दऱ्यांच्या तीव्र उतारावर माती वाहून गेल्याने खडक उघडे पडलेले असतात व त्या खडकांवर वाऱ्यामुळे खनन झालेले असते. त्यामुळे नक्षीदार व रंगीत खडकांचे उतार दिसतात. संयुक्त संस्थानात कोलरोडो नदीची दरी अशीच नक्षीदार खडकांनी बनली आहे. खडक उघडे पडल्याने त्याच्यातील खनिजांवर हवेतील बाष्पाची प्रक्रिया होऊन लाल, हिरवे रंगही दिसतात; तसेच डोंगरावर खननामुळे पायऱ्या-पायऱ्यांचे उतारही तयार झालेत; त्यामुळे ही दरी प्रेक्षणीय झाली आहे. मध्यप्रदेशात नर्मदा नदीच्या दरीच्या उतारावर संगमरवराचे खडक उघडे पडलेले दिसतात. ते पांढरेशुभ्र उतार बघण्यासाठी नर्मदेची दरी प्रसिद्ध आहे. केरळमधील 'सायलेंट

व्हॅली', जम्मू काश्मिरमधील 'किड्डार व्हॅली' यासुद्धा प्रसिद्ध आहेत. द. आफ्रिकेतील 'रिफ्ट व्हॅली' ही खचदरीसुद्धा प्रेक्षणीय आहे.

iii) ज्वालामुखीच्या उद्रेकानंतर तयार झालेली भूस्वरूपे (Landforms formed after Volcanic Erruption) : ज्वालामुखीच्या उद्रेकातून तप्त लाल रंगाचा लाव्हारस बाहेर पडतो व तो आजूबाजूला पसरतो व थंड होतो; त्यामुळे काही भूस्वरूपे तयार होतात. त्याचेही लोकांना खूप कुतूहल असते म्हणून लोक अशी भूस्वरूपे बघण्यासाठी जातात. घट्ट लाव्हारस बाहेर पडून घुमटाच्या आकाराचे पर्वत तयार होतात. त्या पर्वताच्या टोकावर मुखाशी खड्डा असतो, त्यात पाणी साठून तळे तयार होते. काही ज्वालामुखी जागृत आहेत तर काही निद्रिस्त आहेत. हे सगळे इतरत्र न बघायला मिळणारे प्रकार बघण्यासाठी पर्यटक तेथे गर्दी करतात. जपानमधील फुजियामा पर्वत, युरोपातील स्ट्राम्बोली, पिलियन इ. ज्वालामुखींचे पर्वत बघण्यासाठी अनेक पर्यटक जातात, त्यामुळे त्यांच्या पायथ्याशी पर्यटनकेंद्रे स्थापित झाली आहेत. संयुक्त संस्थानातील यलोस्टोन नॅशनल पार्कमध्ये मुखाजवळ तयार झालेली अनेक तळी बघायला मिळतात. महाराष्ट्रातील तोरणमल पर्वतावरचा 'यशवंत तलाव' सुद्धा ज्वालामुखीच्या मुखाजवळ तयार झालेला आहे.

iv) प्रवाळभित्ती (Coral Reets) : प्रवाळ हे जीव अगदी लाखोंच्या संख्येने एकत्र राहत असतात. त्याच्या शरीरातून कॅल्शियमयुक्त द्राव स्त्रवत असतो. ते मृत झाले तर लाखोंनी मरतात त्यामुळे कॅल्शियमचे संचयन होऊन प्रवाळ खडक किंवा प्रवाळभित्ती तयार होतात. प्रवाळभित्ती रंगीत, पारदर्शक व सुंदर दिसतात. बरेच पर्यटक प्रवाळभित्ती बघण्यासाठी पर्यटनस्थळी जातात. ग्रेट बॅरिअट रिफ ही ऑस्ट्रेलियातील जगप्रसिद्ध प्रवाळभित्त आहे. जगभरातून लाखो पर्यटक येथे येतात. संयुक्त संस्थानातील फ्लोरिडा रीफ तसेच लक्षद्वीप, अंदमान-निकोबार बेटाजवळ कोरलभित्ती बघण्यासाठी पर्यटक येतात.

क) पर्यटनस्थळाचे स्थान (Location of Tourist Place)

पर्यटनस्थळाचे स्थान हे पर्यटकांसाठी महत्त्वाचे असते. पर्यटनस्थळाचे स्थान खंडांतर्गत किंवा बेटावरचे, किनाऱ्याचे इ. असू शकते. पर्यटनस्थळाची सुलभता हासुद्धा महत्त्वाचा मुद्दा असतो.

i) खंडांतर्गत स्थान (Continental Location) : पर्यटनस्थळाचे स्थान खंडांतर्गत असेल तर ते स्थान समुद्रापासून लांब असल्याने तेथे कमी पाऊस, जास्त तापमान, अत्यंत मर्यादित वाहतुकीची साधने असतील तर तेथे जरी ऐतिहासिक, सांस्कृतिक

पर्यटनस्थळे असली; तरी पर्यटक कमी संख्येने जातात. रशियात अनेक भव्य ऐतिहासिक स्थळे आहेत; पण रशियाच्या खंडांतर्गत स्थानामुळे तेथे कमी पर्यटक जातात. याउलट, समुद्रकिनारी असणाऱ्या पर्यटनस्थळी समुद्राच्या लाटांमुळे उन्हाळ्यात गारवा जाणवतो, हिवाळेपण सौम्य वाटतात. त्यामुळे जगातील सर्वांत जास्त म्हणजे ५० टक्के पर्यटक समुद्रकिनारीच पर्यटनाला जातात. भारतात कोकण किनारपट्टीवर, केळवे, अलिबाग, मुरूड-जंजिरा, हरिहरेश्वर, हर्णे, गणपतीपुळे, रत्नागिरी, मालवण इ. अनेक पर्यटनस्थळे आहेत. आंतरराष्ट्रीय पर्यटक गोवा समुद्रकिनारी मोठ्या संख्येने येतात. भूमध्य समुद्रकिनाऱ्यावर अनेक वर्षांपासून हॉटेल व विश्रामगृहे आहेत.

ii) समुद्रकिनाऱ्याचे स्थान (Coastal Location) **:** समुद्रकिनारी असणाऱ्या पर्यटनस्थळी जाण्यास पर्यटक उत्सुक असतात. समुद्रकिनारी आदळणाऱ्या लाटा, संध्याकाळी सूर्यास्ताचे विहंगम दृश्य व आकाशातील रंगांची उधळण, किनाऱ्यावर येणारे पक्षी, किनाऱ्याची झाडांची रांग, शुद्ध व भरपूर प्राणवायुयुक्त प्रसन्न हवा इ. चे त्यांना आकर्षण असते. समुद्रकिनारी असणारी पर्यटनस्थळे अगदी रोमन काळापासून युरोपात प्रसिद्ध आहेत. संयुक्त संस्थाने, कॅनडा, उत्तर युरोपीय देश इ. देशात हिवाळे अत्यंत तीव्र असतात. वातावरण कुंद असते, सूर्यदर्शन होत नाही, हिमवृष्टी होत असते त्यामुळे दक्षिण युरोपातील स्पेन, फ्रान्स, इटली इ. भूमध्य समुद्रकिनाऱ्यावर विकसित झालेल्या पर्यटनस्थळी उत्तर युरोपातील लोक गर्दी करतात. हिवाळ्यात ते समुद्रकिनारी येऊन सूर्यप्रकाशात स्नान करतात. कॅनडा व संयुक्त संस्थानातील लोक संयुक्त संस्थानातील दक्षिण भागातील समुद्रकिनारी असणाऱ्या पर्यटनस्थळी हिवाळ्यात पर्यटनाला जातात. मियामी बीच, लाँगबीच, पामबीच इ. समुद्रकिनारे संयुक्त संस्थानात प्रसिद्ध आहेत.

केवळ उत्तर अमेरिका व युरोपातील लोकच हिवाळ्यात समुद्रकिनारी पर्यटनाला जातात, असे नाही तर उष्ण कटिबंधीय प्रदेशातील लोकसुद्धा समुद्रकिनारी बीचचे व समुद्राचे आकर्षण असल्याने वारंवार पर्यटनाला जातात. महाराष्ट्रात तर अनेक समुद्रकिनाऱ्याची पर्यटनस्थळे आहेत. त्यांपैकी महत्त्वाची आहेत- अर्नाळा, डहाणू, अलिबाग, श्रीवर्धन, मुरूड-जंजिरा, रत्नागिरी, गणपतीपुळे, तारकर्ली, गुहागर, सिंधुदूर्ग इ. गोव्यालासुद्धा समुद्रकिनाऱ्याच्या स्थानामुळेच महत्त्व आहे.

काही पर्यटनस्थळी वेगळे किनारे बघायला मिळतात. नॉर्वेमध्ये फिऑर्ड्स म्हणजे समुद्राच्या पाण्याखाली गेलेल्या हिमनदीच्या दऱ्या, तर काही ठिकाणी रिया किनारे म्हणजे बुडलेली नद्यांची खोरी तर काही ठिकाणी हाफ नेहरूंग म्हणजे किनाऱ्याजवळ वाळुचे बांध व सरोवरे किंवा कायलयुक्त किनारे इ. हरिहरेश्वर येथे सागरी लाटांच्या खननकार्यामुळे किनाऱ्याच्या खडकात नक्षीकाम तयार झाले आहे, गुहा आहेत. हे सर्व

बघण्यासाठी व त्याचा भौगोलिक अभ्यास करण्याच्या हेतूनेसुद्धा अनेक पर्यटक येथे येतात.

iii) बेटांचे स्थान (Island Location) **:** बेटांवर असलेली पर्यटनस्थळे पर्यटकांना आवडतात; कारण समुद्रावरून येणारे मंद व शीतल वारे, कारखानदारीचा फारसा विकास नसल्याने असलेली भरपूर जागा व हिरवीगार वनश्री, लांब समुद्रकिनारे, जलक्रीडेची सुविधा इ. चे आकर्षण असते. जगातील अनेक बेटांवर पर्यटन व्यवसाय जोरात चालतो. हवाई बेटे, सिंगापूर, बाली, मॉरिशस, अंदमान-निकोबार, लक्षद्वीप, बहामा इ. बेटांवर पर्यटनातूनच देशाला सर्वांत जास्त उत्पन्न मिळते व पर्यटकांच्या सोयीसुविधांसाठी पायाभूत सुविधांचा विकास झाला आहे.

iv) पर्यटनस्थळांची सुगमता (Accessibility of Tourist Place) **:** एखाद्या पर्यटनस्थळी पोहचण्यासाठी सुगमता असली तरच पर्यटक तेथे आनंदाने जातात. रेल्वे, रस्ते किंवा विमान वाहतूकींपैकी एक जरी वाहतूक व्यवस्था थेट पर्यटनस्थळापर्यंत पोहचणारी असेल, तरच पर्यटनस्थळी पर्यटकांची संख्या वाढते. विशेषत: बेटांवरील पर्यटनस्थळांवर पोहचण्यासाठी विमान किंवा सागरी वाहतूक आवश्यक असते. सागरी वाहतूक अत्यंत मंदगतीने होत असल्याने कमी अंतरासाठी योग्य ठरते, पण दूरवरच्या पर्यटनस्थळांसाठी विमानवाहतूक आवश्यक ठरते. अंदमान व निकोबार बेटांवर जाण्यास विमानसेवा उपलब्ध आहे. मुंबईजवळील एलिफंटा बेटांवर जाण्यासाठी सागरी वाहतूक उपलब्ध आहे. अनेक हिल स्टेशनस म्हणजे उटी, कूलू-मनाली, मसुरी, पहलगाव, मुन्नार, कुर्ग इ. डोंगराळ भागातील असूनही रस्ते वाहतुकीच्या सोयींमुळे येथे वर्षभर पर्यटकांची वर्दळ असते; पण पर्यटनस्थळ कितीही उत्कृष्ट असले तरी तेथे जाण्यासाठी सुगमता नसेल तर तेथे पर्यटक जाण्याचे टाळतात. ईशान्य भारतातील अरुणाचल प्रदेश, आसाम, मणिपूर येथील टेकड्यांवर भरपूर पावसामुळे दाट जंगले, पक्षी व प्राण्यांचे वैविध्य असूनही तेथे वाहतुकीच्या सोयींच्या अभावी पोहचणे अवघड आहे; त्यामुळे इतर पर्यटनस्थळांपेक्षा गर्दी कमी असते. लक्षद्वीप बेटांवर जाण्यासाठी विमानाची सोय नाही व जलसेवा पण आठवड्यातून एकदाच आहे, त्यामुळे तेथे जाणाऱ्या पर्यटकांची संख्या कमी आहे.

ड) जलाशय (Waterbodies)

अगदी प्राचीन काळापासून मानवाला पाण्याचे आकर्षण आहे म्हणूनच आपल्या संस्कृतीचा विकास नद्यांच्या किनाऱ्यावरच झाला. सिंधु संस्कृती, इजिप्शियन संस्कृती नद्यांच्या किनारीच विकसित झाल्या; त्यामुळेच नद्या, सरोवरे, धबधबे, हिमनद्या, उष्णोदके अगर उष्ण पाण्याचे झरे इ. च्या जवळ पर्यटनस्थळे विकसित झाली आहेत.

i) नद्या (Rivers) : जगात अनेक शहरांचा विकास नद्यांच्या किनारी झालेला आहे व त्यातील अनेक शहरे पर्यटनस्थळे आहेत. सीन नदीच्या काठचे फ्रान्समधील पॅरिस, थेम्स नदीच्या काठचे लंडन, यमुनेच्या काठी वसलेले दिल्ली शहर इ. शहरे पर्यटनासाठी प्रसिद्ध आहेत. भारतातील अनेक धार्मिक स्थळे नदीच्या किनारीच आहेत. पंढरपूर भीमा नदीच्या तीरावर, नाशिक, नांदेड गोदावरीच्या तीरी, मथुरा व वृंदावन यमुनेच्या तीरी, आयोध्या शरयू नदीच्या तीरी, अवदुंबर व नृसिंहवाडी कृष्णेच्या तीरावर आहेत. काही नद्यांच्या किनारी दाट जंगल आहे व तेथे समृद्ध वन्य पशुपक्षीजीवन आहे, तेथेही पर्यटनाचा विकास झाला आहे. केरळमधील पेरियार नदीच्या काठी दाट जंगल आहे व तेथे लोक वन्यप्राणी बघण्यासाठी जातात. आफ्रिकेत ॲमेझॉन व कांगो नदीच्या काठीसुद्धा दाट जंगले आहेत.

ii) सरोवरे (Lakes) : नदीपेक्षासुद्धा जास्त सरोवरांचे स्थान पर्यटनाला अनुकूल असते. सरोवराभोवतालची गर्द झाडी, बोटींगची सुविधा, शांत व शीतल वाऱ्याची झुळूक, सरोवराच्या काठावर असलेली विश्रामगृहे व हॉटेलमधून दिसणारा सुंदर देखावा इ. चे पर्यटकांना खूप आकर्षण असते. नैनिताल हे तर सात सरोवरांचे पर्यटनस्थळ. महाबळेश्वर, उटी, सापुतारा इ. हिल स्टेशनला सरोवरांची भर असल्याने तेथे पर्यटकांचा कल असतो. अमेरिकेतील ग्रेट लेक्स या सरोवरसमूहात पाच सरोवरे एकमेकांना जोडून आहेत. प्रत्येक सरोवराच्या किनाऱ्यावर पर्यटनस्थळे आहेत. मध्य आफ्रिकेतील व्हिक्टोरिया सरोवरही असेच प्रसिद्ध आहे.

काही सरोवरे खाऱ्या पाण्याची तर काही गोड्या पाण्याची असतात. खाऱ्या पाण्याची सरोवरे पाहण्याबद्दल पर्यटकांना खूप कुतूहल असते. विशेष म्हणजे खाऱ्या पाण्याच्या सरोवरांवर स्थलांतरित पक्षी विशिष्ट मोसमात प्रजोत्पादनासाठी तेथे येतात. तेथे त्यांना बरेच खाद्य मिळते. लडाख येथील पँगॉग सरोवर, राजस्थानातील पुष्कर सरोवर, आंध्रप्रदेशातील चिल्का व पुलीकत सरोवरे इ. खाऱ्या पाण्याची भारतातील सरोवरे पर्यटनासाठी प्रसिद्ध आहेत; कारण तेथे अनेक स्थलांतरित पक्षी बघायला मिळतात. स्पेनमधील टोररोव्हीजा या शहराला दोन खाऱ्या पाण्याच्या सरोवरांनी वेढले आहे. तेथे निरनिराळे पक्षी बघण्यासाठी पर्यटक मोठ्या संख्येने येतात.

पर्वतातील गोड्या पाण्याच्या सरोवराभोवती सुंदर, नैसर्गिक सौंदर्याचा आस्वाद घेता येतो. बऱ्याच सरोवराभोवती दाट जंगल असते. जेथे वन्यप्राणी व पक्षी बघायला मिळतात. जम्मूमधील मानस सरोवराभोवती खूप जैवविविधता आढळते; तसेच सरोवराच्या पाण्यात तऱ्हेतऱ्हेचे मासे आहेत. हिमाचल प्रदेशातील सिरमॉर येथील रेणुका सरोवराच्याभोवती रेणुका अभयारण्य आहे. त्याशिवाय मणिपूर येथील लोकताक सरोवर,

श्रीनगर येथील दल व नगीन सरोवर, वुलर सरोवर इ. सरोवराच्या काठी पर्यटन विकसित झाले आहे.

iii) धरणे (Dams) : धरणे नेहमीच डोंगराळ भागात असतात. डोंगराच्या पायथ्याशी नदीचे पाणी अडवण्यासाठी धरणे बांधतात, त्यामुळे प्रत्येक धरणाचा 'जलाशय' असतो. जलाशयाभोवती असणाऱ्या हिव्यागार डोंगररांगा, त्यावरील झाडी यामुळे तेथील वातावरण प्रसन्न असते. हवेत प्राणवायुचे प्रमाण जास्त असल्याने हवा शुद्ध असते. तसेच जंगलात अनेक पक्षी असतात, ते बघायला मिळतात. जलाशयात नौकाविहाराची सोयही अनेक ठिकाणी असते. काही जलाशयात मासेमारीला परवानगी असते. महाराष्ट्रात तर अनेक धरणे आहेत व त्या धरणांजवळ महाराष्ट्र पर्यटन विकास महामंडळाने रिसॉर्ट्स, हॉलिडे होम बांधले आहेत. जेथे अनेक पर्यटक गर्दी करतात. महाराष्ट्रातील कोयनेचा शिवसागर धरणाचा परिसर, संगमनेरचा भंडारधरा धरणाचा परिसर, खडकवासला धरणाचा परिसर, मुंबईतील तानसा नदीवरचा मोडकसागर इ. लोणावळ्याजवळील भुशी धरणाजवळ पर्यटक तोबा गर्दी करतात.

भारतात विविध राज्यात अनेक धरणांचे जलाशय पर्यटकांचे आकर्षण आहे. राजस्थानातील राणाप्रतापसागर, म्हैसूरचा कृष्णराजसागर, भाकरा धरणाजवळ गुरुगोविंदसागर, नागार्जुनसागर हिराकूड धरण परिसर इ. ठिकाणी पर्यटक भेट देतात. युरोपातील ऱ्हाईन नदीवरील धरणे, रशियातील डॅन्युब नदीवरील धरणे; तसेच मेकाँग नदीवरील धरणे इ. पर्यटकांचे आकर्षण आहे.

iv) धबधबे (Waterfalls) : धबधबा मग तो छोटा असो वा मोठा, पर्यटकांना धबधब्याच्या ठिकाणी पर्यटनाला जायला खूप आवडते. विशेषत: पावसाळ्यात सर्वच छोट्या व मोठ्या धबधब्यातून भरपूर पाणी वाहत असते. धबधबा म्हणजे उंचावरून जोराने पडणाऱ्या पाण्यामुळे निर्माण झालेला फेस, तळाशी खनन होऊन तयार झालेला छोटासा जलाशय, उडणारे पाण्याचे तुषार व बाजूच्या डोंगरावरचे निसर्गसौंदर्य; यामुळे पर्यटकांना धबधब्याच्या ठिकाणी पर्यटनास जाणे खूप आवडते. बरेच लोक धबधब्याखाली उभे राहून पाण्याचा आनंद लुटतात, तर काही तळाच्या जलाशयात डुंबतात, पोहतात. फोटोग्राफीसाठी धबधब्याच्या पर्यटनस्थळी खूप वाव असतो. संयुक्त संस्थाने व कॅनडा या दोन देशांच्या सीमारेषेवर असणारा जगप्रसिद्ध 'नायगरा धबधबा' म्हणजे पर्यटकांसाठी पर्वणीच आहे. उत्तर अमेरिकेतील प्रेक्षणीय, दिमाखदार व अपूर्व देखावा म्हणजे नायगरा धबधबा. खळाळणाऱ्या पाण्याचा आवाज, पांढरे शुभ्र दुधासारखे, फेसाळणारे पाणी बघण्यासाठी जगभरातून वर्षभरात सुमारे तीन कोटी पर्यटक दरवर्षी भेट देतात. दिवसा

पांढरशुभ्र फेसाळणारा धबधबा रात्रीच्यावेळी रंगीबेरंगी लाईटच्या प्रकाशात उजळून निघतो. महाराष्ट्रातील अंबोली येथील कावळेसाद, महाबळेश्वर येथील लिंगमाळा, नाशिकजवळील भंडारदरा, रत्नागिरीजवळील मार्लेश्वर, कर्नाटकातील जोग, गोकाक, गोव्यातील दूधसागर इ. धबधब्यांजवळ पर्यटनस्थळे विकसित झाली आहेत. महाराष्ट्रातील माळशेज या घाटात पावसाळ्यात अनेक छोटे, मोठे धबधबे असतात. तसेच लोणावळ्यातपण अनेक ठिकाणी पावसाळ्यात धबधबे असतात. या दोन्ही ठिकाणी पावसाळी पर्यटनांसाठी पर्यटकांची तुफान गर्दी असते.

v) **हिमनद्या** (Glaciers) : पर्वतीय क्षेत्रात जेथे हिमवृष्टी होते तेथे प्रामुख्याने 'हिमनद्या' असतात. हिमालय, आप्ल्स, रॉकी, ॲन्डीज सर्व पर्वतमय प्रदेशात हिमनद्या असतात. पर्यटकांना बर्फाच्छादित प्रदेशांचे आकर्षण असते; कारण इतर पर्यटनस्थळी बर्फ बघायला मिळत नाही. परदेशात तर लोक हजारो किलोमीटर प्रवास करून हिमनद्या बघायला जातात. हिमनद्यांच्या आजूबाजूला असणाऱ्या हिरव्यागार डोंगराच्या पार्श्वभूमीमुळे पांढऱ्याशुभ्र हिमनद्या अधिकच उठून दिसतात. भारतात अनेक पर्यटक गंगेचा उगम असणारी गंगोत्री हिमनदी, यमुनेचा उगम असलेली यमुनोत्री हिमनदी, तसेच भारतातील सर्वांत लांब सियाचीन हिमनदी बघण्यास हिमालयात जातात. स्वित्झर्लंडमध्ये आप्ल्स पर्वतातील मोठी हिमनदी अलेत्स्च, पेरूमधील अनेक हिमनद्या असलेला विभाग क्युलक्कोया, पाकिस्तानातील काराकोरम पर्वतातील बालटोरा हिमनदी; रशियातील कोल्का हिमनदी या हिमनद्या बघण्यास पर्यटक दूरून दूरून जातात.

vi) **उष्ण पाण्याचे झरे व उन्हाळे** (Hot Water Spring and Geysers) : उष्ण पाण्याचे झरे असलेल्या ठिकाणी पर्यटक कुतूहल म्हणून बघण्यासाठी तसेच त्यात आंघोळ करण्यासाठी जातात. उष्ण झऱ्याचे पाणी जमिनीखालून येत असते व त्यात अनेक खनिजे असतात, त्यांचा कातडीच्या रोगांसाठी औषधी म्हणून उपयोग होतो. मुंबईजवळ वसई, वज्रेश्वरी, उन्हाळे, सातीवली, अकलोलो तसेच हिमाचल प्रदेशात मणिकरण येथे उष्ण पाण्याचे झरे आहेत.

उन्हाळे म्हणजे उष्ण पाण्याचे कारंजे. भुपृष्ठाखालील गरम पाणी वाफेच्या दाबामुळे बाहेर पडताना जोरात व उंचावर जाऊन कारंज्याप्रमाणे बाहेर पडते तेव्हा त्याला उन्हाळे (Geysers) म्हणतात. हे कारंजाप्रमाणे बाहेर पडणारे पाणी विशिष्ट अंतराने बाहेर पडते. न्यूझीलंड, आईसलंड तसेच संयुक्त संस्थानात अनेक ठिकाणी उन्हाळे आहेत. संयुक्त संस्थानातील यलोस्टोन नॅशनल पार्कमध्ये अनेक उन्हाळे आहेत. येथे एक मिनिटाच्या

अंतराने जेव्हा पाणी बाहेर पडते त्याला 'मिनिट मन' उन्हाळे म्हणतात व एक तासाच्या अंतराने कारंजे उडते त्याला 'ओल्ड फेथफुल उन्हाळे' असे म्हणतात.

इ) जंगले (Forests)

रखखत्या उन्हात व काँक्रिटच्या जंगलात रुटीन जीवन जगताना लोकांना चार दिवस जंगलात जाऊन राहण्याचा आनंद घेता येतो. विशेषत: पावसाळ्यानंतर जंगले हिरवीगार होतात, डोंगर-उतारावर हिरवेगार गवत असते व तऱ्हतऱ्हेची रानफुले फुलतात, रानजाई, रानचाफा यांचा सुवास वातावरणात भरलेला असतो. सृष्टी हिरवीगार झालेली असते व त्यावर रंगीबेरंगी फुलांची नक्षी असते. अशा सौंदर्याने नटलेल्या जंगलात नीरव शांतता असते. भरपूर सावली असते. प्राणवायू भरपूर असलेली शुद्ध, प्रसन्न हवा असते. पक्ष्यांची किलबिल ऐकू येते. वन्य प्राणी नैसर्गिक वातावरणात बघायला मिळतात. मचाणावर रात्रभर बसून त्यांचे निरीक्षण करता येते. वन्यप्राणी अभ्यासक प्राणी व पक्ष्यांच्या सवयी, जीवनपद्धती, शिकारीच्या सवयी इ. चा अभ्यास करण्यासाठी जंगलात मुक्काम करतात. वन्यप्राणी फोटोग्राफर्सना पर्वणीच असते. या सर्व आकर्षणामुळे जंगल पर्यटनही आता खूप विकसित झाले आहे.

भारतात तर जंगले भरपूर आहेत. कर्नाटकातील कबिनी जंगल इतके घनदाट आहे की, दिवसासुद्धा तेथे काळोख असतो. कर्नाटकातील दांडेली, महाराष्ट्रातील चंद्रपूरची घनदाट जंगले, डहाणूचे जंगल, तोरणमाळचे जंगल, राधानगरी जंगल, सावंतवाडीची पारपोली व वागबीळ जंगले इ. ठिकाणी पर्यटक मोठ्या संख्येने जातात.

भारताच्या इतर राज्यातही जंगले आहेत. भारताच्या पश्चिम घाटावर सह्याद्री, निलगिरी, अन्नामलई पर्वतावर, कार्डमम टेकड्यांवर घनदाट जंगले आहेत. हिमालयात तर उंचीनुसार तापमान बदलत असल्याने व पावसाच्या प्रमाणात विविधता असल्याने जंगलांची विविधता बघायला मिळते. हिमाद्रीवरील सूचिपर्णी जंगले, हिमाचलवरील आर्द्र पानझडी जंगले व सिवालिक सदाहरित जंगले इ. विविधता आढळते. ही विविधता बघण्यासाठी, त्यांचा अभ्यास करण्यासाठी काही पर्यटक तेथे जातात. अंदमान-निकोबार बेटांवरही दाट जंगले आहेत. जगातील इतर देशांतही हवामानानुसार विविध जंगलांचे प्रदेश आढळतात. आफ्रिकेचे कांगो जंगल, दक्षिण अमेरिकेतील ॲमेझॉन जंगल, संयुक्त संस्थानातील रेडवुड व एव्हरग्लेड जंगल, जपानमधील इशिगाकी बेटावरील पाम जंगल, सर्वांत मोठे दक्षिण गानलिंग जंगल, जिंजी पर्वतावरील जंगल इ. जंगले विविध देशात आहेत. जंगलप्रेमी पर्यटकांना इतर पर्यटनस्थळी जाण्यापेक्षा इथेच जाण्यात जास्त रस असतो.

ई) वन्य प्राणीजीवन (Wildlife)

वन्य प्राणीजीवनाची आवड असणारे पर्यटक, वन्य प्राण्यांना नैसर्गिक वातावरणात पाहणे पसंत करतात. काहींना मुक्तविहार करणारे पक्षी बघायचे असतात. त्यामुळे राष्ट्रीय उद्याने व अभयारण्ये येथे पर्यटक चार-पाच दिवस मुक्कामासाठी जातात.

उ) राष्ट्रीय उद्याने व अभयारण्ये (National Parks and Wildlife Sanctuaries)

राष्ट्रीय उद्याने व अभयारण्यात राखीव जंगल असते व जंगलाला कुंपण असते; पण त्या जंगलात वन्यप्राणी राहतात, त्यांना नैसर्गिक वातावरणात रहायला मिळते. नैसर्गिक वातावरणात राहणारे प्राणी, पक्षी निरोगी, पूर्ण वाढ झालेले व सुदृढ असतात. त्यामुळे अशा वन्य प्राण्यांना बघण्याची काही पर्यटकांना हौस असते, पर्यटक तेथे आनंद लुटतात. बऱ्याच राष्ट्रीय उद्यानात व अभयारण्यात पर्यटकांना वन्य प्राणी दाखवण्यासाठी जीप, छोट्या बसेस, हत्ती इ. ची सोय केली जाते. कान्हा अभयारण्यात पर्यटकांना जंगलात घेऊन जाण्यासाठी २५० जीप गाड्यांची सोय केलेली आहे. काही अभयारण्यात पर्यटक मुक्तपणे वावरतात; कारण हिंस्र पशू जंगलाच्या आतल्या भागात असतात, ते जंगलाच्या बाहेरच्या भागात येत नाहीत. केरळ येथील पेरियार अभयारण्यात लोक पेरियार नदीत बोटीतून प्रवास करतात व दोन्ही तीरांवरील जंगलातील प्राणी-पक्षी बघतात. नेपाळमधील चितवन जंगलात हत्तीवरून पर्यटकांना जंगलात नेले जाते व प्राणी-पक्षी बघायला मिळतात. आफ्रिकेतील केनिया व टांझानिया येथे समृद्ध वन्यजीवन बघायला मिळते. कॅनडात बान्फ, फंडी, जास्पर तर संयुक्त संस्थानात क्लीव्हलॅण्ड, अँगेलिओ, फिंगरलेक राष्ट्रीय उद्याने आहेत. काही प्राणी नामशेष होत आहेत, त्यांना संरक्षण मिळावे, त्यांची संख्या वाढावी म्हणून त्यांची विशेष काळजी घेतली जाते. काही अभयारण्ये विशिष्ट प्राण्यांसाठीच राखीव आहेत. बांधवगड, कान्हा, ताडोबा, सरिस्का इ. अभयारण्ये वाघांसाठी राखीव आहेत. गुजरातमधील गीर अभयारण्य सिंहासाठी, आसाममधील काझीरंगा अभयारण्य एकशिंगी गेंड्यासाठी, मध्यप्रदेशातील गांधीसागर अभयारण्य चितळांसाठी इ. येथे प्राण्यांना अनुकूल वातावरण राखले जाते. त्यांच्या आरोग्याची काळजी घेतली जाते, पिल्लांची काळजी घेतात; त्यामुळे कमी होत चाललेल्या संख्येत भर पडते व पर्यटकांना सुदृढ प्राणी बघायला मिळतात.

पक्ष्यांसाठीसुद्धा अभयारण्ये विकसित करतात. तेथे स्थलांतरित पक्षी अगदी हजारो कि.मी. अंतरावरून म्हणजे रशियातूनही येतात. पक्षीप्रेमी पर्यटक येथे विशिष्ट मोसमात गर्दी करतात. राजस्थानातील घाना पक्षी अभयारण्य, हरियाणातील सुलतानपूर लेक पक्षी अभयारण्य, कर्नाटकातील घटप्रभा पक्षी अभयारण्य व रंगनथिट्टु पक्षी अभयारण्य इ. प्रसिद्ध आहेत.

भारतात काही ठिकाणी अभयारण्यात आता प्रजनन व व्यवस्थापन प्रकल्प राबवले जात आहेत. १९७५ साली ओरिसात मगर प्रजनन व व्यवस्थापन प्रकल्प विकसित केला. मद्रास मगर ट्रस्टने नामशेष होणाऱ्या मगरींसाठी 'मगर प्रजनन प्रकल्प' चालू केला आहे. या कार्यक्रमांतर्गत मगरींच्या प्रजननाची पूर्ण जबाबदारी घेतली जाते. त्यासाठी उत्तम वसतिस्थाने निर्माण करणे एवढेच मर्यादित न ठेवता त्यांच्या प्रजननकाळात काळजी घेणे व नवजात वन्यजीवांचे उत्तमरीत्या संगोपन करणे, हेसुद्धा या प्रकल्पात केले जाते. त्यामुळे नैसर्गिक वसतिस्थानात केवळ एकच अंडे देणाऱ्या मगरी या प्रकल्पात तयार करण्यात आलेल्या वसतिस्थानात मात्र दोन अंडी देऊ लागल्या व पाच वर्षात तेथील दहा मगरींची संख्या ८०५० वर गेली. अशी प्रजननकेंद्रे बघण्यासाठी व अभ्यासण्यासाठी सुद्धा वन्यप्रेमी पर्यटक जातात.

३) पर्यटनावर परिणाम करणारे ऐतिहासिक घटक (Historical Factors Influencing Tourism)

मानवाला ऐतिहासिक घटना जाणून घेण्याचे कुतूहल असते. प्रत्येक देशाचा स्वत:चा इतिहास असतो व या इतिहासाच्या खुणा जागोजागी मोठ्या अभिमानाने जपलेल्या असतात. तेथील वास्तू म्हणजे इतिहासाच्या खुणा असतात. इतिहासप्रेमी पर्यटकांना अशा ऐतिहासिक ठिकाणांना व शहरांना भेटी द्यायला आवडते. युरोपमध्ये अनेक ऐतिहासिक शहरे आहेत. रोम, व्हॅटीकन, व्हेनिस, ग्रीस, लंडन येथे अनेक अमेरिकन ऐतिहासिक आठवणींना उजाळा देण्यासाठी जातात. या शहरात ऐतिहासिक स्मारके व पुतळे आहेत. मलेशियात मल्लाक्का हे एक ऐतिहासिक ठिकाण आहे. तेथे जुनी घरे व इतिहासाच्या खुणा दिसतात. त्यामुळे जगभरातील पर्यटक येथे भेट देतात. भारतात दिल्ली, आग्रा, जयपूर, उदयपूर इ. शहरेसुद्धा ऐतिहासिक पर्यटनासाठी प्रसिद्ध आहेत.

अ) किल्ले आणि गड (Forts and Castles)

अनेक देशात ऐतिहासिक खुणा असणारे किल्ले आहेत. या किल्ल्यांना इतिहासप्रेमी आवर्जून भेट देतात. बहुतेक किल्ले उंच टेकडीवर असतात. तेथे पूर्वी राजे, महाराजे यांचे वास्तव्य असल्याने उत्कृष्ट अशा वास्तुशैलीत, संरक्षणासाठी भक्कम असे दगड वापरून हे बांधलेले आहेत. त्यामुळे ते प्रेक्षणीय आहेत. प्रत्येक किल्ल्यात राजदरबार, हॉल, राणीचा महाल, शस्त्रास्त्रांची कोठारे, घोडे बांधायच्या जागा इ. वेगवेगळ्या गोष्टी बघायला मिळतात. त्यामुळे जुने किल्ले आतून बघण्यात पर्यटकांना मजा येते. स्कॉटलंडमधील एडिनबर्ग किल्ला, सिरिया येथील अलेप्पो किल्ला, जपानचा खूप सुंदर हिमेजी किल्ला,

हंगेरीचा बुडा किल्ला, इंग्लंडचा सर्वांत मोठा विंडसॉर किल्ला, प्रागमधील सर्वांत मोठा प्राग किल्ला, पोलंड येथील जगातील सर्वांत मोठा मालबोर्क किल्ला, ऑस्ट्रियाचा होहेन सात्झबर्ग किल्ला इ. किल्ल्यांना वर्षभर पर्यटक भेटी देतात.

भारतातही मोठमोठे किल्ले आहेत. दिल्लीचा लाल किल्ला, आग्रा येथील किल्ला, ग्वाल्हेरचा जोधपूरचा मेहरंगनगड किल्ला, ग्वाल्हेरचा किल्ला, दौलताबादचा किल्ला इ. किल्ल्यांवर पर्यटक इतिहासाच्या आठवणींना उजाळा देण्यासाठी जातात. काही इतिहासाचे अभ्यासक, विद्यार्थी, संशोधकही येथे भेटी देतात.

भारतातील पश्चिम घाटांमध्ये शिवाजी महाराजांनी तसेच कर्नाटकच्या राजांनी अनेक किल्ले सुरक्षिततेसाठी बांधले होते. शिवाजी महाराजांचे जन्मस्थान शिवनेरी, शिवाजी महाराजांचा राज्याभिषेक झाला तो रायगड, अफझलखानाचा वध ज्याच्या पायथ्याशी झाला तो प्रतापगड, सिद्धीचा वेढा पडलेला पन्हाळगड, त्याशिवाय लोहगड, राजगड, विशालगड, सिंहगड, पुरंदर व कर्नाटकातील हम्पी, इंद्रप्रस्थ इ. किल्ले पर्यटनासाठी प्रसिद्ध आहेत. अनेक विद्यार्थी, तरुण, गिर्यारोहक वर्षभर या किल्ल्यांना भेटी देतात; त्याशिवाय महाराष्ट्राच्या पश्चिम किनाऱ्याजवळ अरबी समुद्रात शिवाजी महाराजांनी संरक्षणासाठी बांधलेले सागरी किल्ले आहेत. सिंधुदुर्ग, विजयदुर्ग, अर्नाळा, जंजिरा इ. या किल्ल्यांवर किनाऱ्यापासून बोटीने पर्यटक जातात व समुद्रात एखाद्या बेटाप्रमाणे असणाऱ्या किल्ल्यांचा आनंद घेतात.

ब) राजवाडे आणि महाल (Palaces and Mahals)

किल्ले या ऐतिहासिक घटकांबरोबरच राजवाड्याबाबतसुद्धा इतिहासप्रेमी पर्यटकांना खूप कुतूहल असते. राजवाड्यांमध्ये राजे-राण्या यांचे वास्तव्य होते व त्यांच्याकडे भरपूर संपत्ती होती व ते कलाप्रेमी होते. त्यामुळे अनेक राजवाड्यातील अंतर्गत सजावट, तैलचित्रे, त्यांची उंची वस्त्रे, शस्त्रास्त्रे त्या काळातील युद्धाची चित्रे, इतिहास, भिंतीवरची पेंटिंग्ज, मोठमोठी झुंबरे इ. राजेशाही थाट बघायला मिळतो. जगातील अनेक देशात भव्यदिव्य राजवाडे बघायला पर्यटक जातात. युरोपचा सर्वांत जुना राजवाडा पोर्तुगालचा पेना नॅशनल राजवाडा, चीनमधला जगातील सर्वांत मोठा फोरबिडन सिटी राजवाडा, तसेच समर पॅलेस, लंडन येथील बकिंगहॅम पॅलेस, वेस्ट मिनस्टर ॲबे, फ्रान्सचा प्रसिद्ध व्हर्सेलिसचा राजवाडा, तसेच चाट्यू राजवाडा, स्पेनचा अहाम्ब्रा, तिबेटचा पोटाला आणि ऑस्ट्रियाचा स्कूनब्रून राजवाडा इ. प्रेक्षणीय आहेत. भारतातील म्हैसूर राजवाडा, ग्वाल्हेरचा मोतीमहल राजवाडा, इंदोरचा अहिल्यादेवी होळकर राजवाडा, कोल्हापूरचा शालिनी पॅलेस इ. राजवाडे बघण्यासाठी जगभरातून पर्यटक येतात.

क) ऐतिहासिक स्थाने (Historical Places)

देशातील अनेक महान व्यक्तींची जन्मस्थानेसुद्धा बघण्याची पर्यटकांना ओढ असते. त्या जन्मस्थळी त्या व्यक्तीच्या वस्तू त्यांच्या कारकिर्दीची माहिती देणारे फलक, त्यांच्या काळातील फोटो इ. गोष्टी कुतूहलाने पर्यटक बघतात. उदा. नेताजी सुभाषचंद्र बोस यांचे कोलकाता येथील घर, बाबासाहेब आंबेडकरांनी दीक्षा घेतलेली मुंबईतील चैत्यभूमी, पोरबंदर येथील महात्मा गांधींचे घर, भगूर येथील वीर सावरकरांचे घर, हुतात्मा राजगुरू यांचे स्मारक व निवासस्थान इ.

देशातील महत्त्वाच्या ऐतिहासिक घटना जेथे घडल्या ती ठिकाणे इतिहासप्रेमींना तेथे जाऊन बघायची असतात. ज्या आग्रा येथील किल्ल्यातून शिवाजी महाराजांनी पेटाऱ्यातून सुटका करून घेतली तो किल्ला, बाजीप्रभूने लढवलेली पावनखिंड, हल्दीघाट, राणी पद्मिनीने जेथे शत्रूपासून वाचण्यासाठी जोहार केला तो चित्तोडगड, बाबासाहेब आंबेडकरांनी जेथे सत्याग्रह केला होता ते महडचे चवदार तळे, प्लासीची लढाई झालेले स्थळ, शिवाजी महाराजांनी जेथे अफजलखानाचा वध केला ती जागा, अनेक ऐतिहासिक घटनेचा साक्षीदार शनिवार वाडा, शाहिस्तेखानाची बोटे जेथे शिवाजी महाराजांनी कापली तो लाल महाल इ. ठिकाणी इतिहासप्रेमी पर्यटक आवर्जून भेट देतात.

४) पर्यटनावर परिणाम करणारे सामाजिक व सांस्कृतिक घटक (Social and Cultural Factors Influencing Tourism)

सांस्कृतिक वारशाबद्दलची उत्सुकता व आवड यामुळे अनेक लोक सांस्कृतिक वारसा असणाऱ्या पर्यटनस्थळी भेट देतात. बरेचसे पर्यटक सणवार, चालीरिती, नृत्य-गायन वारसा, संग्रहालये, हस्तकलेचा वारसा व मानवनिर्मित आश्चर्ये इ. जाणून घेण्यासाठी दुसऱ्या देशांना भेटी देतात.

अ) सण व उत्सव (Festivals and Fairs)

मानव हा समाजप्रिय प्राणी असल्याने, अनेक सण वर्षभर जगातील सर्वच देशात साजरे केले जातात. सण साजरीकरणात भरपूर विविधता आहे. नवीन वर्षाचा सण, ख्रिसमस, स्पेनमधील ला टोमॅटिनो, कॅनडा व संयुक्त संस्थानातील हॅलोवीन इ. विविध प्रकारचे सण देशभर साजरे केले जातात.

भारताची सांस्कृतिक परंपरा जगात सर्वत्र प्रसिद्ध असल्याने बरेचसे परदेशी पर्यटक भारतात पर्यटनासाठी येतात. भारतात खूप विविधता असल्याने, प्रत्येक राज्यात विविध सण साजरे केले जातात. परदेशातील पर्यटक दिवाळी, होळी, नागपंचमी, संक्राती इ. सणांना भारतात आवर्जून येतात. महाराष्ट्रातील बत्तीसशिराळे या गावात नागपंचमीला

खूप नाग असतात व त्यांचे विष काढलेले असल्याने ते चावत नाहीत, अनेक पर्यटक नागांना, सापांना गळ्यात अडकवून फोटो काढतात. उत्तर प्रदेशात होळी सण मोठ्या प्रमाणात साजरा होतो. तेथे पर्यटक रंगपंचमीचा आनंद लुटतात. राजस्थानात जानेवारी महिन्यात 'पतंग महोत्सव' असतो. येथे आंतरराष्ट्रीय स्पर्धक येतात व त्या निमित्ताने आल्यावर राजस्थानातील पर्यटनस्थळी भेटी देतात. या सणांमध्ये परदेशी पर्यटक स्थानिक लोकांबरोबर खूप उत्साहाने सहभागी होतात, फोटो काढतात, व्हिडिओ शूटिंग करतात. केरळात बोट रेसला तसेच केरळमधील एलिफंट मार्चला अनेक आंतरराष्ट्रीय पर्यटक येतात. महाराष्ट्रातील पुणे शहरात सलग दहा दिवस गणेशोत्सव साजरा केला जातो. गणपतीच्या मूर्तीच्या पुढे खूप आरास करतात, इतिहासकालीन देखावे उभे करतात, मंदिराच्या प्रतिकृती उभारतात, शेवटच्या दिवशी विसर्जनाची मिरवणूक काढतात, यावेळी खूप जल्लोश असतो. हा सगळा सोहळा बघण्यासाठी अनेक देशातील व परदेशातील पर्यटक दरवर्षी पुणे शहरात येतात.

काही देशांमध्ये पर्यटनाला चालना मिळावी म्हणून महोत्सव आयोजित करतात, तर काही देशातील लोक परदेशी जाऊन 'महोत्सवाचे आयोजन करून' तेथील स्थानिक लोकांना आपल्या पर्यटनस्थळांची ओळख करून देतात. भारतातील 'ट्रॅव्हल कार्पोरेशन ऑफ इंडियाने' १९९३ साली १४ मार्च ते ३० मार्च सलग १५ दिवस युरोपातील ऱ्हाईन नदीच्या तीरावर महोत्सवाचे आयोजन केले होते. जर्मनीत सुद्धा क्रूझवर भारतीय पर्यटनस्थळांची माहिती देणाऱ्या प्रदर्शनाचे आयोजन केले होते.

अशा प्रकारे महोत्सव आयोजित करण्याचे मुख्य हेतू पुढीलप्रमाणे होते -

१) युरोपीयन लोकांना भारतीय पर्यटनस्थळांना भेट देण्यास उद्युक्त करणे.
२) भारतातील विविध आकर्षक पर्यटनस्थळांची माहिती देणे.
३) परदेशी लोकांना मोफत माहितीपत्रके वाटणे, भारतीय खाद्यपदार्थांची ओळख करून देणे, भारतीय हस्तकलेचे प्रदर्शन करणे इ. जेणेकरून त्यांना भारताला भेट द्यावीशी वाटेल.

ब) नृत्य व गायनकला (Dance and Music)

अनेक देशांमध्ये नृत्य व गायनाचा मोठा वारसा आहे. नृत्याचे अनेक प्रकार आहेत. गायनाचे प्रकार व घराणी आहेत. भारतात तर संगीताची अनेक घराणी आहेत व लोकांनी परंपरागत पिढ्यानूपिढ्या हा वारसा जतन केलाय.

भारतात नृत्याची अत्यंत जुनी व समृद्ध परंपरा आहे. कथकली, कुचीपुडी, भरतनाट्यम्, ओडिशी, मणिपुरी इ. शास्त्रीय नृत्याचे प्रकार आहेत. तसेच संयुक्त संस्थाने व कॅनडातही सालसा, झुंबा तर रशियात 'बॅले' असे विविध नृत्यप्रकार प्रचलित आहेत.

भारतात जसे अनेक शहरात नृत्यांचे महोत्सव आयोजित केले जातात; तसेच परदेशातही त्यांचे आयोजन केले जाते. जेथे अनेक पर्यटक स्पर्धक म्हणून येतात. भारतातील मध्यप्रदेशातील खजुराओ या शिल्पकलेचा अप्रतिम नमुना असणाऱ्या देवळांच्या पार्श्वभूमीवर नृत्याची स्पर्धा घेतल्याने भारताच्या कानाकोपऱ्यातील सर्वच नृत्यकला इथे सादर केल्या जातात. महाराष्ट्रातील अंजठा-वेरूळ लेणी; तसेच एलिफंटा गुहा इ. ठिकाणीसुद्धा नृत्याच्या महोत्सवाचे आयोजन केले जाते.

भारतात गायनाचीसुद्धा समृद्ध परंपरा आहे. भारतीयांनी शास्त्रीय संगीतात प्रावीण्य मिळवले असून वाद्यांतही खूप विविधता आढळते. संगीताची अनेक घराणी आहेत ज्यांनी भारतीय संगीताची परंपरा जपून ठेवली आहे. संगीताच्या महोत्सवाचेपण भारतभर आयोजन केले जाते. उदा. पुण्यातील सवाई गंधर्व महोत्सव, वसंतराव देशपांडे महोत्सव, भातखंडे महोत्सव, मुंबईचा पार्ले महोत्सव, नेहरू सेंटर फेस्टिव्हल इ. महोत्सव जगभर प्रसिद्ध असल्याने इतर देशातूनही संगीतप्रेमी येथे येतात व संगीताचा आनंद घेतात. विविध राज्यातील लोकसंगीतही जगात प्रसिद्ध आहे. सतार, वीणा, हार्मोनियम, तबला, ढोल, तालवाद्ये इ. वाद्यांचे प्रकार शिकण्यासाठी परदेशातून लोक येतात.

क) संग्रहालये (Museums)

भारतात अनेक राज्यात अनेक हस्तकलेच्या वस्तू तयार होतात. अशा वस्तूंची संग्रहालये तसेच भारतातील राजे लोकांची परंपरा, त्यांची शस्त्रास्त्रे, पोशाख, जुन्या घरगुती वापरातील; पण आज दुर्मीळ झालेल्या वस्तू, पेंढा भरलेले प्राणी, प्रसिद्ध चित्रकारांची पेंटिंग्ज, विज्ञान-तंत्रज्ञानावर आधारित शोध इ.ची संग्रहालये विविध देशात बघायला मिळतात. ज्यातून त्या त्या देशांची परंपरा, सांस्कृतिक वारसा इत्यादी ची माहिती होते. अशा संग्रहालयांना भेटी देणे काही पर्यटकाचा छंद असतो. अशी अनेक संग्रहालये विविध देशात आहेत जेथे पर्यटक भेट देतात. संयुक्त संस्थानातील वॉशिंग्टन या शहरात विमानाचे, रेल्वेचे अशी विविध संग्रहालये आहेत तर फ्रान्समधील लुव्रे संग्रहालय, व्हॅटीकन सिटीचे संग्रहालय, कोपेनहेगेनचे एरोटिका संग्रहालय, शिकागोचे सायन्स व इंडस्ट्री संग्रहालय इ. प्रसिद्ध आहेत. भारतातील सर्वांत मोठे कोलकातामधील इंडियन म्यूझियम, मुंबई येथील प्रिन्स ऑफ वेल्स म्यूझियम, पुणे येथील राजा केळकर संग्रहालय, हैदराबाद येथील सालारजंग म्यूझियम इ. बघण्यासाठी आंतरराष्ट्रीय पर्यटक येतात. ही सर्व संग्रहालये म्हणजे भारतीय कला व पारंपरिक वारसा यांचे आरशातील प्रतिबिंबच आहे.

ड) शिल्पकला व चित्रकला (Sculpture and Painting)

जगातील अनेक देशांमध्ये विशेषता: युरोपीय व आशियाई देशात अनेक चित्रकार व शिल्पकार होऊन गेले; व त्यांच्या कलेचा वारसा त्या त्या देशांनी जतन करून ठेवला

आहे. व्हॅटिकन शहर म्हणजे युरोपीयन चित्रकला व शिल्पकला यांचे प्रदर्शनच आहे. त्याच्या भिंती अनेक पेटिंग्जनी व शिल्पांनी सजल्यात. तेथील लास्ट सपर हे पेंटिंग व पियाटा हे शिल्प जगप्रसिद्ध आहेत. ते बघण्यासाठी जगभरातून पर्यटक येतात. मायकेल एंजेलोसारखे शिल्पकार व लिओनार्डो-दी-व्हिन्सीसारख्या चित्रकाराच्या कलाकृतीचा आस्वाद घेण्यासाठी लाखो पर्यटक दरवर्षी व्हॅटिकन शहरात जातात. भारतातील ओडिशातील कोणार्क येथील सूर्यमंदिर, मध्यप्रदेशातील खजुराओ येथील शिल्पकलेचा अप्रतिम नमुना असलेली देवळे, महाराष्ट्रातील अजिंठा व वेरूळ येथील लेण्यातील शिल्पे व भिंतीवरील चित्रकला, राजा रविवर्माची पेंटिग्ज, अबू येथील दिलवाडा मंदिरे, गुजरातमधील लोथल इ. ठिकाणांची शिल्पकला व चित्रकला पर्यटकांना आकर्षित करते.

इ) परंपरा (Traditions)

मानवाला विविध देशातील विधी, परंपरा यांचे कुतूहल असते. अनेक आशियाई देशातील लोक जपानमधील लग्ने, चहापानाचा कार्यक्रम बघण्यास उत्सुक असतात. तसेच बरेचसे परदेशी नागरिक भारतातील लग्नसमारंभांना उपस्थित राहून सगळ्या चालीरीती, विधी, रूढी जाणून घेतात; त्यावर संशोधनही करतात. अनेक परदेशी पर्यटक भारतातील पंचतारांकित हॉटेल्समधील लग्नसमारंभांना उपस्थित राहून त्याचे व्हिडिओ शूटिंग करतात.

फ) कला व संस्कृतीचा वारसा (Heritage of Art and Culture)

भारतातील कलात्मकतेची ख्याती जगभर आहेच; पण युरोप व इतरही खंडात आपल्याला त्यांच्या कलात्मकतेचा प्रत्यय येतो. प्रत्येक देशात त्यांच्या देशातील लोकांच्या कलेचा वारसा जपला जातो व त्याची प्रचिती उत्तम वास्तूकला असणाऱ्या इमारती, थोरामोठ्यांची जन्मस्थळे, जागतिक वारसायादीतील वास्तू इ. मध्ये येते. इजिप्तचे पिरॅमिड, लंडनचे टॉवर, भारतातील ताजमहाल, चीनची ग्रेटवॉल, पेरू येथील माचुपिचू, पॅरिसचे आयफेल टॉवर, इटलीचा पिसा येथील झुलता मनोरा इ. हे बघण्यासाठी पर्यटक येतात.

काही देशातील शहरात फेरफटका मारला तरीसुद्धा संस्कृतीच्या खुणा जागोजागी दिसतात. उदा. रोम, लंडन, पॅरिस, वॉशिंग्टन, जेरूसलेम, जयपूर, उदयपूर, दिल्ली, व्हेनिस इ. शहरातील राजवाडे, महाल, संग्रहालये, वास्तुकलेचा उत्तम नमुना असलेल्या जुन्या इमारती इ.

हल्ली काही देशातील आधुनिक शहरांमध्येसुद्धा आधुनिक वास्तुशैली, नाईट क्लब्ज, डिस्को, कॅसिनो इ. मुळे पर्यटक मोठ्या संख्येने येतात व आनंद लुटतात. उदा. न्युयॉर्क, हाँगकाँग, दुबई, सिंगापूर इ.

५) पर्यटनावर परिणाम करणारे आर्थिक घटक (Economic Factors Influencing Tourism)

पर्यटनाचे प्रमुख आर्थिक घटक आहेत - वाहतुकीच्या सोयी, निवासाची सोय, सुगमता व इतर सोयीसुविधा.

अ) वाहतुकीच्या सोयी (Facility of Transport)

पर्यटनात लोक त्यांच्या नेहमीच्या निवासाच्या ठिकाणाहून दुसरीकडे तात्पुरते वास्तव्यास जातात. त्यामुळे निवासस्थानाकडून पर्यटनस्थळी पोहचण्याकरिता वाहतुकीच्या सोयी अत्यंत महत्त्वाच्या असतात. वाहतूकव्यवस्था हे पर्यटनस्थळी पोहचण्याचे; तसेच निवासस्थानी पोहचण्याचे महत्त्वाचे साधन आहे. फक्त पर्यटनस्थळ व निवासस्थान एवढ्यापुरतेच वाहतुकीच्या सोयीचे महत्त्व नसून, पर्यटनस्थळी असणाऱ्या विविध ठिकाणांना भेट देण्यासाठीसुद्धा वाहतुकीच्या साधनांचे महत्त्व आहे. पर्यटनस्थळ कुठे आहे त्यावर देशांतर्गत का आंतरराष्ट्रीय वाहतूक ठरते. आंतरराष्ट्रीय पर्यटक हवाई वाहतुकीचाच विचार करतात. देशातच पण लांब अंतरावरच्या पर्यटनस्थळी पोहचण्यासाठी रेल्वे वाहतूक सोयीस्कर ठरते. कमी अंतराच्या प्रवासासाठी रस्ते वाहतुकीचा विचार केला जातो. युरोपातील देश अत्यंत छोटे व जवळजवळ असल्याने तेथे आंतरराष्ट्रीय पर्यटनासाठीसुद्धा रस्ते वाहतुकीचाच वापर केला जातो.

पर्यटनासाठी वाहतुकीची निवड करताना अंतर, लागणारा वेळ, सुरक्षा, आरामाचा व सुखद प्रवास, प्रवासभाडे, प्रवासाच्या वाहनांची वारंवारता इ. बाबींचा अभ्यास केला जातो.

निवासस्थानापासून पर्यटनस्थळापर्यंत पोहचण्यासाठी जरी कोणत्याही वाहतुकीच्या साधनांचा वापर केला तरीसुद्धा पर्यटनस्थळी हॉटेलवर पोहचण्यासाठी, आजूबाजूची प्रेक्षणीय स्थळे पाहण्यासाठी, खरेदीला जाण्यासाठी मात्र रस्ते वाहतुकीचाच वापर केला जातो व त्यामुळे पर्यटनस्थळी वाहतूक व्यवस्था पुरवणाऱ्या कंपन्यांचा (Travel Agents) विकास झालेला असल्यास पर्यटकांची सोय होते.

ब) निवासाच्या सोयी (Facility of Accomodation)

निवासाची सोय हा अगदी मूलभूत घटक आहे; जरी पर्यटनस्थळी पर्यटक कायमस्वरूपी राहणार नसले, तरीसुद्धा निवासाच्या सोयीबाबत ते अत्यंत चोखंदळ असतात; कारण पर्यटक पर्यटनस्थळी आरामात व फुरसतीने रहायला आलेले असतात. निवासाच्या बाबतीत त्यांची तडजोडीची तयारी नसते. सर्व सोयीसुविधांनीयुक्त असलेली निवासाची सोय त्यांना हवी असते. पूर्वी व्यापाराच्या किंवा व्यवसायवृद्धीच्या दृष्टीने

पर्यटनाला जाणाऱ्या एकट्या पुरुषांसाठी हायवेच्या बाजूला लॉज, छोटे हॉटेल बांधले जायचे; पण आता संपूर्ण कुटुंबासह पर्यटनाला जाण्याची मानसिकता असल्याने केवळ हॉटेलच्या रूम्सूच नव्हे तर आजूबाजूचा परिसर स्वच्छ, झाडा-फुलांनी बहरलेला असावा; तरच पर्यटकाला आनंददायी वाटते. चहा, नाष्टा, भोजनाची उत्कृष्ट सोय, दूरचित्रवाणीसंच, स्नानगृहात सर्व सुविधा, वातानुकूलित यंत्रे, भरपूर सूर्यप्रकाश, भरपूर पाण्याची सोय, सतत वीजपुरवठा, लॉन्ड्रीची सोय इ. सुविधांचा निवासस्थान ठरवताना पर्यटक विचार करतात.

निवासस्थानांमध्ये हॉटेल्स, लॉज, धर्मशाळा, मोटेल, पंचतारांकित हॉटेल्स, सरकारी विश्रामगृहे, पथिकाश्रम, तंबू, युवा वसतिगृहे, घरगुती निवासस्थाने, क्रूझ, हाऊसबोट इ. चा समावेश होतो. सर्व पर्यटकांना परवडेल असे दर असणारी सर्व प्रकारची निवासस्थाने पर्यटनस्थळी असणे आवश्यक असते. लोक आपल्या आर्थिक स्थितीनुसार निवासाची निवड करू शकतात.

क) सुगमता (Accessibility)

पर्यटनस्थळी पोहचण्याची सुगमता हा पर्यटकांसाठी महत्त्वाचा घटक आहे. पर्यटनस्थळाचे आकर्षण जरी खूप असले, संपूर्ण जगात त्या पर्यटनस्थळाबद्दल कौतुक असले, पर्यटकांच्या आवडीचे असले तरीसुद्धा तेथे जाण्याची सुगमता नसेल तर त्या पर्यटनस्थळाची निवड पर्यटक करीत नाहीत. पर्यटनस्थळी पोहचण्यासाठी उत्तम व सतत वाहतुकीची सोय नसेल किंवा ती कमी प्रतीची असेल तर त्या त्या पर्यटनस्थळी पर्यटकांची गर्दी नसते. पर्यटक पर्यटनाला निघतात तेव्हा आराम व फुरसतीने जगणे, मौजमजा करणे ही मानसिकता असल्याने कष्टाने पर्यटनस्थळी पोहचणे त्यांना आवडत नाही. महाराष्ट्रात अनेक उत्तमोत्तम गड, किल्ले आहेत व अनेक महाराष्ट्रीय पर्यटकांना तेथे जाण्याची इच्छा असते; परंतु किल्ल्याच्या पायथ्यापर्यंत जाणारी बससेवा नसते व असली तर दिवसाला एकच येणारी व तीच परत जाणारी बससेवा असल्यास पर्यटकांसाठी ते गैरसोयीचे ठरते. अशा पर्यटनस्थळी फार थोडे पर्यटक जातात. मुंबई-पुणे महामार्गावरील लोणावळा, खंडाळा येथे पोहचण्यास सुगमता असल्याने सुटीच्या दिवशी गर्दी होते. परंतु कोकणात भरपूर निसर्गसौंदर्य असूनही चढ-उतारांचे रस्ते, रस्त्यात उत्तम खाद्यपदार्थ, दुकानांची कमतरता, उत्तम निवासाची अपुरी सोय इत्यादींमुळे खूप गर्दी होत नाही.

i) पर्यटनस्थळाचे स्थान (Location of Tourist Place) : जगात सर्वच देशात निसर्गनिर्मित किंवा मानवनिर्मित पर्यटनस्थळे आहेतच; परंतु पर्यटनस्थळाचे स्थान अति दूर, इतर जगापासून दूर असेल तर ते पर्यटनस्थळ जरी उत्कृष्ट असले तरी लोक तेथे जात

नाहीत. ही स्थळे एकाकी पर्यटनस्थळे समजली जातात. तेथे पोहचणे दुर्गम असते. अशा पर्यटनस्थळी पर्यटकांची संख्या मर्यादित असते. बेटे पर्यटकांचे फार मोठे आकर्षण असते. सम हवामान, समुद्रकिनारा, बाजूला झाडांची बॉर्डर, पक्षी, शुद्ध हवा, मोकळे वातावरण इ. पर्यटकांना आवडते. परंतु बेटाचे स्थान जर एकाकी असेल तर पर्यटक तेथे जाण्याचे टाळतात. उदा. न्यूझीलंडचे हवामान सुंदर आहे; सर्वत्र टेकड्या, हिरवे गवत इ. मुळे देशाच्या सर्वत्र भागात उत्तम देखावा आहे. परंतु ते पाश्चिमात्य देशापासून लांब असल्याने कमी पर्यटक तेथे जातात. पॅसिफिक महासागराच्या मध्यावर असणारी एकाकी हवाई बेटे, स्वच्छ समुद्रकिनारे व उत्कृष्ट नैसर्गिक देखावा यासाठी प्रसिद्ध आहेत; पण खूप कमी पर्यटक तेथे जातात. खूप कमी अमेरिकन लोकांनी हवाई बेटावर पर्यटन केले आहे.

ड) आतिथ्य (Hospitality)

आपल्या गावात किंवा हॉटेलमध्ये येणाऱ्या पर्यटकाचे आदरातिथ्य करण्याची भारतीय परंपरा आहे. 'अतिथी देवो भव' ही आपली संस्कृती आहे. पूर्वी जेव्हा हॉटेल्स नव्हते तेव्हा प्रवासाला निघालेल्या लोकांना घरोघरी आतिथ्य करून ठेवले जाई व दुसऱ्या दिवशी परत ते प्रवासाला निघत. आता लोक हॉटेलातच मुक्काम करतात, पण हॉटेलवाल्यांनीसुद्धा मैत्रीपूर्व, सुहास्य वदनाने केलेले स्वागत खूप महत्त्वाचे ठरते. आतिथ्य केल्याने घरापासून दूर असणाऱ्या माणसालासुद्धा हे हॉटेलच जणू घर आहे ही भावना निर्माण होते.

परदेशातील अनेक हॉटेल्समध्ये पर्यटकांचे आदरातिथ्य त्यांच्या हॉटेलच्या रूममध्ये काही विशिष्ट सेवा पुरवून केले जाते. न्यूयॉर्क येथील प्लाझा हॉटेलमध्ये फ्रेंच परफ्युम व शॅम्पेनची बाटली ठेवलेली असते. फ्रान्समधील प्लाझा हॉटेलमधील सर्व स्टाफ त्यांच्याकडे येणाऱ्या ग्राहकांचे नाव लक्षात ठेवून त्यांना नावाने हाक मारतो, त्यामुळे आपलेपणा वाढतो. फिजी बेटावरील, माताक्वी बेटावरील रिसॉर्टवर रहायला येणाऱ्या ग्राहकांना घरी जाताना गोड गाणे वाजवून निरोप दिला जातो. बहामा बेटावर घेऊन जाणाऱ्या क्रूझवरील पर्यटकांना त्यांच्या रूममध्ये नॅपकीनपासून बनवलेले पक्षी स्वागत करतात. रात्री रूमवर झोपायला आलेल्या पर्यटकांच्या उशीवर स्वीट ड्रीमचे ग्रिटिंग असते. बहामा बेटावर जाण्यासाठी क्रूझमध्ये प्रवेश करताना प्रत्येक प्रवाशाचा फोटो काढतात. उत्तम आदरातिथ्य करणाऱ्या हॉटेलची ख्याती तोंडातोंडी प्रसिद्धी होऊन सर्वत्र पसरते, त्यामुळे लोक तेथे जाणे पसंत करतात.

इ) इतर सोयीसुविधा (Other Facilities)

पर्यटक केवळ हॉटेलची इमारत किंवा इमारतीचे डिझाईन व उत्तम काळजी घेणारा स्टाफ एवढ्यावरच खूश नसतात; तर हॉटेलमधील व हॉटेलच्या आवारातील सोयीसुविधांबाबतही त्यांच्या अपेक्षा असतात; कारण ते आरामासाठीच घराबाहेर पडलेले असतात. त्यामुळे इनडोअर आणि आऊटडोअर गेम्स म्हणजे कॅरम, लॉन टेनिस, बॅडमिंटन, टेबलटेनिस, व्हिडिओगेम्स इ. सुविधांची अपेक्षा करतात. त्याशिवाय पर्यटक सहकुटुंब आलेले असल्याने हॉटेलभोवती बगिचा, फुलझाडे, बगीच्यात बसण्यासाठी खुर्च्या, त्यावर ऊन-पावसापासून संरक्षण देणारी मोठी छत्री, बाळगोपाळांसाठी घसरगुंडी, झोपाळा, सीसॉ इ. जॉगिंग ट्रॅक, स्विमिंग टँक इ. सेवा असल्यास पर्यटक खूश होतात. काही हॉटेल्समध्ये कृत्रिम तळी बनवून मासे सोडले जातात व पर्यटकांना जाळे देऊन मासेमारीचा आनंद मिळवून देतात व तेच मासे त्यांना जेवणात देतात; तर काही ठिकाणी कृत्रिम तळ्यात बोटींगची सोय आहे. काही ठिकाणी मोर, कबुतरे, रंगीबेरंगी पक्षी पाळलेले असतात. हॉटेलमध्ये उत्तम सोयीसुविधा असल्यास फारसे साईटसिईंग न करताही लोक हॉटेलमध्येच उत्तमप्रकारे राहू शकतात.

६) पर्यटनास प्रेरित करणारे घटक (Motivating Factors for Tourism)

अनेकदा काही विशिष्ट हेतूने प्रेरित होऊन लोक पर्यटनाला निघतात. तीर्थयात्रा, करमणूक किंवा मनोरंजन, फुरसतीने राहणे, आरामात राहणे, साहसक्रीडा, क्रीडास्पर्धा, खरेदी, वैद्यकीय उपचार, अभ्यासदौरा, बिझनेस दौरा इत्यादीपैकी काहीही प्रेरक घटक असू शकतो.

अ) तीर्थयात्रा व धार्मिक स्थळांना भेटी (Pilgrimage or visit to Religious Places)

जगात हिंदू, मुसलमान, शीख, पारशी, ख्रिश्चन, जैन इ. अनेक धर्मांचे लोक राहतात. या सर्व धर्मांची स्वत:ची अशी प्रार्थनामंदिरे असतात. त्या ठिकाणी पर्यटक तीर्थयात्रेसाठी म्हणजेच धार्मिक यात्रेसाठी जातात. मुसलमान लोक हज येथील दर्गा, अजमेरचा दर्गा व मुंबईतील हाजीअली येथील दर्गा इ. ठिकाणांना भेटी देतात. ख्रिश्चन लोक वेगवेगळ्या देशातील चर्चेस, कॅथेड्रल तसेच व्हटिकन शहर इ. ठिकाणी भेटी देतात. बौद्ध धर्माचे लोक नेपाळमधील पॅगोडा व इतर ठिकाणांना भेटी देतात. भारतात तीर्थयात्रेला जाण्यासाठी अनेक धार्मिक स्थळे पर्यटकांना खुणावतात. अलाहाबाद, वाराणसी, पुष्कर, ऋषिकेश, हरिद्वार, मथुरा, वृंदावन, मदुराई, रामेश्वर, पंढरपूर, तुळजापूर, तिरुपती, गुरूवायुर, सोरटी सोमनाथ, वैष्णवदेवी इ. हिंदू धर्माची देवस्थाने आहेत तेथे लाखो लोक रोज भेटी देतात.

भारतात अमृतसरचे सुवर्णमंदिर व नांदेडचा सचखंड गुरुद्वारा ही शिखांची तीर्थस्थाने, बिहारमधील गया, प्रयाग ही बौद्ध धर्माची तीर्थस्थाने इ. याशिवाय समाधीस्थळीसुद्धा अनेक पर्यटक जातात. शिर्डीचे साईबाबा मंदिर, शेगाव येथील गजानन महाराजांची समाधी इ. जगात इतर धर्मांची मक्का-मदिना, जेरुसलेम, येशूख्रिस्ताचे जन्मस्थान-बेटेलहेम, तिबेट येथील तहासा, इस्राईलमधील हैफा, व्हॅटिकन सिटी, कँटरबरी इ. महत्त्वाची धार्मिक पर्यटनस्थळे आहेत. तेथे जगाच्या सर्व देशातून लोक जातात.

ब) मनोरंजन (Recreation)

आजच्या घडाळ्याच्या काट्यावर चालणाऱ्या गतिमान जीवनात लोक खूप ताणतणावाखाली वावरत असतात. ताणतणावापासून सुटका म्हणूनही काही लोक मनोरंजनाची सोय असणाऱ्या पर्यटनस्थळी पर्यटनाला जातात. पर्यटनस्थळ बघणे किंवा त्याचा अभ्यास करणे, फिरणे यांपैकी त्यांचा कोणताच हेतू नसतो. त्यामुळे ज्या पर्यटनस्थळी करमणुकीच्या सोयी आहेत म्हणजे मनोरंजन पार्क (Amusement Park) जलक्रीडा, बोटींग, ऑर्केस्ट्रा इ. आहेत; अशा पर्यटनस्थळी किंवा सहलीच्या ठिकाणी लोक जाऊन राहतात. करमणूक व मनोरंजन एवढाच त्यांचा हेतू असतो. येथील मनोरंजनाच्या सोयींमुळे त्यांचे ताणतणाव कमी होऊन, मन उत्साही व ताजेतवाने होते व परत ते आपल्या गतिमान जीवनाकडे वळू शकतात.

मलेशियातील गेंटीग हायलँड्स हे मनोरंजनासाठी पर्यटनाचे उत्तम उदाहरण आहे. येथील टेकडीवर मनोरंजनाच्या ज्या सोयी केल्या आहेत त्यामुळे लाखो लोक तेथे भेटी देतात. वॉटर पार्क, थ्रील राईट्स, थीम पार्क, स्नोवर्ल्ड, फॅमिली राईड्स, चिल्ड्रेन राईड्स, थ्रीडी सोज, स्काय व्हेंचर्स, सफारी, गोकार्टिंग इ. मनोरंजनाच्या सोयी तेथे आहेत. गेंटीग हायलँडला 'सिटी ऑफ एन्टरटेनमेंट' असेच म्हणतात. संयुक्त संस्थानातील फ्लोरिडा राज्यातील वॉल्ट डिस्ने थीम पार्कसुद्धा अशीच मनोरंजनाची पर्वणी आहे. तेथे वेगवेगळ्या राईड्स, वॉटरपार्क, थ्रीडी शोज व थीम पार्क इ. सोयी आहेत. तसेच लास व्हेगास, मॉन्टो कार्लो व अटलांटिक सिटी कॅसिनोसाठी प्रसिद्ध आहेत. तेथे लोक दिवस दिवस जुगार, दारू, सिगारेट यात वेळ घालवतात.

क) आराम (Leisure)

काही पर्यटकांना पर्यटनस्थळी जाऊन मनोरंजन सुद्धा करायचे नसते; तर आराम करायचा असतो. रोजच्या धकाधकीच्या जीवनात त्यांना आरामच मिळत नाही म्हणून ते आरामासाठी एखाद्या पर्यटनस्थळी जातात. त्यांना रोजच्या कामाच्या ठिकाणापासून दूर पण शांत, गर्दी नसलेल्या, फारसे प्रसिद्ध नसलेल्या पर्यटनस्थळी रहायचे असते.

असे पर्यटक त्या पर्यटनस्थळाच्या हॉटेलमध्ये जाऊन आराम करतात, झोपा काढतात, टि.व्ही. वरचे कार्यक्रम बघतात, गाणी ऐकतात, फारतर पोहायला जातात. काही लोक समुद्रकिनारी बीचवर दिवसभर आरामात पडून राहतात. महाराष्ट्रातील पाचगणी येथे असे अनेक पर्यटक जातात. गोव्यालासुद्धा आराम करण्यासाठी जाणाऱ्या पर्यटकांची संख्या भरपूर आहे.

ड) क्रीडाप्रकार अथवा क्रीडास्पर्धा (Sports or Sports Tournaments)

क्रीडा प्रकाराबाबत रुची असणारे काही पर्यटक असतात. हिवाळी क्रीडा, विविध खेळांच्या स्पर्धा, मॅचेस इ. ची त्यांना फार आवड असते. त्यामुळे काही पर्यटक विविध देशात असणाऱ्या क्रीडास्पर्धा भाग घेण्यासाठी किंवा जागतिक स्तरावरच्या स्पर्धा बघण्यासाठी क्रीडेसाठी प्रसिद्ध पर्यटनस्थळी जातात. वर्ल्डकप, फूटबॉल, वर्ल्डकप क्रिकेट, विम्बलडन, टेनिसस्पर्धा, अमेरिकन ओपन टेनिसस्पर्धा, फ्रेंच ओपन टेनिसस्पर्धा, वर्ल्डकप हॉकी, बॉक्सिंग चॅम्पियनशिप, ऑलिम्पिक इ. अनेक क्रीडाप्रकारांसाठी दरवर्षी पर्यटक जातात.

विकसनशील देशात केवळ क्रीडाप्रकारांसाठी पर्यटन करणारे पर्यटक मर्यादित आहेत. कारण लोकांचे राहणीमान कमी प्रतीचे आहे. केवळ क्रीडाप्रकारांसाठी पर्यटन करणे अनेकांना परवडत नाही; परंतु विकसित देशात मात्र काही लोक हिवाळी पर्यटन, उन्हाळी पर्यटन इ. केवळ क्रीडाप्रकारांसाठी वर्षभर पर्यटन करत असतात. हिवाळी क्रीडाप्रकारांसाठी युरोपातील प्रसिद्ध पर्यटनस्थळे आहेत. फ्रान्सचे चामोनिक्स, झेरमॅट्ट व क्लोस्टर, सेंट मॉरिट्झ, त्याशिवाय कॅनडातील बॅन्फ, जेस्पर, भारतातील सोनमर्ग, गुलमर्ग इ. युरोपातील रेडकार व चेल्टेनहॅम अश्वारोहण शर्यतीसाठी, स्कारबरो मोटारसायकल शर्यतीसाठी, माँटे कार्लो कार रॅलीसाठी, काऊज यॉटिंगसाठी (Yachting), भारतातील गुलमर्ग गोल्फ स्पर्धांसाठी, पुणे व्हिन्टेज कार रॅलीसाठी, सायकल रेससाठी, 'फ्रान्स टूर द फ्रान्स' सायकल रेससाठी, भारतातील केरळ स्नेक बोट रेससाठी इ. क्रीडास्पर्धांसाठी प्रसिद्ध आहेत.

इ) साहसक्रीडा (Adventure Sports)

काही लोकांना भीतीची भावना उत्पन्न करणारे क्रीडाप्रकार आवडतात व तशा साहसी क्रीडाप्रकारात सहभाग घेण्यासाठी लोक विविध पर्यटनस्थळी जातात. साहसी क्रीडाप्रकारांमध्ये रिव्हर रॉफ्टींग, व्हॅली क्रॉसिंग, पॅरासेलिंग, लूनिंग, पॅराग्लायडिंग, सर्फिंग, रॉक क्लायम्बिंग, ग्लायडिंग, ट्रेकिंग, स्किईंग, स्केटींग, गिर्यारोहण इ. अनेक प्रकार; तसेच मोटरसायकल, सायकल, कार रॅली इ. प्रकार येतात. हिमालयीन कार रॅली ही

अत्यंत कठीण व धोकादायक कार रॅली. त्यात भाग घेण्यासाठी विदेशातून लोक भारतात येतात. अशा साहसक्रीडा प्रकारात लोकांना जीव गमावण्याचापण धोका असतो; परंतु आवड असल्याने लोक अशा प्रकारचे साहसी क्रीडाप्रकार जेथे चालतात त्या पर्यटनस्थळी पोहचतात. आल्प्स, हिमालय पर्वतांच्या पायथ्याशी गिर्यारोहणाचे प्रशिक्षण देणाऱ्या संस्था आहेत. तेथे पर्यटक जाऊन राहतात व साहसी क्रीडा प्रकाराचे प्रशिक्षण घेतात त्यासाठी लागणारे साहित्यही म्हणजे तंबू, गमबूट, स्लिपिंग बॅग, रॉक क्लायम्बिंगसाठी खिळे, सॅक इ. विकत घेतात. हिमालयात मनाली येथे गिर्यारोहण प्रशिक्षण देणारी मोठी संस्था आहे.

ई) खरेदी (Shopping)

खरेदी करणे हा काही पर्यटकांचा आवडता छंद असतो. पर्यटनस्थळी जाऊन प्रेक्षणीय स्थळे बघण्यापेक्षा खरेदीत त्यांना जास्त रुची असते. जगातील अनेक पर्यटक दुबई, हाँगकाँग, सिंगापूर येथे खरेदीसाठीच जातात. दुबईत तर दरवर्षी पर्यटकांसाठीच शॉपिंग,फेस्टिव्हलचे आयोजन केलेले असते. तेथे भरपूर व्हरायटी उपलब्ध असते. हाँगकाँग व सिंगापूर हे 'फ्री पोर्ट' असल्याने तेथे आयात ड्युटी पडत नाही; त्यामुळे तेथे जाऊन वस्तू खरेदी करणाऱ्यांची गर्दी वाढतच आहे. जपान व कोरिया हे दोन्ही देश इलेक्ट्रॉनिक वस्तूंसाठी प्रसिद्ध असल्याने तेथेसुद्धा लोक खरेदीकरता जातात.

उ) वैद्यकीय सुविधा (Medical Facilities)

काही लोक दुसऱ्या देशात किंवा दुसऱ्या राज्यात उत्कृष्ट वैद्यकीय सेवेचा लाभ घेण्यासाठी जातात व वैद्यकीय सुविधा घेऊन पूर्णपणे बरे झाल्यावर त्या शहरातील आजूबाजूच्या पर्यटनस्थळांना भेटी देतात. वैद्यकीय सुविधेचा लाभ घेण्यासाठी दोन कारणांसाठी लोक बाहेरगावी जातात. पहिले महत्त्वाचे कारण म्हणजे ते ज्या शहरात राहतात तेथे अद्ययावत सेवा नसतात. दुसरे महत्त्वाचे कारण म्हणजे जेथे वैद्यकीय सुविधेचा लाभ घेण्याचे ठरवतात तेथील राहणीमान कमी दर्जाचे असल्याने वैद्यकीय सेवा त्यांच्या देशापेक्षा कमी दरात उपलब्ध होतात. भारतात वैद्यकीय पर्यटनासाठी जगभरातून सर्वांत जास्त लोक येतात. गुडघ्याची शस्त्रक्रिया, हृदयाची शस्त्रक्रिया, मेंदूच्या शस्त्रक्रिया, किडनी बदलणे इ. शस्त्रक्रियांसाठी असणारे अद्ययावत सुविधांनीयुक्त हॉस्पिटल्स भरपूर काळजी घेणारा स्टाफ, पेशंटच्या कुटुंबीयांना राहण्याची स्वस्तात सोय, नामांकित व उच्चशिक्षित स्टाफ इ. कारणांमुळे वैद्यकीय सुविधांचा लाभ घेणाऱ्या पर्यटकांच्या संख्येत भरच पडत आहे.

ऊ) अभ्यासदौरे (Study Tours)

भूगोलतज्ज्ञ, भूगर्भशास्त्रज्ञ, वनस्पती शास्त्रज्ञ, पर्यावरणतज्ज्ञ इ. मंडळींचा नवीन प्रदेशात जाऊन संशोधन व अभ्यास करण्याचा हेतू असतो. खडकांचे प्रकार, नदीच्या प्रवाहातील बदल, झाडे, फुलपाखरे, समुद्रातील जीव, बदलत्या पर्यावरणाच्या कारणांचा अभ्यास इ. स्वरूपाचे अभ्यासाचे त्यांचे विषय असतात. त्यासाठी पर्यटक वेगवेगळ्या राज्यात किंवा देशात जातात.

ए) व्यापार दौरे (Business Tours)

हल्ली अनेक व्यक्ती सेमिनार, कॉन्फरन्स, प्रदर्शन, व्यवसायाच्या मीटिंग्ज, कार्यशाळा इ. साठी मोठ्या शहरात जातात. अशा प्रकारची प्रदर्शने, कार्यशाळा, सेमिनार्स इ. राष्ट्रीय व आंतरराष्ट्रीय स्तरावर आयोजित केलेले असतात. त्यामुळे लोक परदेशीसुद्धा जातात. काही लोक व्यवसायाची बोलणी करण्यासाठी, व्यवसायाचे मार्केटिंग करण्यासाठी जगभर फिरतात. ते जेव्हा बिझनेस टूरसाठी जातात, तेव्हा ते आजूबाजूची पर्यटनस्थळेसुद्धा बघतात व पर्यटनही होते. वर्ल्ड गोल्ड कौन्सिलतर्फे दरवर्षी विविध डिझाईनच्या सोन्याच्या दागिन्यांचे प्रदर्शन भारतात व परदेशातही भरते. अनेक सोनार स्टॉल्स लावतात. इंडस्ट्रिअल प्रदर्शन, पुस्तक प्रदर्शन येथेही मार्केटिंगसाठी माल घेऊन जातात व ८-१० दिवस मुक्काम करतात.

उदा. वर्ल्ड गोल्ड कौन्सिलचे दागिन्यांचे प्रदर्शन, युरोपातील पुस्तक प्रदर्शने, कारखान्यातील उत्पादित मालाचे प्रदर्शन इ.

सराव प्रश्न

१) हवामान या नैसर्गिक घटकाचा पर्यटनाच्या विकासावर होणारा परिणाम स्पष्ट करा.

२) विविध नैसर्गिक भूरचनांचा पर्यटनाच्या विकासावर होणारा परिणाम स्पष्ट करा.

३) विविध जलाशयामुळे पर्यटनाचा विकास कसा होतो ते स्पष्ट करा.

४) जंगले व वन्य प्राणी यांच्यामुळे पर्यटनाचा विकास कसा होतो ते सोदाहरण स्पष्ट करा.

५) पर्यटनावर परिणाम करणारे ऐतिहासिक घटक स्पष्ट करा.

६) 'सामाजिक व सांस्कृतिक घटकांमुळे अनेक देशात पर्यटनाचा विकास झाला आहे' हे विधान उदाहरणांसह स्पष्ट करा.

७) पर्यटनावर परिणाम करणाऱ्या आर्थिक घटकांची चर्चा करा.

८) पर्यटनासाठी प्रेरित करणारे घटक सोदाहरण स्पष्ट करा.

३ पर्यटनाचे प्रकार

(Types of Tourism)

१) प्रस्तावना (Introduction)

२) भौगोलिक मर्यादेनुसार पर्यटनाचे प्रकार (Types of Tourism based on Geographical Boundries)

अ) देशांतर्गत पर्यटन ब) आंतरराष्ट्रीय पर्यटन

३) ऋतूमानानुसार पर्यटनाचे प्रकार (Types of Tourism based on Seasons)

अ) उन्हाळी पर्यटन ब) हिवाळी पर्यटन क) पावसाळी पर्यटन

४) पर्यटकांच्या संख्येनुसार पर्यटनाचे प्रकार (Types of Tourism based on number of Tourists)

अ) व्यक्तिगत पर्यटन ब) समूह पर्यटन

५) पर्यटनाच्या कालावधीनुसार पर्यटनाचे प्रकार (Types of Tourism based on Time Period)

अ) अल्पकालीन पर्यटन ब) दीर्घकालीन पर्यटन

६) पर्यटनाच्या हेतूनुसार पर्यटनाचे प्रकार (Types of Tourism based on Purpose of Tourism)

अ) धार्मिक पर्यटन ब) सांस्कृतिक पर्यटन क) उद्योग व्यवसायासाठी पर्यटन ड) हिल स्टेशन पर्यटन इ) ऐतिहासिक पर्यटन ई) मनोरंजन पर्यटन उ) अभ्यास पर्यटन ऊ) सण व उत्सवाशी संबंधित पर्यटन ए) विशिष्ट जमातींचा अभ्यास करण्यासाठी पर्यटन

७) पर्यटनाचे नवीन व अलीकडेच सुरू झालेले प्रकार (Recently Developed New types of Tourism)

अ) ग्रामीण पर्यटन ब) कृषी पर्यटन क) शहरी पर्यटन ड) उत्तम आरोग्यासाठी पर्यटन इ) वैद्यकीय पर्यटन ई) लैंगिक पर्यटन उ) आपत्ती पर्यटन ऊ) डूम पर्यटन ए) हेरिटेज पर्यटन ऐ) इको पर्यटन

१) प्रस्तावना (Introduction)

पर्यटनाचे अनेक प्रकारे वर्गीकरण केले जाते. पर्यटनाचे भौगोलिक मर्यादेनुसार, ऋतूमानानुसार, पर्यटकांच्या संख्येनुसार, पर्यटनाच्या कालावधीनुसार तसेच पर्यटकांच्या उद्देशानुसार वर्गीकरण केले जाते.

२) भौगोलिक मर्यादेनुसार पर्यटनाचे प्रकार (Types of Tourism based on Geographical Boundaries)

भौगोलिक मर्यादांचा विचार करता पर्यटनाचे प्रामुख्याने दोन प्रकार आहेत -
अ) देशांतर्गत पर्यटन ब) आंतरराष्ट्रीय पर्यटन

अ) देशांतर्गत पर्यटन (Domestic or Internal Tourism)

देशांतर्गत पर्यटनाला 'अंतर्गत पर्यटन' असेही म्हणतात. जेव्हा पर्यटनासाठी लोक देशाच्या सीमारेषेच्या आतच म्हणजे देशाच्या कोणत्याही राज्यात किंवा कोणत्याही प्रदेशात जातात तेव्हा त्याला देशांतर्गत किंवा अंतर्गत पर्यटन म्हणतात. हे पर्यटक देशाची सीमारेषा ओलांडत नाहीत. या पर्यटनासाठी व्हिसा, पासपोर्ट, परकीय चलन इ.ची आवश्यकता नसते. भाषेचाही अडसर येत नाही. देशांतर्गत पर्यटनाचे हेतू वेगवेगळे असू शकतात. धार्मिक, सांस्कृतिक, मनोरंजनाची ठिकाणे, उद्योगव्यवसाय, साहस इ. पैकी काहीही असू शकतो.

देशांतर्गत पर्यटनाची लक्षणे खालीलप्रमाणे –

अ) देशांतर्गत पर्यटनात लोक जवळच्या प्रदेशातच शक्यतो पर्यटनाला जातात.

ब) देशांतर्गत पर्यटनासाठी रस्ते वाहतुकीचा जास्तीत जास्त वापर केला जातो.

क) देशांतर्गत पर्यटनाची वारंवारताही जास्त असते, कारण ते आंतरराष्ट्रीय पर्यटनापेक्षा कमी खर्चात करता येते व देशाबद्दल लोकांना अधिक प्रेम असते.

ड) देशांतर्गत पर्यटनाला जाणाऱ्या पर्यटकाला तेथील इतिहास, भूगोल, हवामान, भाषा, संस्कृती, सणवार यांची थोडीशीतरी माहिती असते. त्यामुळे देशांतर्गत पर्यटन अधिक सुलभरीत्या करता येते.

इ) देशांतर्गत पर्यटनात पासपोर्ट, व्हिसा इ. आवश्यक कागदपत्रे हाती मिळेपर्यंत थांबण्याची गरज नसल्याने लोकांना ते सोयीस्कररीत्या करता येते.

ब) आंतरराष्ट्रीय पर्यटन (International Tourism)

आंतरराष्ट्रीय पर्यटन म्हणजे आपण ज्या देशात राहतो त्या देशातून बाहेर जाऊन दुसऱ्या देशातील पर्यटनस्थळांना भेटी देणे. उदा. भारतातला पर्यटक सिंगापूरला पर्यटनासाठी जाणे. परदेशी किंवा आंतरराष्ट्रीय पर्यटनासाठी काही कागदपत्रांची पूर्तता करावी लागते. वैद्यकीय इन्शुरन्स, पासपोर्ट, व्हिसा, परदेशी चलन इ. बाबींची पूर्तता करणे आवश्यक असते. त्यामुळे आंतरराष्ट्रीय पर्यटनाला जाताना या सर्व बाबी पूर्ण करणे आवश्यक ठरते.

दिवसेंदिवस आंतरराष्ट्रीय पर्यटनात वाढ होत आहे त्याची कारणे खालील प्रमाणे

१) कारखानदारीचा व शहरीकरणाचा विकास झाल्याने जीवनमान सुधारले आहे.

२) बऱ्याच विकसनशील देशात लोकांचे राहणीमान वाढले; कारण देशाची प्रगती झाली आहे व लोकांच्या हातात पैसा आला आहे.

३) शिक्षणामुळे व पर्यटनस्थळांच्या प्रसिद्धीमुळे लोकांमध्ये आंतरराष्ट्रीय पर्यटनाबाबत जागरूकता निर्माण झाली आहे.

४) वाहतुकीच्या साधनांचा विशेषत: विमान-वाहतुकीचा विकास झाल्याने पर्यटनस्थळी जाणे सुलभ झाले आहे.

३) ऋतूमानानुसार पर्यटनाचे प्रकार (Types of Tourism based on Seasons)

ऋतूमानानुसार पर्यटनाचे प्रामुख्याने तीन प्रकार आढळतात -

अ) उन्हाळी पर्यटन ब) हिवाळी पर्यटन क) पावसाळी पर्यटन

अ) उन्हाळी पर्यटन (Summer Tourism)

उष्णकटिबंधातील देशात एप्रिल व मे हे दोन महिने तीव्र उन्हाळा असतो. सूर्योदयापासून सूर्यास्तापर्यंत तापमान जास्त असल्याने लोक या सीझनमध्ये थंड हवेच्या ठिकाणी पर्यटनाला जातात. त्यामुळे हिल स्टेशनला जाणाऱ्या पर्यटकांची संख्या जास्त असते. भारतात महाबळेश्वर, माथेरान, अंबोली, सिमला, कूलू-मनाली, उटी, पंचमढी, मुन्नार, येरकुंड इ. हिल स्टेशनला पर्यटक उन्हाळ्यात गर्दी करतात.

समशीतोष्ण कटिबंधीय देशांमध्ये उन्हाळ्यात लोक समुद्रकिनारी असणाऱ्या पर्यटनस्थळी सूर्यप्रकाश मिळावा म्हणून जातात. समुद्रकिनारी इमारतींचा अडथळा नसल्याने त्यांना भरपूर सूर्यप्रकाश मिळतो. समशीतोष्ण कटिबंधीय देशात हिवाळे तीव्र व दीर्घकालीन असल्याने सूर्यप्रकाश त्यांना दुर्मीळ असतो. त्यामुळे युरोपातील लोक भूमध्य समुद्रकिनाऱ्याच्या पर्यटनस्थळी जातात तर उत्तर अमेरिकेतील पर्यटक कॅलिफोर्निया व फ्लोरिडा राज्यातील पर्यटनस्थळी जातात.

ब) हिवाळी पर्यटन (Winter Tourism)

उष्ण कटिबंधीय देशात हिवाळा हा उत्तम ऋतू असतो, तापमान सुसह्य असते, हवामान चांगले असते, रोगराई कमी असते, त्यामुळे जास्तीत जास्त लोक हिवाळ्यात पर्यटनाला जातात. पण समशीतोष्ण कटिबंधात मात्र तीव्र व दीर्घकालीन हिवाळे असल्याने लोक जास्त तापमानाच्या प्रदेशात पर्यटनाला जातात. हिवाळी क्रीडास्पर्धा आयोजित करणारी ठिकाणेही हिवाळी पर्यटनासाठी प्रसिद्ध आहेत. स्किईंग, स्केटींग, बर्फावरील घसरगुंडी, बर्फात खेळणे इ.साठी पर्यटक बर्फ असलेल्या पर्यटनस्थळी जातात. भारतात गुलमर्ग, सोनमर्ग, लेह-लडाख येथे पर्यटक बर्फावर मजा करण्यास जातात. फ्रान्सचे चामोनिक्स, झेरमॅट, क्लोस्टर, सेंट मारिट्झ, कॅनडातील बॅन्फ, जेस्पर, स्वित्झर्लंडमधील टिटलिस पर्वत इ. हिवाळी पर्यटनासाठी प्रसिद्ध आहेत.

क) पावसाळी पर्यटन (Rainy Tourism)

पाऊस पडायला लागल्यावर निसर्गाचे रूपच पालटते. सर्वत्र हिरवेगार होऊन जाते, फुले फुलतात व त्यांच्या सुगंधाने सारा आसमंत दरवळून जातो. धुके, पळणारे ढग, ऊन-पावसाचा खेळ, कोसळणारे धबधबे, इंद्रधनुष्य हे सगळे अनुभवण्यासाठी अनेक पर्यटक पावसाळ्यात सहल काढतात. महाराष्ट्रात अनेक पर्यटक पावसाळ्यात धो-धो पाऊस व धबधबे बघण्यासाठी अंबोली, भंडारदरा धरण, लोणावळा येथील भुशी धरण, महाबळेश्वर इ. भरपूर पाऊस असणाऱ्या पर्यटनस्थळी जातात. पावसाळी पर्यटन हे प्रामुख्याने उष्ण कटिबंधीय देशातच अनुभवायला मिळते, पण समशीतोष्ण कटिबंधात पावसाळा असा ऋतू नसतोच, तेथे दोनच ऋतू असतात; उन्हाळा आणि हिवाळा. त्यामुळे पावसाळी पर्यटनाचा विकास झालेला नाही.

४) पर्यटकांच्या संख्येनुसार पर्यटनाचे प्रकार (Types of Tourism based on number of Tourists)

पर्यटकांच्या संख्येनुसार त्याचे दोन प्रकार पडतात - अ) व्यक्तिगत पर्यटन ब) समूह पर्यटन

अ) व्यक्तिगत पर्यटन (Personal Tourism)

जेव्हा एखादी व्यक्ती एकटी किंवा कुटुंबातील दोन-तीन व्यक्तिंना घेऊन पर्यटनास जाते, त्याला 'व्यक्तिगत पर्यटन' म्हणतात. पर्यटनाचे आयोजन म्हणजे प्रवासाची तिकिटे, निवासाचे बुकिंग इ. सर्वकाही व्यक्तिगतरीत्या केलेले असते. सर्व निर्णय व्यक्तिगत असल्याने पर्यटनाच्या कार्यक्रमात बदलही केला जातो. काही पर्यटनाची ठिकाणे गाळली जातात तर काही नवीन पर्यटनाच्या ठिकाणांची माहिती मिळाल्यास तेथे भेट देतात.

ब) समूह पर्यटन (Group Tourism)

समूह पर्यटनात २५-३० लोकांचा किंवा त्यापेक्षाही जास्त लोकांचा समूह असतो व समूहाने ते पर्यटनाला जातात. या पर्यटनाचे नियोजन दोन प्रकारे केले जाते. त्या समूहातील एखादी जाणकार व्यक्ती नियोजनाची जबाबदारी घेते व नियोजन करते. साधारणपणे तरुण मंडळी अशा प्रकारच्या समूह पर्यटनाला जातात. उदा. पुण्यातील 'गिरीप्रेमी' या संस्थेतर्फे दरवर्षी २५-३० तरुण हिमालयात ट्रेकिंगला जातात किंवा महाराष्ट्रातील तरुणांचे गट शनिवार-रविवार दोन दिवस किल्ल्यांवर ऐतिहासिक पर्यटनाला जातात.

दुसऱ्या प्रकारात ट्रॅव्हल एजन्ट कंपनीतर्फे ५० ते १०० किंवा त्याहूनही जास्त गटाला पर्यटनाला घेऊन जातात. यात पर्यटकांना फक्त पैसे ट्रॅव्हल कंपनीला द्यावे लागतात व ट्रॅव्हल कंपनीची माणसे वैद्यकीय विमा, वाहतुकीचे बुकींग, निवासाची सोय, पर्यटनस्थळी लागणारी स्थानिक वाहतूक इ. चे बुकींग करतात व सर्व पर्यटकांना सुखरूपपणे नेऊन आणण्याची; तसेच जास्तीत जास्त पर्यटनस्थळे दाखवण्याची त्यांची जबाबदारी असते. या प्रकारच्या समूह पर्यटनास कमीतकमी ८ ते १० दिवस पर्यटनाला जातात व शक्यतो दूरच्या ठिकाणी म्हणजे दुसऱ्या राज्यात किंवा दुसऱ्या देशात पर्यटकांना घेऊन जातात. या ट्रॅव्हल कंपनीतर्फे पर्यटनस्थळी असणारे हवामान, ऋतूमानानुसार आवश्यक कपडे, दिनमानानुसार पर्यटनस्थळाचा चार्ट व इतरही विशेष सूचना दिल्या जातात. जेवण, नाष्टा इ. चीसुद्धा सोय केली जाते. त्यामुळे हल्ली बऱ्याच देशात समूह पर्यटन वाढत आहे. उदा. केसरी सारख्या ट्रॅव्हल कंपनीतर्फे लेह-लडाख, मानससरोवर, चारधामयात्रा, देशाच्या इतरही राज्यातील पर्यटनस्थळी तसेच परदेशातही दूर नेल्या जातात.

५) पर्यटनाच्या कालावधीनुसार पर्यटनाचे प्रकार (Types of Tourism based on Time Period)

पर्यटनाचा कालावधी किती असतो त्यानुसार पर्यटनाचे खालीलप्रमाणे दोन प्रकार पडतात १) अल्पकालीन पर्यटन २) दीर्घकालीन पर्यटन

अ) अल्पकालीन पर्यटन (Short Period Tourism)

एक आठवड्यापर्यंतचा काळ पर्यटनाला जात असेल तर त्याला अल्पकालीन पर्यटन म्हणतात. रोजच्या दैनंदिन जीवनामधून विरंगुळा म्हणून जोडून सुट्टी आल्यास पर्यटक ४ ते ८ दिवसाच्या पर्यटनाला जातात. बरेचदा शनिवार-रविवारला जोडून सुट्ट्या आल्याने 'लॉंग वीकएन्ड' असेल तर लोक जवळपास पर्यटनाला जातात. परदेशात असे 'वीकएन्ड पर्यटन' जवळजवळ दर शनिवारी-रविवारी चालते. स्वत:च्या वाहनाने लोक

कुटुंबीयांबरोबर जवळपासच पर्यटनाला जातात. भारतातही आता 'वीकएन्ड' पर्यटनाची संकल्पना रुजली आहे. उदा. मुंबई-पुण्याचे अनेक पर्यटक लोणावळा, माथेरान, कोयना धरण, भंडारदरा धरण इ. ठिकाणी पर्यटनाला जातात.

विकसित देशात ऋतूमानानुसार केलेले पर्यटन बरेचदा अल्पकालीन असते. कडक हिवाळा, सूर्यप्रकाशाचा अभाव, कुंद वातावरण, सतत होणारी हिमवृष्टी याला कंटाळून हिवाळ्यात बऱ्याच विकसित देशातील पर्यटक समुद्रकिनाऱ्यावरील, बेटांवरील किंवा भरपूर सूर्यप्रकाश असणाऱ्या पर्यटनस्थळी जातात. तेथे सूर्यप्रकाशाचा लाभ घेणे त्यांना अत्यंत आवडते. त्यामुळे उत्तर संयुक्त संस्थानातील अनेक लोक हिवाळ्यात फ्लोरिडा राज्यातील पर्यटनस्थळी जातात. कॅनडाचे स्थान उत्तरेकडे असल्याने कॅनडातील लोक संयुक्त संस्थानात पर्यटनाला जातात. युरोप खंडात अनेक लहान आकाराचे व जवळजवळ असणारे देश असल्याने ते आजूबाजूच्या देशात पर्यटनाला जातात. ग्रेट ब्रिटनमधील लोक फ्रान्समध्ये, जर्मनी व लक्झेंबर्गचे लोक बेल्जियमच्या किनाऱ्यावर, दक्षिण युरोपातील लोक वेस्ट इंडीज बेटावर, नॉर्वे, स्वीडन, फिनलंडमधील पर्यटक स्पेन, इटली, फ्रान्स येथे जातात.

विकसित देशात लोकांचे राहणीमान उच्च असल्याने लोक अल्पकालीन पर्यटनासाठीसुद्धा दूरवरच्या पर्यटनस्थळी जातात. विमान वाहतुकीमुळे ते दूरवरच्या पर्यटनस्थळीसुद्धा थोड्या वेळातच पोहचतात; पण विकसनशील देशात मात्र कमी दर्जाचे राहणीमान असल्याने लोक अल्पकालीन पर्यटनासाठी देशातील जवळची पर्यटनस्थळे निवडतात.

ब) दीर्घकालीन पर्यटन (Long Period Tourism)

दीर्घकालीन पर्यटनचा कालावधी दहा दिवस ते एक महिना असतो. विकसित देशात उच्च राहणीमानामुळे लोक दूरच्या देशात दीर्घकालीन पर्यटनाला जातात. विकसित देशात साक्षरता प्रमाण जास्त असल्याने लोकांना दुसऱ्या देशाच्या संस्कृतीचा, चालीरितींचा, सांस्कृतिक वारसा स्थळांचा, ऐतिहासिक स्थळांचा अभ्यास करायचा असतो, त्यामुळे ते दीर्घकाळ राहून सखोल अभ्यास करतात. एखाद्या विषयावरील संशोधनासाठीसुद्धा ते परदेशात जातात. अनेक युरोपीयन व अमेरिकन देशातील लोक अभ्यास करण्यासाठी भारतात एक एक महिना राहतात. भारतीय परंपरा, सण, उत्सव, लग्नसमारंभ इ. जाणून घेण्याचे कुतूहल त्यांच्यात असते. त्यासाठी ते दीर्घकालीन पर्यटन करतात.

विकसनशील देशात कमी प्रतीचे राहणीमान असल्याने लोकांकडे सतत पर्यटनासाठी फारसे पैसे नसतात. दीर्घकालीन पर्यटनासाठी वाहतूक, निवास, खाद्यपदार्थ इ. वर जास्त

खर्च करावा लागतो, त्यामुळे विकसनशील देशातील लोकांचे दीर्घकालीन पर्यटनाचे प्रमाण कमी असते. परदेशातील पर्यटनाचे प्रमाणही कमी असते कारण विकसित देशातील उच्च राहणीमानामुळे त्यांचा आर्थिक बोजा वाढतो. त्यामुळे विकसित देशात पर्यटनाला जाऊन अधिक खर्च करण्यापेक्षा देशांतर्गत पर्यटनाला जाऊन जास्त निवांतपणे प्रदेश बघण्याकडे त्यांचा कल असतो. उदा. भारतातील पर्यटक मध्यप्रदेशात पर्यटनाला गेल्यावर तेथील ग्वाल्हेर, इंदोर, जबलपूर, पंचमढी, कान्हा व बांधवगड अभयारण्ये इ. पर्यटनस्थळे एक महिना बघून येतात. चारधाम यात्रा करणारे अनेक पर्यटक भारतात आहेत.

आता विकसनशील देशातील लोकांचे राहणीमान हळूहळू सुधारू लागल्याने विकसित देशात जाणाऱ्या पर्यटकांची संख्या हळूहळू वाढत आहे. विकसित देशात पर्यटनाला जाणे त्यांना परवडू लागले आहे. आशियाई देशातील अनेक पर्यटक युरोप व अमेरिकेत पर्यटनाला जाऊ लागले आहेत; परंतु आफ्रिका व दक्षिण अमेरिकेतील पर्यटकांचे विकसित देशातील पर्यटन मर्यादित आहे.

६) पर्यटनाच्या हेतूनुसार पर्यटनाचे प्रकार (Types of Tourism based on Purpose of Tourism)

काही पर्यटक विशिष्ट हेतूने पर्यटनाला जातात, त्यानुसार पर्यटनाचे खालील प्रकार पडतात -

अ) धार्मिक पर्यटन ब) सांस्कृतिक पर्यटन क) उद्योग व्यवसायासाठी पर्यटन ड) हिल स्टेशन पर्यटन इ) ऐतिहासिक पर्यटन ई) मनोरंजन पर्यटन उ) अभ्यास पर्यटन उ) सण व उत्सव यांच्याशी संबंधित पर्यटन ए) विशिष्ट जमातींचा अभ्यास करण्यासाठी पर्यटन.

अ) धार्मिक पर्यटन (Religious Tourism)

पूर्वीच्या काळी लोक धार्मिक स्थळांना भेट देण्यासाठी पर्यटनाला जात. भारतात तर असे चारधाम यात्रा करणारे खूप पर्यटक होते; कारण तेव्हा इतर पर्यटन प्रकार प्रचलित नव्हते. पण आजही धार्मिक पर्यटनस्थळांना भेटी देणारे अनेक पर्यटक आहेत. दर वर्षी मक्का-मदिना येथे हज यात्रेला जाणारे मुसलमान लोक आहेत. दर वर्षी मोठ्या नावाजलेल्या चर्चमध्ये जाणारे अनेक अमेरिकन आहेत. पाश्चिमात्य देशात धार्मिक पर्यटन कमी आहे; परंतु आशियाई देशात म्हणजे चीन, जपान, थायलंड, मलेशिया, भारत इ. देशात हिंदू व बौद्ध धर्मासाठी प्रसिद्ध असणाऱ्या पर्यटनस्थळी लाखो लोक दर वर्षी जातात. दर वर्षी बद्रिनाथ, केदारनाथ, अमरनाथ, वैष्णवदेवी, तिरूपती-बालाजी, शिर्डी, पंढरपूर, तुळजापूर, जेजुरी इ. धार्मिक पर्यटनस्थळी भारतातील अनेक लोक जातात. अष्टविनायक गणपती, बारा ज्योर्तिलिंगे इ. धार्मिक स्थळी एकाच टूरमध्ये जाणारे अनेक

पर्यटक आहेत. चीन व जपानमधील लोकही त्यांच्या धार्मिक पर्यटनस्थळांना दर वर्षी भेटी देतात. नेपाळी लोक दर वर्षी पॅगोडाला जातात.

धार्मिक पर्यटन हे समूह पर्यटन आहे. २५-३० लोकांचा ग्रूप बनवून लोक पर्यटनाला जातात. जगातील सर्वांत प्रसिद्ध धार्मिक पर्यटनस्थळे आहेत. जेरुसलेम, मक्का, वाराणसी इ. जगातील जवळजवळ ३ कोटी पर्यटक या धार्मिकस्थळांना दर वर्षी भेट देतात.

महाराष्ट्रात अनेक धार्मिकस्थळी यात्रा भरतात. तुळजापूरच्या देवीची यात्रा सप्तश्रृंगी देवीची यात्रा, शनिशिंगणापूर यात्रा, गजानन महाराजांच्या समाधीस्थळी यात्रा, नाशिकचा कुंभमेळा अशा यात्रेच्या निमित्ताने लाखो पर्यटक तेथे येतात व आजूबाजूच्या धार्मिक पर्यटनस्थळांनापण जातात.

ब) सांस्कृतिक पर्यटन (Cultural Tourism)

प्रत्येक देशाची व तेथील नागरिकांची एक संस्कृती असते. प्रत्येक देशाची प्रतिष्ठा त्या देशातील सांस्कृतिक घटकांवर अवलंबून असते. अनेक देशाच्या सांस्कृतिक वैभवाची ख्याती जगभर असते त्यामुळे समृद्ध सांस्कृतिक ठेवा असणाऱ्या देशात जाऊन ते पाहणे, त्याचा अभ्यास करणे हा अनेक पर्यटकांचा हेतू असतो. देशाच्या सांस्कृतिक वैभवात देशातील नृत्य, गायन परंपरा, वास्तुवैभव शिल्पकला, प्रतित करणारी मंदिरे; वास्तू, कला व संस्कृती प्रदर्शित करणारी संग्रहालये व आर्ट गॅलरीज इत्यादींचा समावेश होतो. अनेक परदेशी पर्यटकांना या सगळ्याबद्दल कुतूहल असते. जगातील काही स्थळांची जागतिक वारसा यादीत गणना झाल्याने तेथे भेट देण्यास पर्यटक उत्सुक असतात. मलेशिया येथील पुत्रजया येथे अत्यंत उत्तम वास्तुशैलीत बांधलेल्या शासकीय इमारती आहेत. तेथे अनेक परदेशी पर्यटक येतात. इजिप्तचे पिरॅमिड, व्हॅटिकन येथील सेंट पीटर चर्च, व्हॅटिकन राजवाडा, पेरू येथील माचुपुचू, आग्र्याचा ताजमहाल इ. ठिकाणी लाखो पर्यटक दर वर्षी जातात. भारतात तर प्रत्येक राज्यात सांस्कृतिक पर्यटनस्थळे आहेत. दिल्ली येथील लाल किल्ला, कुतुबमिनार, इंडिया गेट, कोलकाता येथील इंडियन म्यूझियम, हैदराबादचे सालारजंग म्यूझियम, राजस्थानातील दिलवाडा मंदिरे, मध्यप्रदेशातील खजुराओ मंदिरे, विजापूरचा गोलघुमट इ. ठिकाणी सांस्कृतिक ठेवा असल्याने पर्यटक जातात.

केवळ सांस्कृतिक वारसा बघणे एवढाच हेतू नसून काही पर्यटक तर संस्कृतीचा, सांस्कृतिक वारसास्थळांचा ऐतिहासिक स्मारकांचा, नृत्यगायन परंपरेचा, लोककलांचा, शिल्पकलेचा इ.चा अभ्यास करण्यासाठी; संशोधन करण्यासाठी म्हणूनही देशातल्या व परदेशातल्या सांस्कृतिक स्थळांना भेटी देतात. देशादेशातील रूढी, परंपरा, रीतीरिवाज, सण, उत्सव यांचा अभ्यास करून व त्यामागची कारणे जाणून घेण्याची जिज्ञासाही काही

पर्यटकांमध्ये असते. त्यासाठी ते 'सांस्कृतिक पर्यटन' करतात.

भारतासारख्या देशात हस्तकलेच्या अनेक वस्तू विविध राज्यात तयार होतात. उदा. कटकचे चांदीवरील कोरीव काम, आंध्रप्रदेशातील बिद्री काम, राजस्थानातील संगमरवरावरील कोरीव काम, उत्तर प्रदेशातील मातीची कलात्मक भांडी इ. वस्तू कशा बनवतात ते शिकण्यासाठी, पाहण्यासाठी, त्याचा सखोल अभ्यास करण्यासाठीसुद्धा काही पर्यटक अशा ठिकाणी जातात.

क) उद्योग-व्यवसायासाठी पर्यटन (Business Tourism)

पूर्वीच्या काळी लोक आपल्या देशातील वस्तू विकण्यासाठी म्हणून दुसऱ्या देशात जात. 'व्यापार' हा पर्यटनाचा हेतू असे. आता त्यात थोडे बदल झाले आहेत. जागतिकीकरणामुळे जगातील देशांमध्ये उद्योग-व्यवसायाचीपण देवाणघेवाण सुरू झाली आहे. त्यामुळे उद्योग व्यवसायाच्या निमित्ताने लोक परदेशी जाऊ लागले आहेत. परदेशातील नवीन उत्पादने, त्यांचा अभ्यास करणे, स्वतःच्या उत्पादनाचे मार्केटिंग करणे, नवीन मार्केटिंग तंत्रे शिकणे इ. उद्देशाने पर्यटन करतात. यात केवळ स्वतःचा उद्योग-व्यवसाय वाढावा हाच हेतू असतो. उद्योग-व्यवसायाशी संबंधित परिषदा, चर्चासत्रे, कार्यशाळा, मिटिंग्ज, व्यापारमेळे, (Trade Fair), उद्योगविस्ताराबाबत चर्चा करणे इ. साठी परदेशी जातात. अनेक उद्योजकांनी परदेशात आपल्या उद्योगाच्या शाखांचा विस्तार केलाय. त्यानिमित्ताने ते दुसऱ्या देशात जातात. देशांतर्गतही शाखांचा विस्तार केला आहे. हे उद्योजक जेव्हा उद्योग-व्यवसायाच्या निमित्ताने नवीन शहरात जातात तेव्हा ते आजूबाजूच्या पर्यटनस्थळांनापण जातात.

जागतिकीकरणामुळे जगातील सर्व उद्योजकांना एकमेकांच्या उत्पादनाची ओळख व्हावी, व्यापार वाढावा या उद्देशाने अनेक देशात प्रदर्शने व जत्रा (Fair) भरवतात. त्यात सहभागी होण्यासाठी अनेक उद्योजक देश-विदेशात जातात व पर्यटनही करून येतात. उदा. वर्ल्ड गोल्ड कौन्सिलतर्फे बेल्जियम येथे सोन्याच्या दागिन्यांचे प्रदर्शन भरते. जर्मनीला 'ऑटो एक्स्पो' म्हणजे मोटारगाड्यांचे प्रदर्शन भरते, दिल्लीला दर वर्षी कारखान्यातील मालाचे प्रदर्शन (Industrial Exhibition) भरते. त्यानिमित्ताने अनेक उद्योजक नवीन शहरांना भेटी देतात.

ड) हिल स्टेशन पर्यटन (Hill Station Tourism)

उष्ण कटिबंधीय पट्ट्यातील देशांमध्ये उन्हाळ्याचे तापमान खूप जास्त असते. त्यामुळे उन्हाळ्याला कंटाळून लोक थंड व आल्हाददायी हवामान असणाऱ्या हिल स्टेशनला जातात. हिल स्टेशनला पावसाचे प्रमाण जास्त असल्याने भरपूर झाडी असते.

तसेच समुद्रसपाटीपासून जास्त उंची असल्याने तापमान कमी असते, त्यामुळे उन्हाळ्यातही हवेत थंडावा असतो व वातावरण प्रसन्न असते. त्यामुळे पर्यटक आनंदाने राहतात. उदा. सिमला, कुलू-मनाली, मसुरी, नैनिताल, राणीखेत, दार्जिलिंग इत्यादी उत्तर भारतातील थंड हवेची ठिकाणे हिलस्टेशन पर्यटनस्थळे आहेत.

इ) ऐतिहासिक पर्यटन (Historical Tourism)

काही पर्यटकांना इतिहासाबद्दल खूप कुतूहल असते. त्यामुळे ऐतिहासिक ठिकाणांना भेटी देण्यास त्यांना आवडते. त्यामुळे ऐतिहासिक पर्यटनस्थळांचा विकास झाला आहे. या पर्यटकांचा मूळ हेतू ऐतिहासिक स्मारके, राजवाडे, किल्ले, गढ्या, महाल, शहरे इ. ना भेटी देऊन तेथील इतिहास जाणून घेणे किंवा इतिहासात वाचलेल्या घटना जेथे घडल्या त्या ठिकाणांना भेट देणे हा असतो. प्रत्येक देशाचा, शहराचा इतिहास असतो व त्याच्या खुणा तेथे असतात. त्यासाठी पर्यटक ऐतिहासिक स्थळी जातात. रोमन साम्राज्य अत्यंत समृद्ध होते, खूप सुबत्ता होती. त्यामुळे तेथे भव्य स्टेडियम, पुतळे, कारंजी आहेत. त्यामुळे रोम शहर इतिहासप्रेमींसाठी खूप आवडते पर्यटनस्थळ आहे. संपूर्ण युरोप खंडातील विविध देशात चर्च, कॅथेड्रल, किल्ले, राजवाडे इ. बघण्यासाठी जगभरातून पर्यटक येतात. दुसऱ्या महायुद्धात झालेल्या लढायांची ठिकाणे बघायला पर्यटक जर्मनीत व रशियात जातात. रशियातील मॉस्को शहरालापण मोठा इतिहास आहे. महाराष्ट्रात शिवाजी महाराजांनी बांधलेले अनेक किल्ले म्हणजे इतिहासाच्या पाऊलखुणाच आहेत. ते किल्ले इतिहासातील अनेक घटनांची आठवण करून देतात. विशालगड, प्रतापगड, पन्हाळा, रायगड, राजगड, शिवनेरी, रोहिश्वर इ. ठिकाणी शिवाजी महाराजांच्या आयुष्यातील अनेक प्रसंगाच्या आठवणी जागृत होतात. इतिहासप्रेमी अशा ठिकाणी जाऊन इतिहासाच्या स्मृती जागवतात.

ई) मनोरंजन पर्यटन (Recreation Tourism)

आजच्या घड्याळाच्या काट्यावर चालणाऱ्या जगात ताणतणाव वाढत आहेत व त्यामुळे मधुमेह, हार्ट अटॅक इ. रोगांना आमंत्रण मिळत आहे. त्यामुळे व्यस्त जीवनातून थोडा बदल व थोडा आराम मिळावा या हेतूने मनोरंजनाच्या सुविधा असणाऱ्या पर्यटनस्थळी अनेक पर्यटक जातात. कोणतेही ऐतिहासिक, सांस्कृतिक वारसा जपणारे किंवा निसर्गसौंदर्याचे ठिकाण बघण्याचा त्यांचा हेतू नसतो केवळ मनोरंजन करून चिंतामुक्त होणे एवढाच हेतू असतो. त्यामुळे काही पर्यटनस्थळे केवळ मनोरंजनाच्या हेतूनेच विकसित झाली आहेत. तेथे वॉटर पार्क, वॉटर गेम्स, थीम पार्कमध्ये वेगवेगळ्या राईड्स, गेम शोज, थ्रील राईड्स इ. असते. संपूर्ण कुटुबीयांसमवेत येथे पर्यटक रमतात; कारण मुलांसाठी

चिल्ड्रेन राईड, संपूर्ण कुटुंबासाठी फॅमिली राईट, साहस अनुभवण्यासाठी थ्रील राईड, थ्रीडी शोज, वॉटर राईट इ. असतात. त्यामुळे पर्यटक भान हरपून आनंद घेतात व तणावविरहित वातावरणात वावरतात. उदा. संयुक्त संस्थानातील फ्लोरिडा राज्यातील डिस्नीलँड येथे लोक मनोरंजनासाठी येतात. डिस्नीलँड पूर्ण व्यवस्थित बघण्यासाठी व सगळे शोज व राईड्स अनुभवण्यासाठी तीन-चार दिवस लागतात.

आता डिस्नीलँडसारखे थीम पार्क जपान, फ्रान्स येथेही विकसित केले आहेत. संयुक्त संस्थानातील लास व्हेगास हे पर्यटनस्थळ तर 'मनोरंजनाची नगरी' म्हणूनच प्रसिद्ध आहे. येथे पर्यटकांचे पुरेपूर मनोरंजन होते. येथे अनेक हॉटेल्स आहेत व हॉटेलमध्ये कॅसिनो मशिन्स आहेत व प्रत्येक हॉटेलमध्ये वेगवेगळे शोज आहेत. कुठे चाचा लोकांचे युद्ध तर कुठे ज्वालामुखीचा उद्रेक, तर कुठे संगीताच्या तालावर व रंगीबेरंगी लाईटने सजलेली कारंजी तर कुठे ऐतिहासिक शोज इ. येथील सर्व हॉटेल्स आधुनिक वास्तुकलेवर आधारित व प्रेक्षणीय आहेत. त्यामुळे हॉटेल्स बघणे, शोज बघणे, जुगार खेळणे, मद्यप्राशन करणे यातच प्रेक्षक स्वतःला रमवतात व चिंतामुक्त होतात.

उ) अभ्यास पर्यटन (Study Tourism)

काही पर्यटक एखाद्या विशिष्ट विषयाचा अभ्यास करण्यासाठी, संशोधन करण्यासाठी विविध ठिकाणी जातात. तेथे अभ्यासू वृत्तीने जाण्याचा त्यांचा हेतू असल्याने ते तेवढ्याच दृष्टिकोनातून त्या पर्यटनस्थळाकडे बघतात. उदा. आसाममधील भरपूर जैवविविधता असणाऱ्या काझिरंगा अभयारण्यात लोक वन्यप्राणी, विशेषतः एकशिंगी गेंडे व दाट जंगलात हत्तीवरून फिरण्यासाठी जातात. परंतु तेथे काही वनस्पती शास्त्रज्ञ झाडांचा, फुलांचा, फुलपाखरांचा अभ्यास करण्यासाठी जातात. तर काही पर्यटक एकशिंगी गेंड्यांच्या जीवनाचा अभ्यास करण्यासाठी जातात; सह्याद्रीच्या रांगांमध्ये नद्या, झरे, धबधबे, डोंगर, किल्ले इत्यादीची मजा लुटण्यासाठी अनेक पर्यटक जातात; पण काही भूगोलतज्ज्ञ, भूगर्भशास्त्रज्ञ तेथील खडक, माती, पाऊस इ. चा अभ्यास करण्यासाठी तेथे जातात. कोकणकिनारा जरी पर्यटनासाठी प्रसिद्ध असला तरीसुद्धा किनाऱ्याची धूप व संचयन यामुळे तयार झालेले भूप्रकार व त्यांचा सखोल अभ्यास करण्यासाठी अनेक पर्यटक तेथे जातात.

ऊ) सण आणि उत्सव यांच्याशी संबंधित पर्यटन (Festivals and Fair based Tourism)

माणूस हा समाजप्रिय प्राणी आहे. समाजात अनेक लोक एकत्र येऊन सणवार साजरे करतात व जत्रा भरवतात. तेथे मनोरंजनही होते व लोकांना एकत्र येऊन भेटायला मिळते. बऱ्याच पर्यटकांना सणवार साजरीकरण किंवा जत्रेतला आनंद लुटायचा असतो.

बऱ्याच देशात महोत्सव आयोजित करतात तेथे त्याबद्दल आवड असणारे अनेक पर्यटक आवर्जून जातात. उदा. भारतात राजस्थानातील नगौर येथे जनावरांची जत्रा भरते. गाय, बैल, घोडा, उंट इ. जनावरे तेथे विकायला असतात. देशभरातील लोक ते खरेदी करण्यासाठी तेथे जमतात. महाराष्ट्राचा गणेशोत्सव जगभर प्रसिद्ध आहे. अनेक भारतीय व परदेशातील पर्यटक गणेशोत्सवाच्या दहा दिवसात पुण्यात येतात, रात्रीची आरास बघतात, शेवटच्या दिवशी ढोलताशा, लेझीमच्या गजरात निघणारी मिरवणूक बघतात व त्याचा आनंद घेतात. त्या आनंदसोहळ्यात रममाण होतात. सिक्कीमची राजधानी गंगटोक येथे एप्रिल व मे महिन्यात 'इंटरनॅशनल फ्लॉवर फेस्टिव्हल' भरतो. त्यात ऑर्किडच्या ५०० वेगवेगळ्या जातींची, रंगाची फुले बघायला मिळतात. त्यासाठी अनेक देशी व परदेशी पर्यटक या मोसमात गंगटोकला येतात.

परदेशातसुद्धा विविध उत्सव, सण साजरे करतात. युरोपातील स्पेनमध्ये ऑगस्टच्या शेवटच्या बुधवारी 'ला टोमॅटिंनो' हा उत्सव साजरा करतात. लोक टोमॅटो फोडून एकमेकांना मारतात व रस्त्यावर टोमॅटोच्या रसाची नदी वाहते. टोमॅटो अंगावर फेकून मारण्याची ही मजेची फाईट असते. जवळपास दीड लाख टन टोमॅटो या खेळासाठी वापरतात. जगभरातून लोक येथे मजा लुटण्यास येतात. या उत्सवाची ख्याती इतकी वाढलीय की, आता जगातील दुसऱ्या काही देशांमध्ये याची सुरुवात झाली आहे. चीनमध्ये आईस व स्नो फेस्टिव्हल असतो, तेथे जगभरातले लोक बर्फावर कोरून बर्फाची शिल्पे बनवतात; तसेच त्या शिल्पांना रंगीत लाईटने सजवतात. रशियात व्हाईट नाईट फेस्टिव्हलला रशियन कलाकार बॅले, ऑपेरा, संगीताचे कार्यक्रम सादर करतात; तसेच जगातील इतर देशातील कलाकारही आपली कला सादर करायला तेथे येतात. जगातील सर्वांत प्रसिद्ध व मोठा उत्सव ब्राझील येथील रिओ दी जानेरिओ शहरातील कार्निव्हल. तेथे रस्त्यावरची परेड व डेकोरेशन बघण्यासाठी दररोज २० लाख लोक येतात. त्यात अनेक 'परदेशी पर्यटक' असतात.

ए) विशिष्ट जमातीचा अभ्यास करण्यासाठी पर्यटन (Tourism to Study Particular Tribe)

जगातील अनेक देशात आदिवासी लोक आजही डोंगराळ किंवा टेकड्यांच्या भागात, फारसे अनुकूल पर्यावरणाचे घटक नसलेल्या भागात राहतात. ते इतरांपासून विशेषत: शहरी जीवनापासून दूर व अलिप्त असतात. त्यांची जीवनपद्धती पूर्णपणे वेगळी व निसर्गाशी संबंधित असते. म्हणजे ते निसर्गावर अवलंबून असतात; पण निसर्गाला ओरबाडून न घेता निसर्गाची काळजीपण घेतात. निसर्ग आपल्या एकट्यासाठी नसून तो सर्वांसाठी आहे ही त्यांची भावना असते. त्यांच्या हस्तकलेच्या वस्तू, त्यांचे संगीत,

नृत्य इ. खूपच भिन्न असते. देशात राहून देशापेक्षा वेगळी संस्कृती जपण्याकडे त्यांचा कल असतो. त्यांच्या रीती, परंपरा भिन्न असतात.

या अशा आगळ्यावेगळ्या आदिवासी जमातीच्या संस्कृतीचा अभ्यास करण्यासाठी अनेक देशी व परदेशी पर्यटक आदिवासी भागात जाऊन राहतात. आजूबाजूच्या जंगलात फिरतात. वन्यजीवन, पक्षीजीवन, त्यांचे विशिष्ट खाद्यपदार्थ यांचा आनंद लुटतात. आदिवासी जमाती पूर्णपणे निसर्गात राहत असल्याने तेथे वायू, जल किंवा ध्वनिप्रदूषण नसते. शांत वातावरण असते. त्यामुळे पर्यटक तेथील शुद्ध वातावरणात, तणावरहित जीवनाचा आनंद लुटतात. त्यांची गाणी व लोकनृत्य यामुळे पर्यटकांचे मनोरंजनही होते. आफ्रिकेतील केनिया, युगांडा, टांझानिया इ. देशात अनेक पर्यटक जाऊन राहतात व वन्यजीवनाचा आनंद घेतात. त्यांच्या संगीत व नृत्यकलेचा अभ्यास करण्यासाठी काही पर्यटक उत्सुक असतात. भारतात ठाणे जिल्ह्यातील वारली, मध्यप्रदेशातील भिल्ल, बिहारमधील संथाल, पुणे जिल्ह्यातील महादेव कोळी इ. जमातींबद्दल कुतूहल असल्याने पर्यटक त्यांच्या जीवनपद्धतीचा अभ्यास करतात.

आदिवासी घराघरात कला-कौशल्याने अनेक सुंदर वस्तू बनवतात. प्रत्येक वस्तू हाताने बनलेली व आगळीवेगळी असते. कापडावरील पेंटिंग, मातीची भांडी, बांबूचे वॉल हँगिंग्ज्, रॅक, इ. लाकडावर कोरीव काम करून बनवलेल्या शोभेच्या वस्तू, वेगवेगळ्या मुठी असलेल्या काठ्या इ. भारतातील वारली पेंटिंग्ज, मणिपुरी शाली, चादरी, त्रिपुरातील बांबूच्या चटया, टोपल्या, वॉल हॅगिंग्ज्, बॉक्सेस इ. कसे तयार करतात, त्याचा इतिहास काय आहे, त्यात आधुनिक काळात बदल झाले आहेत का? इ. चा अभ्यास करण्यासाठी काही पर्यटक आदिवासी भागात मुद्दाम जातात व आजूबाजूच्या प्रदेशातही पर्यटनाला जातात. दक्षिण अमेरिकेतील अमेरिड जमातीचे लोक रंगीबेरंगी वस्त्रे विणतात, चीनमधील आदिवासी मातीची भांडी बनवतात. प्रत्येक देशातील आदिवासी अशा कलात्मक वस्तू बनवतात.

७) पर्यटनाचे नवीन व अलीकडेच सुरू झालेले प्रकार (Recently developed new types of Tourism)

अ) ग्रामीण पर्यटन (Rural Tourism)

विकसित देशात झालेल्या शहरीकरणामुळे शहरातील गतिमान व धकाधकीच्या जीवनाला कंटाळून चार दिवस ग्रामीण भागात शांततेने घालवण्याच्या हेतूने ग्रामीण पर्यटनाचा विकास झाला. इंग्लडमध्ये असे आढळले की, जवळजवळ ८० टक्के लोक ग्रामीण भागात एकदातरी पर्यटनाला गेले आहेत.

ग्रामीण भागात खालील आकर्षणामुळे लोक पर्यटनाला जातात -

१) नदी, सरोवरे, जंगल, झरे, धबधबे, डोंगर इ. निसर्ग अनुभवण्यासाठी.

२) सांस्कृतिक घटक म्हणजे आदिवासींची लोकगीते, लोकनृत्य अनुभवण्यासाठी.

३) ग्रामीण वातावरणात शांतता व आराम मिळविण्यासाठी.

४) ग्रामीण भागात भरपूर झाडी असल्याने स्वच्छ व ताजी हवा मिळविण्यासाठी.

५) बोटीतून फिरणे, नदीत मासे पकडणे, बैलगाडीत फिरणे, निसर्गात फिरायला जाणे इ. आकर्षणासाठी.

६) विकसित देशात बऱ्याच लोकांनी त्यांचे दुसरे घर (Second Home) ग्रामीण भागात घेतले आहे, त्यामुळे तेथे ते रहायला जातात.

ब) कृषी पर्यटन (Agri Tourism)

कृषी पर्यटनाची संकल्पना नवी आहे. कृषी पर्यटनाचा विकास इंग्लड व अमेरिकेत प्रथम झाला. त्यामध्ये शेतात जाऊन स्वत:साठी फळे किंवा भाज्या काढणे, मध किंवा मधाची चव बघणे, मध कसे तयार करतात ते बघणे, घोडेस्वारी करणे, शेतातील पिके कशी येतात, त्यांची काळजी कशी घेतात, तोडणी कशी करतात इ. बघण्यात लहान मुलांना व मोठ्यांनाही आनंद मिळतो. शहरातील लोकांना खेड्यातील शेतकऱ्यांशी संवाद साधण्यात, मुलांना शेतात नेऊन आपण जे रोज अन्न खातो ते कसे उगवते; ते दाखवण्यात आनंद मिळतो. झाडावर लागलेली सफरचंदे, आंबा, संत्री, द्राक्षे इ. फळे स्वत:च्या हाताने तोडून खाण्यात मुलांना मजा येते. अशा प्रकारचे कृषी पर्यटन ऑस्ट्रेलिया, कॅनडा, संयुक्त संस्थाने, फिलिपाईन्स व भारतातही विकसित झाले आहे. या देशांमध्ये स्ट्रॉबेरी फेस्टिव्हल, ग्रेपव्हिनेयार्ड फेस्टिव्हल आयोजित करतात. जेथे लोक प्रवेश फी भरून शेतात जातात व मनसोक्त स्ट्रॉबेरी किंवा द्राक्षे खातात. फळांच्या हंगामात याचे आयोजन करतात.

महाराष्ट्रात कृषी पर्यटनाचा विकास पुणे जिल्ह्यातील बारामती तालुक्यात; तसेच शिरूर तालुक्यातील मोराची चिंचोली येथे झाला आहे. बारामती तालुक्यात काही शेतकऱ्यांनी एकत्र येऊन, मावळ ग्रुप स्थापन करून, ॲग्रो टुरिझमचा विकास केला आहे. पवना धरणाजवळ छोटे हॉलिडे रिसॉर्ट्स बांधले आहेत. लोक तेथे ३-४ दिवस रहायला येतात. पवना नदीत मासे पकडणे, पवना धरणाच्या पाण्यात बोटींग करणे, आसपासचे किल्ले, जंगले, देवळे इ. ठिकाणी पर्यटनाला जाणे, बैलगाडीत फिरणे, ग्रामीण भोजनाचा व खाद्यपदार्थांचा आस्वाद घेणे इ. प्रकारे पर्यटनाची मजा लुटतात.

शिरूर तालुक्यातील मोराची चिंचोली हे छोटेसे खेडे आहे. त्या खेड्याच्या लोकसंख्येपेक्षा जास्त म्हणजे ३००० मोर तेथे आहेत; त्यामुळे त्या खेड्याचे नाव 'मोराची

चिंचोली' पडले आहे. येथे मोर सर्वत्र वावरतात. बरेच मोर झाडावर बसलेले असतात. काही पिसारा फुलवून नाचतात. नैसर्गिक वातावरणातील मोर बघणे, झाडांना दोऱ्या बांधून तयार केलेल्या झोपाळ्यावर बसणे, बैलगाडीत फिरणे यामध्ये पर्यटक रमतात.

काही शेतकऱ्यांनी २०१४ साली कृषी पर्यटनाचा एक भाग म्हणून 'भातलावणी शिबीर' असा नवा फंडा राबवला. लहान मुलांना पारंपरिक शेतीची पद्धत कळावी आणि मोठ्यांना शेतात राबवण्याचा अनुभव देता यावा, या उद्देशाने भातलावणी शिबिरे सुरू झाली आहेत. फेसबुक व इतर सोशल नेटवर्किंग साईटवर भातलावणीचे अनुभव कथन करणारे लेख व फोटो टाकायला सुरुवात केली आहे. भाताची रोपे प्रथम नर्सरीत वाढवतात व नंतर त्याची अंतराअंतरावर लावणी करतात, त्याला 'भातलावणी' म्हणतात. भातलावणीच्या कामात शेतकऱ्याबरोबर काम करून पर्यटक चिखलमातीशी तुटलेली नाळ जोडण्याचा प्रयत्न करतात. प्रत्येकजण त्याच्या शारीरिक व मानसिक क्षमतेनुसार भात लावणी करतो. शेतातले काम झाल्यावर पर्यटकांना भातलावणीची प्रक्रिया, शेतीतील नवनवे प्रयोग, खताबाबत सोप्या शब्दांत माहिती दिली जाते.

पुणे जिल्ह्यातील मुळशी, पौड, ताम्हिणी घाट भागातील तसेच सिंहगड पायथा, वेल्हे-भोर या भागातील शेतकऱ्यांनी पर्यटनासाठी भातलावणीचे उपक्रम सुरू केले आहेत. कॉलेजमधील उत्साही तरुणांना, लहान मुलांना शेत दाखवण्यासाठी मुलांसह पालक तेथे जात आहेत. काही कॉर्पोरेट व आय. टी. कंपन्यातील कर्मचारीसुद्धा 'टीम बिल्डिंगचा' अनुभव घेण्यासाठी भातलावणीच्या उपक्रमात सहभागी होत आहेत. धबधब्याच्या ठिकाणी झालेला पर्यटनाचा अतिरेक, पर्यटनस्थळी होणाऱ्या दारूपार्ट्या, कारमध्ये मोठमोठ्याने गाणी लावून, तोकड्या कपड्यात नाचणाऱ्या बेशिस्त पर्यटकांमुळे कौटुंबिक पर्यटन व शांतताप्रिय पर्यटन आवडणारी मंडळी सध्या शांत व निवांत पर्यटनस्थळांच्या शोधात आहेत. त्यामुळे भातलावणी पर्यटनाचा उपक्रम यशस्वी ठरत आहे.

परदेशात शेतीबरोबरच कृषी पर्यटन हा उद्योग केला जातो, तो अनेक शेतकऱ्यांचा जोडधंदाच असतो. अमेरिकेतील संयुक्त संस्थानात कृषी पर्यटनाला 'व्हेकेशन फार्म' म्हणतात. सर्वत्र शेतीच्या उद्योगाबरोबरच पर्यटनालाही महत्त्व दिले जाते. तेथे शेतीच्या जागेच्या कोपऱ्यात छोट्या छोट्या खोल्या बांधलेल्या असतात; तेथे पर्यटक राहतात. तेथे फक्त ब्रेड व ब्रेकफास्ट एवढीच सोय असते. ऑस्ट्रिया देशात जगातील सर्वांत जास्त कृषी पर्यटन चालते. तेथे जवळजवळ ३०,००० शेतांमध्ये १ लाखांपेक्षा जास्त गेस्ट रूम आहेत. अशा प्रकारे पर्यटन व शेती हे दोन्ही व्यवसाय एकाचवेळी करण्यामागे शेतीत नुकसान झाल्यास पर्यटनात भरून निघावे; शेतकऱ्याचे वार्षिक उत्पन्न वाढावे; आजूबाजूच्या परिसरातील नैसर्गिक संपत्ती म्हणजे जंगल, डोंगर, नद्या, धबधबे यांचा

पुरेपूर वापर व्हावा; तसेच पर्यटकांशी संवादाची, विचारांची देवाणघेवाण व्हावी हाच मुख्य हेतू असतो. बऱ्याच देशात कृषी पर्यटन वाढवण्यासाठी सरकारकडून पाठिंबा मिळतो.

क) शहरी पर्यटन (City Tourism)

शहरी पर्यटनाची सुरुवात १९८० सालापासून झाली. प्रथम ऐतिहासिक शहरे पर्यटनासाठी प्रसिद्ध झाली. पॅरिस, लंडन, न्यूयॉर्क तसेच भारतातील दिल्ली, आग्रा, ग्वाल्हेर, इंदौर, मसुरी, मथुरा इ. शहरे जगात ऐतिहासिक शहरे म्हणून पर्यटकांना माहीत झाली. १९८० पासून या शहरांकडे पर्यटनातून उत्पन्न देणारी शहरे म्हणून बघितले गेले. त्यामुळे पर्यटनप्रेमी असे शहराचे स्वरूप बनवण्याचे प्रयत्न केले गेले. पर्यटनासाठी या शहराचा विकास करण्यात येण्याचा मुख्य उद्देश नोकरीच्या संधी वाढवणे व पैसे कमावणे हाच होता.

त्यानंतर १९९० पासून काही शहरे पर्यटकांना विशेष आकर्षण वाटावे म्हणून जाणीवपूर्वक विकसित करण्यात आली. त्यामध्ये करमणूक, आराम, नाईट लाईफ, शॉपिंग, क्रीडास्पर्धा, उद्योग-व्यवसायाशी संबंधित प्रदर्शने, परिषदा इ. चा समावेश आहे. उदा. दुबई, द. कोरियातील सेऊल येथे लोक शॉपिंगसाठी जातात. पटाया व ॲमस्टरडॅम हे नाईट लाईफसाठी प्रसिद्ध आहेत. शारजा, दिल्ली, रिओ दि जानेरिओ, वेस्ट इंडीज बेटावरील शहरे क्रीडास्पर्धांसाठी पर्यटकांचे आकर्षण बनली आहेत. बाली बेट सांस्कृतिक पर्यटनासाठी प्रसिद्ध आहे. त्यामुळे जगातील वेगवेगळी शहरे 'शॉपिंग सिटी', 'सांस्कृतिक शहर', 'ऐतिहासिक शहर', 'मनोरंजन शहर', 'नाईट लाईफ सिटी', 'क्रीडास्पर्धा शहर' अशा नावाने देशांतर्गत तसेच आंतरराष्ट्रीय पर्यटनासाठी प्रसिद्ध झाली.

ड) उत्तम आरोग्यासाठी पर्यटन (Wellness Tourism)

आंतरराष्ट्रीय तसेच देशांतर्गत पर्यटनात आरोग्य पर्यटन खूप जलदगतीने वाढत आहे. यात वेगवेगळ्या देशातील किंवा देशाच्या वेगवेगळ्या भागातील व्यक्ती; आरोग्य चांगले राहावे यासाठी अशा ठिकाणी जातात. यामध्ये यासाठी देण्यात येणाऱ्या विशेष सेवांमध्ये शरीराचा मसाज, योगासने, प्राणायाम, विपश्यना, वजन घटवणे न्यूट्रिशन प्रोग्रॅम, स्पा ट्रीटमेंट, सोना बाथ, चेहऱ्याचा मसाज, बॉडी आणि माईंड प्रोग्रॅम इ. चा समावेश होतो. या विशेष सेवा प्रत्येक ठिकाणी उपलब्ध नसतात, म्हणून पर्यटक विशिष्ट ठिकाणी जाऊन त्याचा लाभ घेतात. यात शारीरिक तसेच मानसिक उपचारांचाही समावेश असतो.

अमेरिकेतील संयुक्त संस्थाने, जपान, फ्रान्स, जर्मनी व ऑस्ट्रिया इ. देशांमध्ये

जगातील ५० टक्के आरोग्य पर्यटनाचा विकास झाला आहे. २०१३ साली संयुक्त संस्थानाचा जगात आरोग्य पर्यटनासाठी प्रथम क्रमांक होता. गरम पाण्याच्या झऱ्यातील खनिजयुक्त पाण्यात स्नान करणे, सोना बाथ, वॉटर थेरपी, मड थेरपी, थालसो थेरपी इ. चा विकास जर्मनी, तुर्कस्थान, फ्रान्स इ. देशात झाला आहे. आग्नेय आशियाई देशात विशेषत: चीन, भारत, थायलंड येथे आयुर्वेदिक मसाज, पारंपरिक चायनीज मसाज, थाई मसाज, योगासने इ. चा विकास अनेक वर्षांपासून झालेला आहे; पण त्याला पर्यटकांकडून प्रतिसाद मात्र गेल्या दशकात प्राप्त झाला. विकसित देशातील अनेक पंचतारांकीत हॉटेलात वजन नियंत्रण कार्यक्रम, ताणतणावमुक्त कार्यक्रम, चिंतामुक्त कार्यक्रम इ. सोयी आहेत. काही हॉटेल्स आरोग्य पर्यटनासाठीच प्रसिद्ध आहेत. उदा. ट्रम्प वेलनेस हॉटेल, एम.जी.एम. ग्रॅन्ड हॉटेल इ.

भारतात आयुर्वेदिक ट्रीटमेंट, योगासने, विपश्यना, तणावमुक्त कार्यक्रम इ. कार्यक्रम राबवले जातात. देशातील तसेच परदेशातील नागरिक 'पंचकर्म' ही आयुर्वेदिक ट्रिटमेंट घेण्यासाठी केरळ राज्यात दरवर्षी जातात. भारतातील लोक लोणावळा येथील 'आत्मसंतुलन केंद्र' येथे मन:शांती मिळवण्यासाठी व ती कशी मिळवायची ते शिकण्यास जातात. इगतपुरी येथे मन:स्वास्थ्य मिळवण्यासाठी विपश्यना शिकण्यास विपश्यना केंद्रात जाऊन राहतात.

इ) वैद्यकीय पर्यटन (Medical Tourism)

वैद्यकीय पर्यटन म्हणजे वैद्यकीय उपचार घेण्यासाठी लोक दुसऱ्या देशात जातात व वैद्यकीय उपचार घेऊन पूर्ण बरे झाल्यावर ते आजूबाजूच्या प्रदेशात पर्यटनाला जातात. पूर्वी विकसनशील देशातील लोक उत्तम हॉस्पिटल व डॉक्टर उपलब्ध नसल्याने विकसित देशात जाऊन उपचार घेत. उदा. भारतातील लोक कॅन्सरवर उपचार घेण्यास अमेरिकेला जात. परंतु गेल्या १० वर्षांपासून लोकांचा कल विकसित देशांकडून विकसनशील देशांमध्ये वैद्यकीय पर्यटनाला जाण्यासाठी वाढला आहे. विकसित देशातून विकसनशील देशात वैद्यकीय पर्यटनासाठी जाण्याचा कल वाढण्याची कारणे पुढीलप्रमाणे -

अ) कमीतकमी खर्चात उपचार मिळणे.

ब) काही देशात काही वैद्यकीय उपचारांना कायद्याने मान्यता नाही; त्यामुळे जेथे मान्यता आहे तेथे लोक जातात. उदा. कृत्रिम गर्भधारणेला काही देशात बंदी आहे.

क) विकसनशील देशात अद्ययावत सुविधा व उच्चशिक्षित डॉक्टर उपलब्ध असणे.

ड) विकसनशील देशात आधुनिक सोयीसुविधा असलेली, प्रशस्त व स्वच्छ अशी मोठी हॉस्पिटल्स उपलब्ध असतात. उदा. सुपरस्पेशालिटी हॉस्पिटल्स.

इ) एका देशातून दुसऱ्या देशात जाण्यास सुलभ हवाई वाहतुकीची सोय.

ई) विकसनशील देशात देशांतर्गत वाहतुकीची साधने स्वस्तात उपलब्ध.

उ) विकसनशील देशात पेशंटबरोबर येणाऱ्या माणसाची जेवणाची, निवासाची तसेच प्रवासाची सेवा स्वस्तात उपलब्ध होते.

जॉर्डन देशाला 'मेडिकल डेस्टिनेशन ऑफ द इयर' हे ॲवॉर्ड २०१४ साली देऊन गौरवण्यात आले. तेथे २०१४ साली वैद्यकीय उपचारांसाठी अडीच लाख पेशंट्स व त्यांच्याबरोबर पाच लाख नातलग आल्याने देशाला १०० कोटी डॉलर उत्पन्न मिळाले. इस्राईल, इराण, द. आफ्रिका, ब्राझील, भारत, कोस्टारिका, मेक्सिको, हाँगकाँग, मलेशिया, द. कोरिया, सिंगापूर, थायलंड इ. देशात वैद्यकीय पर्यटनाचा विकास झाला आहे.

भारतात तर वैद्यकीय पर्यटनाचा विकास झपाट्याने होत आहे. सौदी अरेबिया, इराण, इराक, युरोप, रशिया येथून वैद्यकीय पर्यटनासाठी लोक मोठ्या संख्येने भारतात रोज येत आहेत. बायपास सर्जरी, हृदयरोपण शस्त्रक्रिया, मेंदूच्या शस्त्रक्रिया, पाठीच्या कण्याच्या शस्त्रक्रिया, गुडघेरोपण शस्त्रक्रिया, कृत्रिम दंतरोपण, प्लॅस्टिक सर्जरी इ. शस्त्रक्रिया भारतातील अद्ययावत सुविधांनी युक्त हॉस्पिटल्समध्ये कमी दरात केल्या जातात. भारतात हार्ट सर्जरी करण्यासाठी विमान भाडे, ऑपरेशनचा खर्च व राहण्याचा खर्च इ. सर्व मिळून ६००० अमेरिकन डॉलर्स इतका खर्च येतो; पण अमेरिकेत याच सर्जरीला ३०,००० डॉलर्स खर्च येतो. २००८ साली भारतातील मुंबई, चेन्नई, कोलकाता, बंगळुरू, हैदराबाद इ. शहरात दीड लाख लोकांनी वैद्यकीय उपचार घेतले तर २०१२ साली ही संख्या साठेआठ लाख झाली होती.

भारतात वैद्यकीय पर्यटनाच्या विकासासाठी सरकारतर्फे प्रोत्साहन व सुविधा पुरवल्या जात आहेत. पायाभूत सुविधांचा विकास केला जात आहे. वैद्यकीय पर्यटनासाठी येणाऱ्या पर्यटकांना व्हिसा मिळण्यात अडचणी येऊ नयेत म्हणून व्हिसाच्या जाचक अटी रद्द केल्या आहेत. काही देशातील लोकांना भारतात आल्यावर वैद्यकीय पर्यटनासाठी व्हिसा दिला जातो (Visa on Arrival), नोयडा येथे वैद्यकीय पर्यटनाला आलेल्या लोकांना भाषेची अडचण भासू नये म्हणून हॉस्पिटल्समध्ये दुभाषिक (Language Translator) आहेत; त्यामुळे आफ्रिका व रशिया यांसारख्या देशांतील लोकांची सोय झाली आहे. भारतातील चेन्नई शहर भारताच्या 'वैद्यकीय पर्यटनाची राजधानी' मानतात. येथील हॉस्पिटल्समध्ये दररोज १५० आंतरराष्ट्रीय पेशंट येतात. भारतातील एकूण वैद्यकीय पर्यटनासाठी येणाऱ्या आंतरराष्ट्रीय पेशंट्सपैकी ४५ टक्के पेशंट्स आणि ३० ते ४० टक्के देशांतर्गत पेशंट्स चेन्नईत येतात.

जेव्हा परदेशातील पेशंट्स उपचार घेण्यासाठी भारतात येतात तेव्हा त्यांच्यासोबत

एक किंवा दोन व्यक्ती असतातच; त्यामुळे वैद्यकीय उपचार करून तब्येत पूर्णपणे बरी झाल्यावर तो पेशंट, तसेच त्याच्यासोबतचे नातेवाईक आजूबाजूच्या प्रदेशात पर्यटनाला जातात. वाहतूक, अन्नपदार्थ, खरेदी, निवास इ. वर त्यांचे परकीय चलन खर्च करतात. मोठ्या ऑपरेशनसाठी एक एक महिना रहावे लागते; त्यामुळे त्यांचे नातेवाईकसुद्धा खर्च करतात. अशा प्रकारे भारताला परकीय चलन मिळते.

ई) लैंगिक पर्यटन (Sex Tourism)

लैंगिक पर्यटन म्हणजे पर्यटनस्थळी जाऊन वैश्यांशी शरीरसंबंध ठेवणे व लैंगिक सुख प्राप्त करणे. देशांतर्गत व आंतरराष्ट्रीय पर्यटकही यात सहभागी असतात. केवळ लैंगिक सुख प्राप्त करणे एवढाच त्यांचा पर्यटनाचा हेतू असतो. लैंगिक पर्यटन हा कोट्यवधी डॉलर्सचे चलन मिळवून देणारा व्यवसाय आहे. लैंगिक पर्यटनस्थळी मद्याची विक्री जास्त होत असते त्यामुळे त्यापासून सरकारला कराचे उत्पन्न लाभते, तसेच लैंगिक पर्यटनाला येणाऱ्या व्यक्ती भरपूर पैसे घेऊनच येतात व मद्य, जुगार व वेश्या यावर पैसे खर्च करतात, अत्यंत सुखकर सोयी असणाऱ्या महागड्या हॉटेलमध्ये राहतात. त्यामुळे हॉटेलचेही कराच्या रूपाने उत्पन्न सरकारला मिळते. लैंगिक पर्यटनाच्या विकासानंतर अनेक मार्गांनी कररूपाने पैसा सरकारला मिळत असल्याने अनेक देशात सेक्स पर्यटनाला बंदी न घालता चालना दिली जाते.

लैंगिक पर्यटनाची सुरुवात आग्नेय अशियात झाली व आजही आग्नेय अशियामधील थायलंड, नेपाळ, श्रीलंका, व्हिएतनाम, हाँगकाँग, बाली इ. देशात त्याचा खूप प्रसार झाला आहे. व्हिएतनाममध्ये याची सुरुवात झाली. व्हिएतनाममध्ये अमेरिकन सैन्य व्हिएतनाम युद्धाच्या छायेत होते. युद्ध चालू नसताना रिकाम्या वेळात मद्य, जुगार व वेश्या यांच्या साहाय्याने ते करमणूक करून घेत. त्यामुळे तेथे खूप वेश्या होत्या; पण व्हिएतनाम युद्ध संपल्यावर वेश्यांना काम राहिले नाही, कारण अमेरिकन सैनिक परत गेले. त्यामुळे १९७५ नंतर या वेश्यांनी वेश्यागृहे सुरू केली. जेथे मसाज पार्लर, सेक्स शोज, हेल्थ क्लब, योगा बार इ. नावाने वेश्याव्यवसाय चाले. त्यानंतर बँकॉक, व्हिएतनाम, फिलिपाईन्स इ. देशात तरुण मुलींना हॉटेलमध्ये वेटर, डान्सर, डिस्को बारमध्ये डान्स करायला बोलावले जाई व मुली ती कामे करत. या मुली व्हिएतनामधूनच येत.

अभ्यासांती असे आढळून येते की, पर्यटन व वेश्याव्यवसाय यांच्यात परस्परसंबंध आहे. १९९० पासून जर्मनी, नेदरलँड व इतर युरोपीय देशात तरुण मुलींना पर्यटनाच्या टुर पॅकेजबरोबरच पुरवले जाई. त्यामुळे १९९० नंतर युरोपातही लैंगिक पर्यटन सुरू झाले. नेदरलँडमधील ॲमस्टरडॅम आणि हॅम्बर्ग हे लैंगिक पर्यटनासाठी जगप्रसिद्ध आहे.

ॲमस्टरडॅमचा रेड लाईट एरिया पर्यटकांचे मोठे आकर्षण आहे. संयुक्त संस्थानातील नेवाडा राज्यातील 'लास व्हेगास' या 'मनोरंजनाची राजधानी' असलेल्या ठिकाणी कायद्याची मान्यता घेऊन क्लब्ज चालवतात.

भारतात लैंगिक पर्यटन विकसित झाले नव्हते पण गेल्या पाच-दहा वर्षांत परदेशी पर्यटकांकडून येणाऱ्या मागणीमुळे त्याचा विकास गोवा, जम्मू-काश्मीर, पश्चिम बंगालमधील दार्जिलिंग इ. पर्यटनस्थळी झाला आहे. केरळमधील बॅकवॉटरमध्ये हाऊसबोट्स भाड्याने देतात; तेथे देशांतर्गत व परदेशी पर्यटक मुलींना घेऊन हाऊसबोटींवर जातात व मोठ्या प्रमाणात लैंगिक पर्यटन हाऊसबोटींच्या साहाय्याने चालते. गोव्यात मोठ्या प्रमाणावर आंतरराष्ट्रीय पर्यटक येतात; त्यामुळे तेथे रेव्ह पार्ट्या, मसाज सेंटर यांच्या नावाखाली लैंगिक पर्यटन वाढत आहे. लैंगिक पर्यटनासाठी प्रसिद्ध गोव्याचा 'बिनाई बीच' आता पर्यटकांसाठी बंद केला आहे.

उ) आपत्ती पर्यटन (Disaster Tourism)

आपत्ती पर्यटन म्हणजे एखादी नैसर्गिक किंवा मानवा निर्मित आपत्ती आलेल्या ठिकाणी पर्यटनाला जाणे. काही लोकांना तेथे जाऊन आपत्तीमुळे काय नुकसान झाले, आज काय परिस्थिती आहे, याचा अभ्यास करायचा असतो. पत्रकारांना आपत्ती कशी घडली, त्याची सद्य:स्थिती व तेथील व्यक्ती यांच्या मुलाखती घेऊन सर्व प्रकार सखोल जाणून घ्यायचा असतो. त्यामुळे आता आपत्ती पर्यटन हा नवा प्रकार सुरू झाला आहे. उदा. त्सुनामीचा तडाखा बसलेले फुकेत किंवा अंदमान बेटे, कारगील युद्धभूमी, दहशतवाद्यांनी हल्ला केलेली टीन टॉवरची जागा, इजिप्तचे लक्झॉर, शेक-अल-शरिफ इ. बघायला अनेक पर्यटक जातात. २०१४ साली महाराष्ट्रातील माळीण गावी झालेल्या भूस्खलनामुळे संपूर्ण गाव गाडले गेले, ते बघण्यासाठी अनेक लोक जातात.

ऊ) डूम पर्यटन (Doom Tourism)

जगात काही पर्यटनस्थळे अशी आहेत की, ज्यांच्यावर हवामानातील बदलाचा, प्रदूषणाचा, ग्लोबल वॉर्मिंगचा परिणाम होत आहे व येत्या काही वर्षांत ती पर्यटनस्थळे नष्ट होण्याच्या मार्गावर आहेत; तर अशा पर्यटनस्थळी जाऊन ती पर्यटनस्थळे जोपर्यंत अस्तित्वात आहेत तोपर्यंतच त्यांना भेट देण्याचा लोकांचा कल वाढला आहे. त्यालाच 'डूम पर्यटन' म्हणतात. उदा. ऑस्ट्रेलियाच्या किनाऱ्याजवळील ग्रेट बॅरिअर रिफचा पाण्याच्या प्रदूषणामुळे व ग्लोबल वार्मिंगमुळे दिवसेंदिवस ऱ्हास होत आहे. ते नष्ट होण्यापूर्वी पाहण्यास पर्यटक गर्दी करत आहेत. हिमालयातील बर्फ अजून ५० वर्षांनी खूपच कमी झालेला असेल म्हणून जम्मू व काश्मीरच्या ट्रीप्स लोक मोठ्या संख्येने

करतात. ग्लोबल वॉर्मिंगमुळे बर्फ वितळून समुद्राच्या पाण्याची पातळी वाढत आहे; त्यामुळे लक्षद्विप, मालद्विप बेटे समुद्राखाली जाणार आहेत. त्यामुळे ती पाहण्यासाठी लोक मोठ्या संख्येने जातात.

ए) हेरिटेज पर्यटन (Heritage Tourism)

हेरिटेज पर्यटनाचा उद्देश ऐतिहासिकदृष्ट्या प्रसिद्ध असणाऱ्या, जेथे इतिहासातील अनेक घटना घडून गेल्या आहेत त्याबद्दल त्या ठिकाणी जाऊन इतिहास, घटना, त्यांची क्रमवारी व त्या काळातील घटनांची कल्पना करून त्या अनुभवणे हाच असतो. देशाची सांस्कृतिक वारसा जपणारी स्थळे असतात, तेथे संस्कृती व कला याबद्दल रुची असणारी माणसे पर्यटनाला जातात.

नॅशनल ट्रस्टने हेरिटेज पर्यटनाची व्याख्या केलीय, ती अशी 'एखाद्या वारसा जपणाऱ्या सांस्कृतिक स्थळी जाऊन तेथे घडलेल्या घटनांना कल्पनेने अनुभवणे, तेथील लोक व घडलेल्या कथा अनुभवणे म्हणजे 'हेरिटेज टुरिझम'. भारतात काही शहरात हेरिटेज वॉक सुरू केला आहे. गुजरातमध्ये अहमदाबाद शहरात हेरिटेज वॉक सुरू आहे. हेरिटेज वॉकमध्ये एखाद्या सांस्कृतिक वारसा जपणाऱ्या ठिकाणाची माहिती असणारी व्यक्ती किंवा गाईड त्या ठिकाणी नेऊन तेथे घडलेल्या घटना, गोष्टी, लोकांच्या सवयी, त्यांचे कर्तृत्व, त्यांच्या निवासाची ठिकाणे इ. दाखवतात, सांगतात. महाराष्ट्रातील पुणे शहरात दर रविवारी अशा हेरिटेज वॉकचे आयोजन केले जात होते. शनिवारवाडा, लाल महाल, पर्वती इ. ठिकाणी लोकांना नेऊन माहिती दिली जाते. कोचीनमध्ये ज्युईश हेरिटेज टुरचे आयोजन केले जाते. त्यात कोचीन शहरातील सिनगॉग, जुन्या ज्यू लोकांच्या इमारती, स्मारके, कबरस्ताने इ. ठिकाणी नेऊन तेथील माहिती दिली जाते.

हेरिटेज पर्यटनासाठी भारत संपूर्ण जगात प्रसिद्ध आहे. भारताचा उज्ज्वल इतिहास व सांस्कृतिक वारसा यामुळे जगातील लाखो लोक हेरिटेज पर्यटनासाठी भारतात दर वर्षी येतात. भारत सरकार तसेच पर्यटन व सांस्कृतिक विभागाचे मंत्रालय यांच्याकडून हेरिटेज पर्यटनासाठी सतत प्रोत्साहन दिले जाते व सांस्कृतिक वारसास्थळे जपण्याचा प्रयत्न केला जातो. भारतातील मदुराईसारख्या देवळांसाठीसुद्धा लाखो पर्यटक दर वर्षी भारतात येतात. भारताची राजधानी दिल्ली येथे दर वर्षी अनेक पर्यटक जातात, ते केवळ राजधानीचे शहर म्हणून नसून दिल्लीतील लाल किल्ला, कुतुबमिनार, जामा मशीद, हुमायुनची कबर, तुघलकबाद किल्ला इ. बघण्यासाठी.

ऐ) इको पर्यटन (Eco Tourism)

वाढत्या पर्यटनाचे पर्यावरणावर अत्यंत विपरीत परिणाम होतात. हॉटेल व वाहतुकीच्या सोयींसाठी जंगलतोड, पर्यटकांकडून जंगलांचा ऱ्हास, वन्य प्राण्यांना त्रास,

वायू, ध्वनी व जलप्रदूषण, समुद्रकिनाऱ्यावरील कचऱ्यामुळे व पर्यटकांच्या वावरण्यामुळे जलचर प्राण्यांना धोका इ. प्रकारे पर्यावरणाचा ऱ्हास होत आहे; त्यातून इको पर्यटन या संकल्पनेचा जन्म झाला.

इको पर्यटन म्हणजे एखाद्या पर्यटनस्थळाच्या नैसर्गिक, सामाजिक, सांस्कृतिक पर्यावरणाचा ऱ्हास न करता केलेले पर्यटन. इको पर्यटनाची व्याख्या 'जबाबदारीने नैसर्गिक प्रदेशात प्रवास करून नैसर्गिक पर्यावरणाचे संवर्धन करून, स्थानिक लोक आनंदात राहतील असे वर्तन करणे.'

इको पर्यटनाचा मुख्य उद्देश नैसर्गिक पर्यावरणावरचा कमीतकमी ऱ्हास करणे, नैसर्गिक अधिवासांचे संरक्षण करणे, परिसंस्थेचे जतन करणे, सांस्कृतिक वारसा जतन करणाऱ्या पर्यटनस्थळांचे जतन करणे व पर्यटनस्थळी असणाऱ्या स्थानिक लोकांना त्रास होणार नाही, असे वर्तन करणे.

इको पर्यटनामध्ये खालील मूलभूत गोष्टी अंतर्भूत आहेत -

i) निसर्गाशी संबंधित (Related to Nature) : इको पर्यटन हे नैसर्गिक पर्यावरणाशी संबंधित आहे. पर्यावरणाशी सुसंगत पर्यटन इको पर्यटनात अभिप्रेत आहे. नैसर्गिक पर्यटनाचा विकास करताना, नियोजन करताना व व्यवस्थापन करताना नैसर्गिक संपत्तीचे रक्षण करणे आवश्यक ठरते.

ii) परिसंस्थेशी सुसंगत (Adjustable to Ecology) : निसर्गात जंगल परिसंस्था, गवताळ परिसंस्था, वाळवंटी परिसंस्था, नदी परिसंस्था, सागर परिसंस्था, तळी परिसंस्था, खाडी परिसंस्था इ. परिसंस्था असतात. त्याच्यावर पर्यटनाचा विपरीत परिणाम घडू नये, त्यांची व्यवस्था विसकळीत होऊ नये हा उद्देश असतो.

iii) स्थानिक लोकांसाठी लाभदायक (Beneficial to Local People) : इको पर्यटनाचा विकास करण्यासाठी स्थानिक लोकांना सामावून घेतले जाते. स्थानिक लोकांना तेथील इतिहास, जंगले, वन्य प्राणी जीवन, सांस्कृतिक वारसा इ. ची इत्थंभूत माहिती असते. त्यांच्या ज्ञानाचा, अनुभवाचा वापर केल्यास त्यांनाही रोजगार प्राप्त होतो, त्यांचा सहभाग वाढतो. त्यामुळे ते आत्मीयतेने प्रयत्न करतात.

iv) पर्यावरणाचे शिक्षण (Education of Environment) : इको पर्यटनात पर्यावरण संवर्धनाचे शिक्षण महत्त्वाचा घटक आहे. स्थानिक लोकांची मदत घेऊन पर्यटकांमध्ये पर्यावरणाबद्दल जागृती करणे, जंगल, वन्य प्राणी, जलचर इत्यादीच्या संवर्धनाबाबत लोकांना शिक्षित करणे आवश्यक असते.

v) पर्यटकांचे समाधान (Satisfaction of Tourist) : इको पर्यटनाबाबत पर्यटकांना शिक्षित करताना विशिष्ट मर्यादा पाळण्याच्या सूचना दिल्या जातात. परंतु

पर्यावरण शिक्षण देताना पर्यटकांचे समाधान हासुद्धा महत्त्वाचा घटक आहे. पर्यटनस्थळी पर्यटकांच्या अपेक्षा पूर्ण झाल्यास तेथे पर्यटकांची संख्या वाढते.

इको पर्यटनात काय अपेक्षित आहे ते मुद्दे पुढीलप्रमाणे -

- निसर्गाचे संवर्धन व पर्यटनस्थळाचा विकास यांत समतोल साधणे.
- पर्यटनस्थळी असणाऱ्या नैसर्गिक संपत्तीचे जतन करणे.
- पर्यटनस्थळी असणाऱ्या नैसर्गिक व सांस्कृतिक पर्यावरणाचे जतन करण्यासाठी पर्यटकांची नीतिमत्तेनुसार वर्तणूक.
- पर्यटकांच्या सवयी व निसर्गाकडे बघण्याचा दृष्टिकोन यांत बदल करणे.
- पर्यटनस्थळी असणाऱ्या नैसर्गिक पर्यटनाचा पर्यटनस्थळी विकास करण्यासाठी मर्यादित वापर करणे.
- स्थानिक संस्कृतीचा आदर करणे.
- स्थानिक लोकांना आर्थिक फायदा मिळवून देणे.

विकसनशील देशांमध्ये इको पर्यटनाच्या विकासाची आवश्यकता असण्याची कारणे -

अ) पर्यटन हे उत्पन्नाचे साधन (Tourism is Source of Income) : अनेक विकसनशील देशांमध्ये पर्यटन हे देशाच्या उत्पन्नाचे प्रमुख स्रोत आहे. उदा. मलेशिया, भारत, श्रीलंका, मॉरिशस, थायलंड इत्यादी देश पर्यटन उत्पन्नाचे प्रमुख स्रोत असल्याने विकसनशील देशात पर्यटनाचा विकास झपाट्याने होत आहे. पर्यटकांची गर्दी वाढल्याने पर्यटनस्थळी असणाऱ्या नैसर्गिक संपत्तीवर प्रचंड ताण येत आहे, तिचा अतिरेकी वापर होत आहे व नैसर्गिक पर्यावरणाचा ऱ्हास होत आहे. उदा. भारतातील अनेक अभयारण्यात पर्यटकांची संख्या वाढल्याने वन्यजीवांवर विपरीत परिणाम होत आहेत. त्यांच्या अधिवासावर आक्रमण होत आहे. ध्वनी व वायू प्रदूषणाचाही त्रास त्यांना होत आहे.

ब) जनजागृतीची कमतरता (Lacking in Awareness) : विकसनशील देशात साक्षरता दर कमी असल्याने पर्यावरणाचा ऱ्हास पर्यटनामुळे कसा होतो याबाबत लोकांमध्ये जागरूकता नसते. त्यांना जंगलातील लाकडे गोळा करून केलेल्या शेकोटीमुळे जंगलात कार्बन-डाय-ऑक्साईडचे प्रमाण वाढून जनावरांना त्रास होतो, धूम्रपान करून जळती सिगारेट फेकल्याने जंगलात वणवा लागून जंगलसंपत्तीचे नुकसान होते. जंगलात वाहने नेल्याने वायू व ध्वनी प्रदूषण होते. जंगलात अविघटनशील पदार्थ फेकल्याने ते जनावरांच्या पोटात जाऊन त्यांना त्रास होतो इ. परिणामांची कल्पना नसते, त्याबाबत जागृती नसते. त्यासाठी इको पर्यटनाचा विकास आवश्यक आहे.

क) कायद्याच्या अंमलबजावणीची कमतरता (Lacking in implementation of Laws) : विकसनशील देशात पर्यावरण संरक्षणासाठी कायदे केलेले आहेत; पण त्यांची अंमलबजावणी मात्र परिणामकारकरित्या होत नाही. कायद्याचे पालन न करण्यासाठी लोक भ्रष्टाचाराचा मार्ग स्वीकारतात. अतिरिक्त लोकसंख्येमुळे अशा देशांना कायद्याची काटेकोरपणे अंमलबजावणी करणे अवघड जाते. भारतात १९७२ सालापासून जंगल कायदा, वन्य प्राणीजीवन कायदा, पर्यावरण संरक्षण कायदा इ. अनेक कायदे आहेत. पण त्याची कठोर अंमलबजावणी होत नाही म्हणून इको पर्यटनाची गरज भासते.

ड) वाढते दारिद्र्य (Increasing Poverty) : विकसनशील देशांमध्ये २५ टक्केपेक्षा जास्त जनता दारिद्र्यरेषेखाली राहत असल्याने सामाजिक व सांस्कृतिक पर्यावरणाचाही ऱ्हास झाला आहे. लोकांना उदरनिर्वाहासाठी नोकऱ्या उपलब्ध नसल्याने बेकारीचे प्रमाण वाढले आहे. त्यामुळे गुन्ह्याचे प्रमाण वाढले आहे. अनेक पर्यटनस्थळी खिसेकापू, चोर, अमली पदार्थांचा व्यापार करणाऱ्याचे प्रमाण वाढले आहे. भारतातील गोव्यासारख्या पर्यटनस्थळी अमली पदार्थाच्या किंवा मद्याच्या आहारी गेलेले अनेक पर्यटक शिवीगाळ, मारामाऱ्या, गैरवर्तन करतात. लैंगिक पर्यटनाचाही विकास होत आहे व दरवर्षी त्याचे प्रमाण वाढतच आहे. या सर्वांवर निर्बंध आणण्यासाठी इको पर्यटनाचा विकास होणे अत्यंत आवश्यक आहे.

- **भारतातील इको पर्यटनाचा विकास** (Development of Eco Tourism in India)

गेल्या दोन दशकात भारतात पर्यटकांचे प्रमाण वाढले आहे व त्यामुळे पर्यटनस्थळी असणाऱ्या नैसर्गिक संपत्तीचा व सांस्कृतिक घटकांचा नाश होत आहे. म्हणूनच भारतीय पर्यटन विकास महामंडळाने इको पर्यटनाचा विकास करण्यासाठी प्रयत्न चालवले आहेत. भारतात हिमालय, ईशान्य भारत, अंदमान-निकोबार बेटे, लक्षद्वीप बेटे येथे भरपूर नैसर्गिक संपत्ती आहे. पर्यावरण विकासाबरोबर तिचे रक्षण करणे आपली जबाबदारी आहे.

भारतात अनेक अशासकीय संस्था इको पर्यटन विकासासाठी प्रयत्नशील आहेत. त्यांनी अनेक नैसर्गिक पर्यटनस्थळी सूचनांचे बोर्ड लावले आहेत. लोकांना पर्यावरणाचे शिक्षण देत आहेत. प्राणी व वनस्पती यांचे जतन करणाऱ्या संस्था त्यांच्याबद्दल आवाज उठवत आहेत. किनाऱ्यावर हॉटेलच्या होणाऱ्या अतिक्रमणासाठी पर्यावरणवादी आवाज उठवत आहेत.

इको टुरिझमचा विकास करणारे केरळ हे भारतातील पहिले राज्य आहे. तेथे सर्वप्रथम तेनमाला येथे इको टुरिझमचा विकास झाला. आता पेरियार, सायलेंट व्हॅली, अरिप्पा,

अरालाम, परमविकुलम इ. ठिकाणी इको पर्यटनाचा विकास झाला आहे. तेथे इको पर्यटनासाठी पर्यटकांना खालील सूचना दिल्या जातात -

१) जंगलात पूर्ण शांतता पाळणे व शिस्तबद्ध वागणूक ठेवणे.

२) जंगलात पहाटे किंवा संध्याकाळीच जाण्यास परवानगी.

३) जंगलात जाताना रंगीत कपडे न घालता काळे, खाकी, तपकिरी किंवा हिरव्या रंगाचे कपडे म्हणजे तेथील झाडे, पाने यांच्याशी मिळत्याजुळत्या रंगाचे कपडे घालावेत.

४) जनावरांना चिडवू नये व काही खायला घालू नये.

५) जंगलात कचरा व विशेषत: प्लॅस्टिकचा कचरा टाकू नये; तो जनावरांच्या पोटात जाऊन त्यांना इजा होते.

६) जंगलातील झाडे, पाने, फुले इ. तोडू नये.

अशा प्रकारे पर्यटकांना सूचना देऊन त्यांची इको पर्यटनासाठी मानसिक तयारी करून घेतली जाते.

सराव प्रश्न

१) भौगोलिक मयादेनुसार पर्यटनाचे प्रकार कोणते ? स्पष्ट करा.

२) ऋतूनुसार निर्माण झालेल्या पर्यटनाच्या प्रकारांचे सोदाहरण स्पष्टीकरण द्या.

३) पर्यटकांच्या संख्येनुसार पर्यटनांचे कोणते प्रकार आहेत ते स्पष्ट करा.

४) पर्यटनाच्या कालावधीनुसार पर्यटनाचे कोणते प्रकार आहेत ते सोदाहरण स्पष्ट करा.

५) 'पर्यटनाच्या हेतूनुसार पर्यटनाचे अनेक प्रकार पडतात' हे विधान सोदाहरण स्पष्ट करा.

६) ग्रामीण पर्यटन व कृषी पर्यटन म्हणजे काय ते स्पष्ट करा.

७) वैद्यकीय पर्यटन व उत्तम आरोग्यासाठी पर्यटन या पर्यटनाच्या नवीन संकल्पना सोदाहरण स्पष्ट करा.

८) लैंगिक पर्यटनाची सुरुवात कोठे झाली ? त्याचा विकास जगात कोणत्या देशात झाला आहे ?

९) आपत्ती, पर्यटन, डूम पर्यटन व वारसा पर्यटन या पर्यटनाचा कुठे व कसा विकास झाला आहे ते स्पष्ट करा.

१०) इको टुरिझम म्हणजे काय ? त्यात अंतर्भूत असलेल्या मूलभूत गोष्टी कोणत्या ?

११) इको टुरिझमच्या विकासाची विकसनशील देशात का आवश्यकता आहे ? भारतात त्याचा कितपत विकास झाला आहे ?

४ | भारतीय पर्यटन

(Indian Tourism)

१) प्रस्तावना (Introduction)

२) भारतीय पर्यटन व्यवसायाचे पायाभूत घटक (Basic Factors of Indian Tourism)

   अ) विविधता ब) प्राकृतिक रचना क) हवामान ड) जैवविविधता इ) वास्तुकला ई) शिल्पकला उ) संगीत ऊ) नृत्यकला ए) चित्रकला ऐ) साहित्य

३) भारतीय पर्यटनाचा टप्प्याटप्प्याने झालेला विकास (Evolution of Tourism in India)

   अ) सार्जंट समितीकडून असलेल्या अपेक्षा ब) पर्यटन वाहतूक समिती क) माहिती कार्यालयांचा विकास ड) परदेशात माहिती कार्यालयांचा विकास

४) पंचवार्षिक योजनाकाळातील पर्यटनाचा विकास (Development of Tourism during Plan Period)

   अ) पहिला टप्पा ब) दुसरा टप्पा क) तिसरा टप्पा ड) चौथा टप्पा इ) पाचवा टप्पा ई) सहावा टप्पा उ) सातवा टप्पा ऊ) नवव्या पंचवार्षिक योजना कालावधीतील पर्यटनाचा विकास ए) दहाव्या पंचवार्षिक योजना कालावधीतील पर्यटनाचा विकास ऐ) अकराव्या पंचवार्षिक योजना कालावधीतील पर्यटनाचा विकास

---

१) प्रस्तावना (Introduction)

   भारताची वैभवशाली परंपरा व सांस्कृतिक वारसा यांचा भारताच्या पर्यटन विकासात सिंहाचा वाटा आहे. भारतातील भव्य स्मारके, वास्तुकलेचे अप्रतिम नमुने, लेण्यातील

शिल्पकला, संगीत, नृत्य, चित्रकला, सण-उत्सव, विविध भाषा, निसर्गसौंदर्य लाभलेले हिमालय पर्वत व समुद्रकिनारे, पश्चिम घाटाचे रांगडे सौंदर्य, जैवविविधता इ. मुळे भारत पर्यटकांचे नंदनवन आहे. जगातील मोजक्या देशांमध्ये पर्यटकांसाठी सर्व आकर्षणे आढळतात. आपले भूतपूर्व पंतप्रधान पंडित जवाहरलाल नेहरू म्हणत, 'भारत हा विविधतेचा देश आहे.' येथे अविस्मरणीय ताजमहाल, वेगवेगळ्या वास्तुशैलीतील मंदिरे आणि अजिंठा-वेरूळची शिल्पकलासुद्धा आहे. पूर्वीपासून भारतात अनेक जाती, वंश व धर्मांचे लोक आले व त्याच्याबरोबरविचारांची देवाणघेवाण होऊन भारताचा उत्तम सांस्कृतिक विकास झाला.

२) भारतीय पर्यटन व्यवसायाचे पायाभूत घटक (Basic Factors of Indian Tourism)

अ) विविधता (Diversity)

भारत हा विविधता असलेला देश आहे. भारत देशाचा विस्तार मोठा असल्याने त्याचा बराचसा भाग उष्ण कटिबंधात तर काही भाग समशीतोष्ण कटिबंधात आहे, त्यामुळे हवामानाची विविधता आहे व शेतीच्या उत्पादनातही विविधता आहेच. येथे अनेक धर्म, वंश, जातीचे लोक राहतात. अनेक खनिजांचे उत्पादन भारतात होत असल्याने शेतीमाल व खनिजांवर आधारित कारखानदारीचा भरपूर विकास झालेला आहे. लोकसंख्याही भरपूर आहे व प्रदेशानुसार भाषा, जाती, धर्म यातही बदल होतो. त्यामुळे भारताबद्दल जगभरातील पर्यटकांना कुतूहल आहे.

ब) प्राकृतिक रचना (Physiography)

भारत हा जगाच्या पाठीवरील मोजक्या देशांपैकी एक आहे, जेथे पर्वत, डोंगर, टेकड्या, पठारे, मैदानी प्रदेश, किनारी प्रदेश दऱ्याखोरी इ. सर्व प्रकारची प्राकृतिक रचना आहे व प्रत्येकाचे वेगवेगळे सौंदर्य आहे. भारतातील हिमालय पर्वतात अनेक बर्फाच्छादित शिखरे, सूचिपर्णी वृक्षांची अरण्ये व खालच्या उतारावर हिरवेगार गवत आहे. पर्वतामधून खळाळत वाहणाऱ्या स्वच्छ पाण्याच्या नद्या, धबधबे, हिमनद्या इ. बघायला मिळते. काश्मीर, कुलू, कांगडा या दऱ्या, 'डूम' प्रदेश हे ही प्रेक्षणीय आहेत. किनारपट्टीच्या प्रदेशातील सौंदर्यही वेगळेच आहे. पश्चिम घाट व ईशान्य भारत जैवविविधतेसाठी प्रसिद्ध आहेत; तर राजस्थानातील वाळवंटाचेही लोकांना आकर्षण आहे. पठारी प्रदेशात अनेक नद्यांनी तयार केलेले धबधबे आहेत.

क) हवामान (Climate)

भारताचा पूर्व-पश्चिम व उत्तर-दक्षिण विस्तार जास्त असल्यामुळे भारतीय द्वीपकल्पाचा भाग उष्ण कटिबंधात येतो, तर उत्तरेकडचा भाग समशीतोष्ण कटिबंधाच्या

सीमारेषेजवळ व बराचसा समशीतोष्ण कटिबंधात येतो. भारतीय द्विपकल्पाच्या तिन्ही बाजूस पाणी असल्याने तापमान नियंत्रित राहते. भारताचे हवामान मोसमी प्रकारचे आहे; पण विस्तार जास्त असल्याने उंची व समुद्रापासूनचे अंतर यानुसार हवामानात फरक पडतो. वर्षभर भरपूर सूर्यप्रकाश असल्याने परदेशी पर्यटक भारताकडे आकर्षित होतात. नोव्हेंबर ते फेब्रुवारी या चार महिन्यात अतिशय सुखद हवामान असते. तू त्यामुळे तो पर्यटकाचा आवडता ऋतू आहे. उन्हाळ्यात थंड हवेच्या ठिकाणी देशांतर्गत व आंतरराष्ट्रीय पर्यटकांचीसुद्धा गर्दी होते. त्यामुळे हिवाळा व उन्हाळा हे दोन्ही ऋतू पर्यटकांची गर्दी असते.

ड) जैवविविधता (Biodiversity)

भारतात भरपूर जंगले आहेत. आसाम, अरुणाचल प्रदेश, हिमाचल प्रदेश, जम्मू-काश्मीर, कर्नाटक, महाराष्ट्र, मध्यप्रदेश व केरळ इ. राज्यात दाट जंगलक्षेत्र आहे व तेथे राष्ट्रीय उद्याने व अभयारण्यांचा विकास झालेला असल्याने अनेक पर्यटक तेथे वास्तव्य करतात. दाट जंगलात अनेक पक्षी व प्राणी नैसर्गिक स्वरूपात बघायला मिळतात. हवामानाच्या विविधतेमुळे प्राणी व पक्षी यांचीही विविधता भारतात आहे. जैवविविधतेचा अभ्यास व संशोधन करण्यासाठीसुद्धा अनेक पर्यटक भारताला भेट देतात.

इ) वास्तुकला (Architecture)

भारतीय वास्तुकलेतही काळानुसार बदल होत गेले. उदा. मौर्यकाल, अशोकाचा काळ, मोगलांचे वर्चस्व असलेला काळ इ. भारतात हिंदू, मुसलमान, जैन, बौद्ध, ख्रिश्चन इ. धर्मांचे लोक असल्याने वेगवेगळ्या धर्मांच्या लोकांच्या देशातील वास्तुकलेचाही विकास भारतात झाला. गोव्यात अनेक चर्च हे उत्तम वास्तुकलेचे प्रदर्शन करतात. मोगलकालीन वास्तू म्हणजे जगप्रसिद्ध ताजमहाल, कुतुबमिनार, फत्तेपूर सिक्री इ. अत्यंत लक्षवेधी आहेत. मौर्य काळातील वास्तू उज्जैन, कौसंबी, वैशाली इ. शहरात बघायला मिळतात. दक्षिण भारतातील मदुराई, तंजावर, रामेश्वर, तिरुचिरापल्ली इ. ठिकाणच्या देवळातून वेगळ्याच वास्तुशैलीचा परिचय होतो. त्यासाठी जगभरातून पर्यटक भारतात येतात.

ई) शिल्पकला (Sculpture)

भारतात फार पूर्वीपासूनच शिल्पकलेचा विकास झाला आहे. भारतातील अनेक लेणी, प्राचीन मंदिरे, स्मारके इ. भारतीय शिल्पकलेची साक्ष देतात. विशेषत: महाराष्ट्र, ओरिसा, मध्यप्रदेश, उत्तर प्रदेश या राज्यातील वास्तूत शिल्पकला बघायला मिळते. मध्यप्रदेशातील खजुराओ येथील २२ मंदिरांवर बाह्य भिंतीवर दोन किंवा तीन पट्ट्यांमध्ये

असामान्य व अप्रतिम शिल्पे कोरलेली आहेत. बिहारमधील देवळे, विहार, स्तूप इ. मध्ये शिल्पकला दिसते. महाराष्ट्रातील अजिंठा व वेरूळ लेण्यात मुक्त शिल्पकलेचा आनंद घेता येतो. ओरीसातील कोणार्क येथील सूर्यमंदिर व पुरी येथील जगन्नाथाचे मंदिर व भुवनेश्वर येथील खांडगिरी व उदयगिरी गुहा म्हणजे शिल्पकलेचा उत्तम नमुना. या गुहांमधील सौंदर्य बघण्यास पर्यटक भारतात येतात.

उ) संगीत (Music)

भारताला संगीताची फार मोठी परंपरा आहे. धार्मिक परंपरांमुळे भारतात संगीत जपले गेले. आर्यन समाजाचे लोक वेद, मंत्र पठण करत, देवळात भजने म्हणत, कीर्तनालाही संगीताचीच जोड असे. भारतातील अनेक संतांनी रचलेली अनेक पदे आजही धार्मिक स्थळी ऐकायला मिळतात. पूर्वीचे राजे व संस्थानिक यांनी नृत्य व संगीत या दोन कलांचा आदर करून त्यात प्रवीण असलेल्या लोकांना राजदरबारी आश्रय दिला. शास्त्रीय संगीताची परंपरा असल्याने राजदरबारी लोकांना ते ऐकायला मिळे. हिंदुस्थानी व कर्नाटकी अशा दोन शास्त्रीय संगीताच्या परंपरा भारतात आहेत व त्यात अनेक घराणी आहेत. त्यांचा अभ्यास करण्यासाठी, संगीत शिकण्यासाठी, पाश्चात्त्य व भारतीय संगीताचा तुलनात्मक अभ्यास करण्यासाठी, संशोधन करण्यासाठी अनेक परदेशी पर्यटक भारतात येतात.

भारतात वाद्यांमध्येसुद्धा खूप विविधता आहे. तबला, सारंगी, वीणा, सतार, डग्गा, विचित्रवीणा, हार्मोनियम, सरोद, तालवाद्ये इ. वाद्ये भारतीय आहेत व जगात क्वचितच एवढ्या वाद्यांची परंपरा आढळते. या वाद्यांच्या कार्यक्रमाने केवळ भारतातीलच नव्हे, तर परदेशातील लोकांची हृदयेसुद्धा जिंकली आहेत.

भारतातील आणखी एक प्रकारचे सर्वत्र प्रसिद्ध असलेले संगीत म्हणजे लोकसंगीत. भारतातील ग्रामीण भागात शेतीची कामे करताना लोक जी गाणी गात ती गाणी इतकी लोकप्रिय आहेत की आता आधुनिक संगीतकारही त्यांचा वापर करतात. कोळ्यांची कोळीगीतेसुद्धा अशीच प्रचलित आहेत. या लोकगीतात त्यांच्या दैनंदिन जीवनाचे व त्यातील व्यथा, समस्यांचे वर्णन असते. आदिवासी भागातही लोकसंगीत ऐकायला मिळते व आदिवासी लोकांनी जंगलातील बांबू, काड्या, पाने या स्थानिक सामानाचा वापर करून वेगळीच वाद्ये बनवली आहेत.

ऊ) नृत्यकला (Dance)

संगीताप्रमाणेच नृत्यप्रकारालासुद्धा धार्मिक कारणानेच सुरुवात झाली. देवासमोर देवाची गाणी नृत्यातून सादर करण्याची प्रथा अनेक मंदिरात आहे. भारतीय शास्त्रीय

नृत्यकला ही जगात प्रसिद्ध आहे. त्यातील चेहऱ्यांवरचे बोलके हावभाव, लयबद्ध पदन्यास, शरीराच्या हालचाली यामुळे शास्त्रीय नृत्य जास्त प्रसिद्ध आहे. अनेक पुराणातील कथा, कल्पना इ. नृत्यातून न बोलता व्यक्त केल्या जातात. कृष्णाच्या अनेक लीला नृत्यातून उत्कृष्टरीत्या सादर केल्या जातात. शब्दांपेक्षा प्रभावी असे हे नृत्याचे माध्यम आहे; त्यामुळे पूर्वीपासून अनेक देवळात तसेच राजदरबारी नृत्यकलेला आश्रय मिळाला.

भारतात दक्षिण भारतात भरतनाट्यम् व ककली हे दोन प्रमुख नृत्यप्रकार आहेत, जे शास्त्रीय संगीतावर आधारित आहेत. संगीतातील कल्पना किंवा भावना चेहऱ्याची हालचाल व हावभाव याद्वारे व्यक्त करण्याची कला म्हणजे भरतनाट्यम्, दुसरा अत्यंत प्रसिद्ध दक्षिण भारतातील नृत्यप्रकार म्हणजे ककली, बरेचदा ककली हे नृत्य पुरुषच सादर करतात. यात नृत्य सादर करणाऱ्याचा पोशाख आणि मेकअप ज्या व्यक्तीवर नृत्य आधारित आहे त्या व्यक्तीसारखा असावा लागतो. रामायण, महाभारत यातील कथा ककलीमधून अनेकदा सादर केल्या जातात.

उत्तर भारतातील सर्वांत प्रसिद्ध नृत्यप्रकार म्हणजे कक. मोगल राजांनी या कक नृत्यांगनांना राजाश्रय दिला. हाही शास्त्रीय नृत्याचाच प्रकार आहे. अत्यंत कौशल्याने व डौलदारपणे हे नृत्य सादर करतात. वाद्यांमधून जसा आवाज निघतो तसाच आवाज नर्तिका पदन्यासाने काढतात.

मणिपूरमधील मणिपुरी हाही एक अत्यंत प्रचलित असा नृत्याचा प्रकार आहे. हा पूर्णपणे धार्मिक घटनांवर आधारित असतो. सर्वसाधारणपणे राधा व कृष्ण यांच्यातील रुसवे-फुगवे व प्रेमलीला या नृत्यातून सादर केल्या जातात. यात चेहऱ्यावर हावभाव दर्शवले जात नाहीत; पण गाण्याचा अर्थ शरीराच्या डौलदार हालचालींतून व्यक्त होतो.

ए) **चित्रकला** (Drawing)

प्राचीन भारतात नृत्य व संगीत याबरोबरच चित्रकलेची जोपासनाही मोठ्या प्रमाणात झाली. अजिंठा व वेरूळ येथील लेण्यांमधील रंगीत चित्रे म्हणजे भारतातील अभिजात कलेची साक्षच आहे. मध्ययुगात दक्षिण भारतात भित्तिचित्रांची कला विकसित झाली, जी आज आपल्याला दक्षिण भारतातल्या अनेक देवळांमध्ये व राजवाड्यांमध्ये दिसते. १६ व्या शतकात राजपुतांची छोटी चित्रे (Miniature Paintings) प्रसिद्ध झाली; तर त्याच काळात मोगलांची छोटी चित्रेही प्रसिद्ध झाली. १८ व्या शतकात हिमालयात कांगरा चित्रांचा विकास झाला. कांगरा चित्रांचे वैशिष्ट्य म्हणजे अगदी बारीक रेषांनी सर्व बारकावे व्यवस्थित दाखवणारी व अत्यंत उठावदार रंगाने रंगवलेली चित्रे असत. त्यानंतर मॉडर्न आर्टचा विकास झाला.

ऐ) साहित्य (Literature)

भारतात प्राचीन साहित्याची परंपरा आहे व भारताचे वैशिष्ट्य म्हणजे विविध भाषांमध्ये वेगवेगळे साहित्य उपलब्ध आहे. महाभारत, रामायण, भगवत्गीता, पुराण इ. सर्व म्हणजे भारताचे ज्ञान, तत्त्वज्ञान व साहित्य यांचा वारसा आहे. भारतीय मोगल व मौर्य कालावधी हा भारतीय साहित्याचा सुवर्णकाळ होता. ब्रिटिशांचे भारतात आगमन झाल्यावर पाश्चिमात्य संस्कृतीचा भारतीय साहित्यावर परिणाम झाला.

नृत्य, संगीत, चित्रकला व साहित्य या भारतातील समृद्ध परंपरा शिकण्यासाठी; त्यांचा अभ्यास करण्यासाठी; त्यांचा आस्वाद घेण्यासाठी अनेक परदेशी पर्यटक दर वर्षी भारतात येऊन राहतात.

३) भारतीय पर्यटनाचा टप्पाटप्प्याने झालेला विकास (Evolution of Tourism in India)

भारतात फार पूर्वीपासून आजूबाजूच्या देशातील लोक व्यापारासाठी, त्यांच्या देशातल्या वस्तूंची विक्री करण्यासाठी, धर्माचा प्रसार करण्यासाठी अशा विविध कारणाने येत होते. तसेच भारतातील लोक धार्मिक स्थळांना भेटी देण्याच्या निमित्ताने भारतातील विविध राज्यात जात होते; पण खऱ्या अर्थाने भारतातील पर्यटनाला सुरुवात दुसऱ्या महायुद्धानंतरच झाली. खरे म्हणजे पर्यटनाचे महत्त्व दुसऱ्या महायुद्धापूर्वीच ओळखले होते; पण दुसऱ्या महायुद्धात पर्यटनाला चालना दिली गेली नाही. भारतात पहिला जाणीवपूर्वक व नियोजित प्रयत्न १९४५ साली झाला. १९४५ साली त्या वेळचे भारत सरकारचे शिक्षण सल्लागार सर जॉन सार्जंट यांच्या अध्यक्षतेखाली पर्यटनासाठी एक समिती स्थापण्यात आली. या समितीचा मुख्य उद्देश भारतातील पर्यटनाच्या विकासाच्या शक्यता अजमावणे हा होता.

अ) सार्जंट समितीकडून असलेल्या अपेक्षा (Expectations from Sarjaent Committee)

i) देशी व विदेशी पर्यटकांमध्ये उत्तम हवामानाची ठिकाणे, निसर्गसौंदर्य असलेली पर्यटनस्थळे, तीर्थक्षेत्रे, विश्रामगृहे, ऐतिहासिक व पुरातत्त्वशास्त्रीय आवडीची क्षेत्रे याबाबत रुची निर्माण करण्यासाठी नवीन कल्पना किंवा मार्ग सुचवणे.

ii) जी पर्यटनस्थळे विकसित होणार आहेत व ज्यांची जाहिरात होणार आहे, अशा पर्यटनस्थळी भारतीय व परदेशी पर्यटकांसाठी काय सोयीसुविधा वाढवाव्यात ते सुचवणे. त्यामध्ये रेल्वे स्टेशनपासूनची प्रवासाची सोय, निवासाची सोय, साहित्य व मार्गदर्शनपर पुस्तके, अधिकृत गाईड याबाबत सूचना करणे.

iii) आवश्यक त्या सोयीसुविधा पुरवण्यासाठी राज्य सरकार किंवा स्थानिक स्वराज्य संस्था आणि केंद्र सरकारचे अनेक विभाग यांना पर्यटकांसाठी सोयीसुविधा देण्यास काय कारवाई करावी याबाबत सूचना करणे इ.

iv) भारतातील देशी व परदेशी पर्यटकांच्या स्वरूपाचे व विस्ताराचे पुनरावलोकन केल्यानंतर त्यांच्या वाढीसाठी किंवा दुसरी पर्यटनस्थळे विकसित करण्यासाठी काय करायला हवे, याचा अभ्यास करणे. १९४६ साली ऑक्टोबर महिन्यात सार्जंट कमिटीने सरकारला अहवाल सादर केला, त्यात भारताने अंतर्गत व परदेशी दोन्ही प्रकारच्या पर्यटकांना पर्यटन करण्यास प्रोत्साहित करणे हे भारताच्या हिताचे आहे, असे सुचवले. समितीतील सदस्यांच्या मते, पर्यटन विकासासाठी यशस्वी पावले उचलल्यास सरकारला प्रत्यक्ष व अप्रत्यक्ष कररूपाने पैसा मिळेल व सरकारच्या महसुलात भर पडेल. समितीने अशी शिफारस केली की, पर्यटनाचा विकास करणे राष्ट्रीयदृष्ट्या खूप महत्त्वाचे आहे; म्हणून सतत संपूर्ण लक्ष देऊन काम करणारी व स्वत:हून पुढाकार घेणारी निमसरकारी स्वतंत्र यंत्रणा असावी. त्या स्वतंत्र यंत्रणेकडून खालील अपेक्षा व्यक्त केल्या गेल्या -

- भारतीय पर्यटनस्थळांना भारतात व भारताबाहेर प्रसिद्धी देणे.
- पर्यटकांची सांख्यिकी माहिती गोळा करणे.
- गाईड्सना प्रशिक्षण देणे.
- ज्या सरकारी विभागाकडून पर्यटकांना सोयीसुविधा पुरवल्या जातात, त्या विभागांशी स्नेहभाव वाढवणे.
- हॉटेल व केटरिंग सुविधा पुरवणाऱ्यांशी स्नेहभाव वाढवणे.
- पर्यटकांच्या सहलींचे नियोजन करणाऱ्या ट्रॅव्हल एजन्सी किंवा टुर ऑपरेटर यांच्याबरोबर स्नेहभाव वाढवणे.
- जगातील ज्या देशातून भारतात पर्यटक येणे अपेक्षित आहे, त्या देशाच्या राजधानीच्या शहरात प्रसिद्धीसाठी माणसे नेमणे.
- परदेशी पर्यटकांच्या सोयीसाठी व सुखासाठी चांगल्या प्रतीची आंतरराष्ट्रीय दर्जा असलेली हॉटेल्स विकसित करणे.
- हवाई व रेल्वे वाहतूक सेवा पुरवणाऱ्यांशी समन्वय साधून पर्यटकांचा हवाई व रेल्वेप्रवास सुखद व्हावा म्हणून प्रयत्न करणे.

सार्जंट समितीने केलेल्या शिफारशींमुळे भारतात पर्यटनात अनेक सुधारणा झाल्या. पायाभूत सुविधांचा विकास झाला. देशातील तसेच परदेशी पर्यटकांसाठी आवश्यक असणाऱ्या हॉटेलचे जाळे विकसित झाले. वाहतुकीचा विकास झाला. बरीचशी

पर्यटनस्थळे रस्ते, रेल्वे किंवा विमान वाहतुकींनी जोडली गेली. आंतरराष्ट्रीय विमानतळांचा विकास झाला. मुंबई, दिल्ली, कोलकाता, चेन्नई या प्रमुख शहरात पर्यटन कार्यालये सुरू झाली. परंतु पर्यटनाशी संबंधित विविध विभागात समन्वय नव्हता, त्यामुळे सार्जंट समितीने शिफारस केल्यानुसार मध्यवर्ती पर्यटन संघटना (Central Tourist Organisation) स्थापण्यात आले. सार्जंट समितीने भारतातील पर्यटन वाहतूक पद्धतशीरपणे व पर्यटकांना सोयीची व्हावी म्हणून पर्यटन वाहतुकीच्या विकासात लक्ष घालण्यास सुचवले होते. त्यानुसार १९४९ साली 'पर्यटन वाहतूक समिती' स्थापण्यात आली.

ब) पर्यटन वाहतूक समिती (Tourist Traffic Committee)

पर्यटन वाहतूक समितीमुळे देशात पर्यटनाचा विकास होण्यास सुरुवात झाली. १९५५-५६ साली या समितीच्या चार नवीन शाखा सुरू करण्यात आल्या. त्या शाखा पुढीलप्रमाणे होत्या -

i) पर्यटन वाहतूक विभाग (Tourism Traffic Department) ii) पर्यटन प्रशासन विभाग (Tourism Administration Section) iii) पर्यटन प्रसिद्धी विभाग (Tourism Publicity Section) iv) पर्यटन साहित्य वितरण विभाग (Tourism Literature Distribution Section)

i) पर्यटन वाहतूक विभाग (Tourism Traffic Department) **:** या विभागाने ट्रॅव्हल एजंट्स, हॉटेल आणि विश्रामगृहे यांचा विकास करणे; देशांतर्गत व परदेशी पर्यटक संख्येत वाढ करणे; पर्यटकांची सांख्यिकी माहिती गोळा करणे; महिन्याचे अहवाल तयार करणे; गाईड्सना ट्रेनिंग देणे; पर्यटन केंद्राचा विकास करणे; राज्यात पर्यटन ब्युरो नेमणे; पर्यटनाशी संबंधित आंतरराष्ट्रीय परिषदांचे आयोजन करणे इ. कामे करावीत असे अपेक्षित होते.

ii) पर्यटन प्रशासन विभाग (Tourism Administrative Department) **:** पर्यटन प्रशासन विभागाने पर्यटनाचे अंदाजपत्रक तयार करणे; भारतात व परदेशात पर्यटन कार्यालये उघडणे; आवश्यक ती प्रशासकीय मदत करणे; पर्यटन कार्यालयाला वित्तीय अधिकार देणे; पर्यटन कार्यालयांची वेळोवेळी तपासणी करणे इ. कामे करावी, असे अभिप्रेत होते.

iii) पर्यटन जाहिरात विभाग (Tourism Advertisement Department) : या विभागाने पर्यटन व्यवसायाशी संबंधित साहित्य म्हणजे माहितीपत्रके, पोस्टर्स, मार्गदर्शक पुस्तिका तयार करणे, वर्तमानपत्रात अथवा मासिकात पर्यटनस्थळांची जाहिरात देणे; पर्यटनावरील प्रदर्शने, मेळावे यात सहभागी होणे इ. कामे करावी, असे अभिप्रेत होते.

iv) पर्यटन साहित्य वितरण विभाग (Tourism Literature Distribution Department) : जाहिरात विभागाने तयार केलेली माहितीपत्रके, मार्गदर्शक पुस्तिका, पोस्टर्स इ. चे भारतातील पर्यटनस्थळी व परदेशातील पर्यटन कार्यालयात वाटप करणे अभिप्रेत होते.

क) माहिती कार्यालयांचा विकास (Development of Information Offices)

भारतातील मोठ्या शहरात पर्यटन कार्यालये स्थापित करून पर्यटन वाहतूक समिती स्थापन केल्यावर; देशाच्या विविध भागात पर्यटनाबाबत अद्ययावत माहिती पुरवणारी कार्यालये उघडण्यात आली. १९५५ साली नऊ कार्यालये उघडली. या कार्यालयांच्या अधिकाऱ्यांना राज्य सरकार, स्थानिक पर्यटन एजन्सी, हॉटेल मालक, विमान कंपन्या, रेल्वे अधिकारी इ. बरोबर समन्वय साधण्याची जबाबदारी देण्यात आली. या कार्यालयाची प्रमुख जबाबदारी खालीलप्रमाणे -

i) स्थानिक पर्यटन कार्यालयाशी संपर्क ठेवणे व समन्वय साधणे.

ii) पर्यटकांच्या सोयीसुविधा व पर्यटकांची आकर्षणे याबाबत पर्यटन माहिती विभागाकडून आलेल्या सर्व शंकांचे निरसन वैयक्तिकरित्या किंवा पत्रव्यवहाराद्वारे करणे.

iii) पर्यटनस्थळाची जाहिरात करण्यासाठी कार्यक्रम आयोजित करणे.

iv) आपल्या विभागातील पर्यटनस्थळांची माहिती घेणे आणि तेथील उपलब्ध सोयीसुविधांबाबतची अद्ययावत माहिती जमा करणे.

v) पर्यटनावरील जागतिक परिषदांना उपस्थित राहून नवीन माहिती मिळवणे.

ड) परदेशात माहिती कार्यालयांचा विकास (Overseas of Information Tourist Offices)

देशातील कार्यालयांप्रमाणेच परदेशातसुद्धा परदेशी पर्यटकांना भारतात येण्यास आकर्षित करण्यासाठी व त्यांना सर्व पर्यटनस्थळांची माहिती देण्यासाठी केंद्र सरकारने माहिती कार्यालये स्थापण्याचा निर्णय घेतला. १९५२ साली संयुक्त संस्थानातील न्यूयॉर्क या शहरात पहिले पर्यटन माहिती कार्यालय स्थापण्यात आले. युरोप खंडातील लोकांमध्ये भारतात पर्यटनाला येण्याची आवड व उत्साह निर्माण करण्यासाठी तेथे पर्यटन माहिती कार्यालये मोठ्या संख्येने उभारण्यात आली. १९५५ साली युरोपातील पहिले कार्यालय लंडनमध्ये व १९५६ साली पॅरिस व युरोपातील सर्व महत्त्वाच्या शहरात कार्यालये सुरू केली. १९५६ साली ऑस्ट्रेलिया व न्यूझीलंड येथेही कार्यालये सुरू केली. या कार्यालयातून भारतातील पर्यटनस्थळांची जाहिरात दूरदर्शन, मासिके, रेडिओ, प्रदर्शने इ. माध्यमातून

करणे, परदेशी पर्यटकांचा कल व अपेक्षा जाणून घेणे, पर्यटनस्थळाबाबत माहिती देणारी माहितीपुस्तिका व पोस्टर यांचे वाटप करणे.

४) पंचवार्षिक योजना काळातील पर्यटनाचा विकास (Development of Tourism during Plan Period)

भारत सरकारने पर्यटनाचे देशाच्या आर्थिक विकासात महत्त्व ओळखून पर्यटनाच्या वाढीसाठी पंचवार्षिक योजनेत महत्त्व दिले. दुसऱ्या पंचवार्षिक योजनेपासून आठव्या पंचवार्षिक योजनेपर्यंत सर्व टप्पे पर्यटन विकासासाठी महत्त्वपूर्ण ठरले.

अ) पहिला टप्पा : दुसरी पंचवार्षिक योजना कालावधी (१९५६ ते ६१)

पहिल्या टप्प्यामध्ये म्हणजे दुसऱ्या पंचवार्षिक योजनाकाळात (१९५६ ते ६१) सर्वप्रथम पर्यटन व्यवसायाचा विचार करण्यात आला. या काळात पर्यटन विकासाची जबाबदारी वाहतूक व्यवसायाकडे देण्यात आली. पर्यटनस्थळांची व तेथील वैशिष्ट्यांची माहिती भारतातील लोकांना व्हावी म्हणून प्रादेशिक भाषांमध्ये माहितीपत्रके व पोस्टर्स तयार करण्यात आली.

ब) दुसरा टप्पा : तिसरी पंचवार्षिक योजना (१९६१-६६)

या योजनेत पर्यटन विकासाची कामे राज्य व केंद्र सरकारमध्ये वाटून देण्यात आली. केंद्र सरकारवर परदेशी पर्यटकांना सोयीसुविधा उपलब्ध करून देण्याची व राज्य सरकारकडे देशातील पर्यटकांना सोयीसुविधा पुरवण्याची जबाबदारी देण्यात आली. जुन्या हॉटेलांचे नूतनीकरण करण्यासाठी व नवीन हॉटेल्स बांधण्यासाठी कर्ज मंजूर करण्यात यावू असेही ठरले.

१९६३ साली पर्यटन उद्योगाचा अधिक विकास व्हावा म्हणून झा समिती नियुक्त करण्यात आली. झा समितीने १९६५ साली तीन स्वतंत्र मंडळे नेमली - भारतीय पर्यटन वाहतूक महामंडळ, भारतीय पर्यटन महामंडळ व हॉटेल महामंडळ. पर्यटन वाहतूक महामंडळावर पर्यटकांना सोयीस्कर वाहतूकसेवा उपलब्ध करून देण्याची जबाबदारी देण्यात आली. पर्यटकांना पर्यटनस्थळांची माहिती व्हावी म्हणून जाहिरातीसाठी माहितीपुस्तक व पोस्टर तयार करणे ही जबाबदारी भारतीय पर्यटन महामंडळावर देण्यात आली. देशातील व परदेशातील पर्यटकांची सोय असणारी हॉटेल्स बांधणे व त्यांचे व्यवस्थापन पाहणे ही जबाबदारी हॉटेल महामंडळावर देण्यात आली.

परंतु या तिन्ही मंडळांची कामे स्वतंत्ररीत्या चालू राहिल्याने त्यांच्यात समन्वय नव्हता; त्यामुळे त्यांच्यात समन्वय असावा म्हणून १९६६ साली तिन्ही महामंडळाचे एका महामंडळात म्हणजे भारतीय पर्यटन विकास महामंडळात (Indian Tourism

Development Corporation - ITDC) विलीनीकरण करण्यात आले.

भारतीय पर्यटन महामंडळाचे मुख्य उद्देश पुढीलप्रमाणे -

i) पर्यटकांना पर्यटनस्थळी जाण्यास वाहतुकीच्या सोयी उपलब्ध करून देणे.

ii) पर्यटकांसाठी सर्व सोयीसुविधांनी युक्त हॉटेल्स, रेस्टॉरंट्स, विश्रामगृहे, हॉलिडे होम, गेस्ट हाऊस, टुरिस्ट बंगले इ. बांधणे व त्यांचे योग्य व्यवस्थापन करणे.

iii) परदेशी पर्यटकांना भारतातील पर्यटनस्थळांबाबत आकर्षण वाटावे व भारतात त्यांनी मोठ्या संख्येने पर्यटनाला यावे; म्हणून पर्यटनस्थळांबाबत जाहिरात करणे.

iv) पर्यटकांना पर्यटनस्थळी खरेदीसाठी सुविधा निर्माण करणे.

v) पर्यटनस्थळी मनोरंजनासाठी व परदेशी पर्यटकांना भारतीय कलांची ओळख व्हावी; म्हणून सांस्कृतिक कार्यक्रम, संगीत महोत्सव, संगीताचे व नृत्याचे छोटे छोटे कार्यक्रम आयोजित करणे.

क) तिसरा टप्पा : चौथी पंचवार्षिक योजना (१९६९ ते ७४)

या टप्प्यात पर्यटकांच्या सोयीसुविधांचा प्रामुख्याने विचार करण्यात आला. विशेषत: परदेशी पर्यटक ज्या पर्यटनस्थळी वारंवार भेट देतात अशा पर्यटनस्थळी विशेष लक्ष देऊन सर्व सोयीसुविधा देण्याचे ठरले. त्यामुळे त्यांच्या निवासाची सोय, वाहतुकीची व मनोरंजनाची सोय याबाबत लक्ष देण्याचा विचार करण्यात आला.

ड) चौथा टप्पा : पाचवी पंचवार्षिक योजना (१९७४-७९)

या टप्प्यात पर्यटकांसाठी हॉटेल्स, विश्रामगृहे, पर्यटक पर्णकुट्या, टुरिस्ट बंगले, युथ होस्टेल इ. बांधण्यासाठी २५ कोटींची तरतूद करण्यात आली. 'पर्यटक मुक्कामस्थळ रहदारी' (Destination Traffic) ही संकल्पना राबवण्यासाठी पर्यटकांच्या सोयीसुविधा वाढवून त्यात सुधारणा करण्यात आली. कोवालम (केरळ), गुलमर्ग (जम्मू-काश्मीर), कुलू-मनाली (हिमाचल प्रदेश) व गोव्यातील किनाऱ्यावरची ठिकाणे इ. निवडक पर्यटनस्थळांचा विकास करण्यात आला. या ठिकाणी बांधलेले पर्यटन रिसॉर्ट्स हे इतरांसाठी मॉडेल बनले. सांस्कृतिक पर्यटनाचा विकास करण्यासाठी ऐतिहासिक स्मारके व वारसास्थळे यावर लक्ष केंद्रित करण्यात आले.

इ) पाचवा टप्पा : सहावी पंचवार्षिक योजना (१९८०-१९८५)

पर्यटन उद्योग विकासाचा पाचवा टप्पा हा पर्यटन विकासातील मैलाचा दगड मानला जातो; कारण या टप्प्यात 'टुरिझम सर्किट' संकल्पनेचा विचार करण्यात आला. १९८२

साली भारतात प्रथमच पर्यटनविषयक राष्ट्रीय धोरणांची घोषणा करण्यात आली व भारतीय पर्यटनाशी संबंधित राष्ट्रीय धोरणांचा परिचय करून दिला. या धोरणाचा मुख्य उद्देश पर्यटन उद्योगाचा योग्य दिशेने विकास व्हावा हाच होता. या धोरणात 'विशेष पर्यटन क्षेत्र' (Special Tourism Areas) आणि 'पर्यटन सर्किट' (Tourism Circuits) यावर विशेष भर देण्यात आला.

ई) सहावा टप्पा : सातवी पंचवार्षिक योजना (१९८५-९०)

सहाव्या टप्प्यात पर्यटनाला उद्योगाचा दर्जा देण्यात आला. पर्यटनाच्या विकासासाठी खाजगी गुंतवणुकीला प्रोत्साहन देण्यात आले. १९८९ साली पर्यटनाच्या प्रकल्पांना आर्थिक मदत देण्यासाठी वित्तीय महामंडळाची (Finance Corporation) स्थापना करण्यात आली. हॉटेल व केटरिंग व्यवसायात काम करणाऱ्या व्यक्तींना विशेष प्रशिक्षण देता यावे म्हणून एकवीस सरकारी हॉटेल मॅनेजमेंट आणि केटरिंग टेक्नॉलॉजी संस्था व एकोणीस फूड क्राफ्ट संस्था (Food Craft Institutes) स्थापित करण्यात आल्या. त्याशिवाय या योजनेत रस्ते, रेल्वे, हवाई या वाहतुकीच्या साधनांचा विकास; वन्य प्राण्यांचे संवर्धन; ऐतिहासिक इमारती व स्मारकांचे संवर्धन इ.चा विकास करून संभाव्य पर्यटन केंद्राचा विकास करणे असे ठरले.

उ) सातवा टप्पा : आठवी पंचवार्षिक योजना (१९९०-९५)

या कालावधीत सरकारच्या लक्षात आले की, खाजगी गुंतवणुकीशिवाय पर्यटनाचा विकास होणार नाही; म्हणून पर्यटन क्षेत्रात खासगी गुंतवणूक करण्यात प्रोत्साहन देण्यात आले.

या योजनेत भारतात पर्यटनाचा विकास व्हावा म्हणून नऊ कलमी कार्यक्रम हाती घेण्यात आला तो खालीलप्रमाणे -

i) देशातील सांस्कृतिक पर्यटन केंद्राचा विकास करणे.

ii) देशातील निरनिराळ्या प्रदेशात, विभागात पर्यटनाची नवी क्षेत्रे शोधणे.

iii) पर्यटकांच्या सोयीसुविधात वाढ करणे.

iv) पर्यटकांच्या विशेषत: विदेशी पर्यटकांच्या सोयीसाठी पर्यटकांसाठी असलेली कार्यपद्धती अधिक सोपी करणे.

v) पर्यटकांना कमी दरात निवासाच्या सोयी उपलब्ध करून देणे.

vi) अभयारण्ये, हिवाळी क्रीडाकेंद्रे; तसेच समुद्रकिनारी पर्यटनाचा विकास करणे.

vii) प्रमुख बाजारपेठांत पर्यटक आकर्षक होतील अशा इमारती बांधणे.

viii) राष्ट्रीय परंपरा जोपासून आपल्या राष्ट्राची खरी ओळख पर्यटकांना करून देणे.

ix) निवडक पर्यटनकेंद्रे व क्षेत्रांचा विकास करणे.

ऊ) नवव्या पंचवार्षिक योजना कालावधीतील पर्यटनाचा विकास (Development of Tourism During Ninth Plan Period)

१९९६ साली पर्यटनाच्या विकासासाठी पर्यटनविषयक राष्ट्रीय धोरण तयार करण्यात आले. या धोरणानुसार राज्य व केंद्र सरकारने चालवलेले प्रकल्प व खासगी क्षेत्रे यांच्या पर्यटन विकासाबाबतच्या भूमिका ठरवण्यात आल्या. पंचायत राज, स्थानिक संस्था, बिनसरकारी सामाजिक संस्था आणि स्थानिक युवक यांचे पर्यावरण विकासातील महत्त्व जाणून त्या दिशेने प्रयत्न सुरू झाले.

नववी योजना पर्यटनाच्या विकासासाठी महत्त्वाची आहे. यात पर्यटन विकासास आवश्यक बऱ्याचशा महत्त्वाच्या मुद्यांचा विचार झाला. हिवाळी क्रीडाकेंद्रे, बीच रिसॉर्ट्स, पायाभूत सुविधा, गिर्यारोहणासाठी प्रसिद्ध केंद्रे, वन्यजीवन, विमानतळावरील कार्यपद्धती या सर्वत्र मुद्यांवर अभ्यास करून सुधारणा करण्याचे ठरले.

मंत्रालयाच्या पर्यटन विभागाने एक विशेष कृती समितीची स्थापना केली. या समितीवर सिक्कीम, जम्मू-काश्मीर व ईशान्य भारतातील सर्व राज्यातील पर्यटनस्थळांचा विकास करण्याची जबाबदारी टाकली. यामागचा हेतू म्हणजे या राज्यांमध्ये रोजगारनिर्मिती करणे, परकीय चलनात वाढ करणे व राज्यांच्या उत्पन्नात भर टाकणे हा होता.

ए) दहाव्या पंचवार्षिक योजना कालावधीतील पर्यटनाचा विकास (Development of Tourism during Tenth Plan Period)

दहाव्या पंचवार्षिक योजनेत प्रत्येक जिल्ह्यात एक पर्यटन केंद्र विकसित करण्याचा निर्णय झाला. जलक्रीडेची केंद्रे वाढवणे; तसेच महत्त्वाच्या उदा. खजुराओसारख्या पर्यटनस्थळी सांस्कृतिक कार्यक्रमांचे आयोजन करण्याचा निर्णय झाला.

ऐ) अकराव्या पंचवार्षिक योजना कालावधीतील पर्यटनाचा विकास (Development of Tourism during Eleventh Plan Period)

अकराव्या पंचवार्षिक योजनेत खालील बाबींवर भर देण्यात आला -

i) मेडिकल टुरिझमची जाहिरात करणे.

ii) पर्यटकांनी खरेदीवर जास्तीत जास्त खर्च करावा यासाठी योजना आखणे.

iii) ग्रामीण व साहसी पर्यटनाला प्रोत्साहन देणे.

iv) किनाऱ्यावरील किंवा बीच पर्यटनाचा निसर्गाशी सुसंगत विकास करणे.

v) दरडोई जास्तीत जास्त रक्कम पर्यटनासाठी खर्च करणाऱ्या पर्यटकांना आकर्षित करणे.

vi) भारताच्या पर्यटनाच्या मार्केटमध्ये वैविध्य आणणे म्हणजेच द. आफ्रिका, इस्राईल, चीन, जपान, कोरिया, ब्राझील, अर्जेंटिना, दक्षिण कोरिया, स्पेन इ. देशांना भारताच्या पर्यटनाच्या मार्केटमध्ये सामावणे.

बाराव्या पंचवार्षिक योजनेत मंत्रालयाच्या पर्यटन विभागाच्या अंदाजपत्रकात ५० टक्क्यांपेक्षा जास्त रक्कम पर्यटन सर्किट, ग्रामीण पर्यटन क्षेत्रांत सेवाभूत सेवांचा विकास करणे, यासाठी राखून ठेवली आहे. त्याशिवाय अंदाजपत्रकातील एकूण रकमेच्या १० टक्के रक्कम ईशान्य भारतात पर्यटनाचा विकास करण्यासाठी आणि २.५ टक्के रक्कम आदिवासी भागात पर्यटनाचा विकास करण्यासाठी राखून ठेवली आहे.

सराव प्रश्न

१) भारतीय पर्यटन व्यवसायाचे पायाभूत घटक स्पष्ट करा.

२) भारतातील विविध कलांचा भारताच्या पर्यटन विकासास कसा उपयोग होतो?

३) ब्रिटिशांच्या काळात पर्यटनाचा विकास कसा झाला ते स्पष्ट करा.

४) स्वातंत्र्यानंतर भारतात झालेल्या पर्यटनाच्या विकासाची संक्षिप्त माहिती द्या.

५) निरनिराळ्या पंचवार्षिक योजना काळातील पर्यटनाच्या विकासाचा वृत्तान्त द्या.

६) टिपा लिहा.

अ) सार्जंट समितीचे कार्य

ब) भारतीय पर्यटन विकासाचे पायाभूत नैसर्गिक घटक

क) भारतीय पर्यटन विकासाचे पायाभूत सांस्कृतिक घटक

ड) पर्यटन वाहतूक समिती

इ) पर्यटन विकासाचे सात टप्पे

ई) नवव्या, दहाव्या व अकराव्या पंचवार्षिक योजना काळातील पर्यटनाचा विकास

५ भारतातील पर्यटन आकर्षणांचा विभागवार विस्तार

(Regional Dimensions of Tourist Attractions in India)

१) **प्रस्तावना** (Introduction)
२) **भारतातील पर्यटन आकर्षण असलेली महत्त्वाची राज्ये** (Important Tourist Attraction States of India)

---

१) प्रस्तावना (Introduction)

भारत हा जगातील एकूण सात देशांपैकी एक देश आहे. जेथे उंच पर्वतांपासून ते दऱ्याखोऱ्यांपर्यंत पवित्र नद्यांपासून ते वाळवंटापर्यंत, समुद्रकिनाऱ्यापासून ते दाट जंगलांपर्यंत सर्वकाही आढळते. भारतातील पर्यटनात सुंदर निसर्ग, ऐतिहासिक वास्तू,

वारसास्थळे, स्मारके, मंदिरे, कोरीव काम केलेल्या गुहा, बीचेस इ. सर्व प्रकारची आकर्षणे आहेत.

२) भारतातील पर्यटन आकर्षण असलेली महत्त्वाची राज्ये (Important Tourist Attraction States of India)

i) राजस्थान - राजेशाही वारसावास्तू, ऐतिहासिक पर्यटन ज्यात राजवाडे, हवेली, म्यूझियम, किल्ले, स्मारके; तसेच वाळवंटांचाही समावेश होतो.

ii) केरळ - बॅकवॉटरचे नैसर्गिक सौंदर्य - देवभूमी 'God's Own Country'

iii) गोवा - नयनमनोहर समुद्रकिनारे व विविध वास्तुशैलीतील चर्चेस

iv) उत्तराखंड - धार्मिक आणि साहसी पर्यटन

v) हिमाचल प्रदेश - हिल स्टेशनचे नैसर्गिक सौंदर्य

३) पर्यटनासाठी प्रसिद्ध शहरे (Cities Famous for Tourism)

i) जयपूर, ii) आग्रा, iii) खजुराओ, iv) वाराणसी v) कोचीन

४) भारतातील प्रसिद्ध स्मारके (Famous monuments in India)

i) ताजमहाल, ii) लाल किल्ला, iii) जयसलमेर किल्ला, iv) हवा महाल, v) जयपूरचा सिटी पॅलेस

भारतातील पर्यटन आकर्षणाचा विभागवार विचार करता पुढीलप्रमाणे पाच विभाग पडतात -

अ) पश्चिम विभाग ब) उत्तर विभाग क) दक्षिण विभाग ड) पूर्व विभाग इ) ईशान्य विभाग

५) पश्चिम विभागातील महत्त्वाची पर्यटन राज्ये व पर्यटनस्थळे (Famous Tourist States and Destinations in Western India)

पश्चिम विभागात महाराष्ट्र, गोवा, गुजरात, राजस्थान व मध्य प्रदेश ही राज्ये येतात.

अ) महाराष्ट्र : महाराष्ट्र हे खूप मोठे, वैविध्याने नटलेले व किनारपट्टी लाभलेले राज्य आहे. येथे अनेक मंदिरे, किल्ले, पर्वत, गुहा, समुद्रकिनारे आहेत. मुंबई हे आर्थिक राजधानीचे शहर; अजिंठा व एलोरा, एलिफंटा येथील जगप्रसिद्ध गुंफा; कोयना, नागझिरा, मेळघाट, दाजीपूर, राधानगरी इ. अभयारण्ये; महालक्ष्मी मंदिर, अष्टविनायक ही गणपतीची मंदिरे; पंढरपूर, तुळजापूर, त्र्यंबकेश्वर, ज्योतीर्लिंगांची स्थाने, हाजी अली येथील दर्गा इ. धार्मिक स्थळे, तसेच रत्नागिरी, गणपतीपुळे, मालवण, तारकर्ली, अलिबाग, मुरूड इ.

समुद्रकिनाऱ्याची पर्यटनस्थळे; सिंधुदुर्ग, विजयदुर्ग, जंजिरा, सागरी किल्ले व लोहगड, पुरंदर, सिंहगड, राजगड, रायगड, अर्नाळा, वसई इ. किल्ल्यांसाठी प्रसिद्ध आहे. त्याशिवाय महाराष्ट्रात व्हॅली क्रॉसिंग, रॉक क्लायम्बिंग, गिर्यारोहण, स्नॉरकेलींग, पॅराग्लायडींग, कयाकिंग इ. साहसी पर्यटनाचेही पर्यटकांना आकर्षण आहे.

ब) गुजरात : गुजरात हे भारतातील व परदेशातील पर्यटकांचे दहावे आवडते पर्यटनाचे राज्य आहे. गुजरातमध्ये कच्छच्या रणापासून ते सातपुडा पर्वतापर्यंत सर्व आकर्षणे आहेत. गुजरात हे अशियातील सिंहाचे माहेरघर असून येथे गीरच्या जंगलात अनेक सिंह आहेत. महात्मा गांधी व वल्लभभाई पटेल यांची जन्मभूमी असलेल्या गुजरातमध्ये सांस्कृतिक पर्यटन, धार्मिक पर्यटन, वन्यजीव पर्यटन, वैद्यकीय पर्यटन, वारसा पर्यटन इ. पर्यटकांची आकर्षणे आहेत. गुजरातमध्ये बांधणी, पटोला, भरतकाम, धातुकला, काष्टकला, चित्रकला आदी कलांचा विकास झालेला आहे. द्वारका, पालीताना, सोरटी सोमनाथ, स्वामी नारायण मंदिर, डाकोर इ. धार्मिक स्थळे आहेत. गुजरातमधील पतंग महोत्सव, रण उत्सव, नवरात्रातील गरभा, मोघेरा नृत्य महोत्सव इ. साठी भारतातूनच नव्हे तर जगभरातून पर्यटक येतात.

क) राजस्थान : राजस्थानला 'राजेलोकांची भूमी' (Land of Kings) म्हणतात व राजस्थान हे पश्चिम विभागातील पर्यटकांसाठी सर्वांत जास्त आकर्षण असलेले राज्य आहे.

राजस्थानची राजधानी जयपूर. त्याचा इतिहास, राजेशाही वास्तू, महाल, राजवाडे इ. साठी प्रसिद्ध आहे. उदयपूर येथे अनेक तलाव आहेत त्याला 'भारताचे व्हेनिस' म्हणतात. तेथेही अनेक राजवाडे व महाल आहेत. जयपूरचा हवा महाल, सिटी पॅलेस तर उदयपूरचा पाण्यातील महाल, सेहेलियोंकी बाडी प्रसिद्ध आहेत. गोल्डन सिटी म्हणून प्रसिद्ध असलेल्या जयसलमेरचा भव्य सोनेरी किल्ला, राजवाडे, जैन मंदिरे, वाळूच्या टेकड्या, उंटावरील सफारी, अरवली पर्वतावरील सर्वोच्च शिखरावर असलेले हिल स्टेशन, अबू व तेथील दिलवाडा मंदिरे, ब्रह्माचे मंदिर असलेले पुष्कर, केलादेव राष्ट्रीय उद्यान, रणथंबोर राष्ट्रीय उद्यान व रणथंबोर किल्ला, श्रीनाथजींचे मंदिर असलेले नाथद्वारा, व्यापारी शहर बिकानेर इ. पर्यटकांची आवडती स्थाने आहेत.

ड) मध्यप्रदेश : मध्यप्रदेशात हिंदू, जैन, मुसलमान, शीख, बौद्ध या सर्व धर्माचा सांस्कृतिक वारसा जतन केलेला दिसतो. अनेक स्मारके, मंदिरे, अभयारण्ये, राजवाडे, किल्ले, कोरीव काम केलेली मंदिरे यासाठी मध्यप्रदेश प्रसिद्ध आहे.

मध्यप्रदेशातील वाघांसाठी राखून ठेवलेल्या कान्हा, बांधवगड व माधव, कुनो पालपूर इ. राष्ट्रीय उद्यानांमध्ये भरपूर वाघ असल्याने या राज्याला 'वाघांचे राज्य' (Tiger State) असे म्हणतात. सातपुडा व विंध्य पर्वतरांगा, यातून उगम पावणाऱ्या नद्या, धबधबे,

त्या पर्वतावरील दाट जंगल व तेथील वन्यप्राणी त्यामुळे मध्यप्रदेश पर्यटकांचे आकर्षण ठरले आहे. ग्वाल्हेर येथील प्रसिद्ध किल्ला, जय विलास राजवाडा, राणी लक्ष्मीबाईंची समाधी, ओंकारेश्वर, महेश्वर, सांची येथील मंदिरे ही आकर्षणे आहेत. अमरकंटक येथे उगम पावणारी नर्मदा नदी रंगीबेरंगी संगमरवराचे खडक असलेल्या डोंगरातून वाहते; त्यामुळे त्या नदीतून नौकाविहाराला पर्यटक जातात व नर्मदेवरचा खळाळत्या पाण्याच्या धुवांधार धबधब्याचा आनंद लुटतात.

इ) गोवा : गोवा हेसुद्धा भारतातील पर्यटनासाठी प्रसिद्ध पाच राज्यांमधील एक राज्य आहे. गोव्याचा उत्तम समुद्रकिनारा, पोर्तुगीज चर्चेस, देवळे व अभयारण्ये यासाठी गोवा प्रसिद्ध आहे. गोवा येथील मंगेशीचे मंदिर, शांतादुर्गा मंदिर, दूधसागर धबधबा व वेगवेगळ्या वास्तुशैलीत बनवलेली चर्चेस प्रेक्षणीय आहेत. 'गोवा कार्निव्हल' या महोत्सवाला सादर होणाऱ्या नृत्य-गायनाच्या कार्यक्रमास अनेक पर्यटक जातात. गोव्याच्या समुद्रकिनारी मिळणारा स्वच्छ सूर्यप्रकाश हे परदेशी पर्यटकांचे महत्त्वाचे आकर्षण आहे.

६) दक्षिण भारतातील महत्त्वाची पर्यटन राज्ये व पर्यटनस्थळे (Famous Tourist States and Destinations in South India)

अ) आंध्रप्रदेश : आंध्रप्रदेशात अनेक धार्मिक स्थळे, मंदिरे, गुहा,बीचेस, खाऱ्या पाण्याची व गोड्या पाण्याची सरोवरे, इ. आकर्षणे आहेत. आंध्रप्रदेशातील धार्मिक स्थळांमध्ये जगातील दुसऱ्या नंबरचे श्रीमंत व सर्वांत जास्त श्रद्धा असलेले तिरुपती येथील मंदिर, बारा ज्योतिर्लिंगांपैकी एक श्रीशैलम्, शंकराचे वेमुलवडा मंदिर ज्याला दक्षिण काशी म्हणतात- मल्लिकार्जुन स्वामी मंदिर, दुर्गादेवीचे कनक दुर्गा मंदिर इ. धार्मिक स्थळांचा समावेश आहे. त्याशिवाय विशाखापट्टणम्पासून जवळ असलेल्या बोरा गुंफा, भवानी बेटे, आरकू दरी-जिला 'आंध्रप्रदेशचे उटी' म्हणतात, भीमाली समुद्रकिनारा, कैलासगिरीचा सुंदर देखावा, बेलुम गुंफा व प्रेक्षणीय विशाखापट्टणम् आणि राजमुंड्री शहरे इ.पर्यटकांची आकर्षणे आहेत.

आंध्रप्रदेशातही तीन महत्त्वाची पर्यटनस्थळे आहेत. जगातील सर्वांत मोठा वटवृक्ष, जगातील सर्वांत मोठा नंदी व तेथील सरोवरे, १९८९ साली ज्याची गिनिज बुक ऑफ वर्ल्ड रेकॉर्डमध्ये नोंद झाली तो 'मरदीमनु', जगातील सर्वांत मोठा वटवृक्ष येथे आहे. त्याच्या फांद्या व पारंब्या ५ कि.मी. अंतरावर पसरल्या आहेत. जगातील सर्वांत मोठा म्हणजे २० फूट लांब व १५ फूट उंच नंदी 'लेपाक्षी' येथे आहे.

५०० कि.मी. क्षेत्रफळ व्यापलेले भारतातील दुसऱ्या क्रमांकाचे खाऱ्या पाण्याचे सरोवर पुलीकत सरोवर आणि कृष्णा व गोदावरी नद्यांच्या त्रिभुज प्रदेशांच्यामध्ये असलेले

कोलेरू हे गोड्या पाण्याचे सरोवर बघण्यास अनेक पर्यटक तेथे जातात. पुलीकत सरोवरावर अनेक स्थलांतरित पक्षी येतात. तेथे पुलीकत पक्षी अभयारण्य आहे.

ब) कर्नाटक : कर्नाटक हे भारतातील चौथ्या क्रमांकाचे पर्यटनासाठी प्रसिद्ध राज्य आहे. कर्नाटक राज्यात सर्वांत जास्त म्हणजे ५०७ राष्ट्रीय स्मारके सुस्थितीत आहेत. कर्नाटकात पट्टादकल, बदामी, ऐहोले, हम्पी, लक्कून्दी, हळशी, शृंगेरी, श्रवणबेळगोल, कोलार, बेलूर इ. ठिकाणी पूर्वीच्या कर्नाटकातल्या राजांनी अनेक स्मारके बांधली आहेत. त्यातील बदामी व पट्टादकल यांना जागतिक वारसास्थळांचा सन्मान मिळाला आहे. मुसलमान स्मारके बिजापूर, बिदर, गुलबर्गा येथे आहेत. विजापूर येथील गोलघुमट जगातील दुसऱ्या क्रमांकाचा घुमट आहे.

कर्नाटकात अनेक राजे होऊन गेले, त्यांचे राजवाडे म्हैसूरचा अंबाविलास राजवाडा, बंगळुरू राजवाडा, टिपू सुलतानचा समर पॅलेस, जगमोहन राजवाडा इ. राजवाडे आहेत, महाल आहेत. कर्नाटकातील शरावती नदीवरचा जोग धबधबा, भारतातील दुसऱ्या क्रमांकाचा सर्वांत उंच धबधबा आहे. कर्नाटकात केमेनगुंडी, बाबाबुदानगिरी, कुर्ग, कुद्रेमुख, कोडाछद्री इ. हिलस्टेशन्स आहेत.

कर्नाटक राज्य राष्ट्रीय उद्याने व अभयारण्यांसाठी प्रसिद्ध आहे. दांडेली अभयारण्य, घटप्रभा पक्षी अभयारण्य, बॅन्कपुरा येथील मोरांचे वन्यजीव अभयारण्य, दारोजी स्लोथ अस्वल अभयारण्य, देवराया वन्यजीव अभयारण्य, भीमगड वन्यजीव अभयारण्य, भद्रा अभयारण्य, ब्रह्मगिरी अभयारण्य, कावेरी अभयारण्य इ. अभयारण्यांसाठी अनेक पर्यटक भेट देतात.

क) केरळ : केरळ राज्याला नॅशनल जिऑग्राफीक या मासिकाने 'जगातील दहावे नंदनवन' म्हणून गौरवले आहे. केरळ राज्याने इको पर्यटनात पुढाकार घेतल्यामुळे ते पर्यटकात प्रसिद्ध आहे. केरळ राज्याला 'God's Own Country' 'देवभूमी' म्हणतात. केरळचे विशेष आकर्षण म्हणजे बॅकवॉटर व त्या भोवतालचे सृष्टीसौंदर्य, कोवालम, वरकाला, चिराई, कप्पड इ. समुद्रकिनारे, बेकल व सेंट एन्जेलो किल्ला, पेरियार व अर्नाकुलम येथील अभयारण्ये होय.

अलेप्पी, कुमारकोम आणि पुन्नामाडा येथे बॅकवॉटर व त्यातून काढलेले कालवे, तलाव बोटींगसाठी प्रसिद्ध आहेत. कोची, कोलाम, कोझीकोडे व त्रिवेंद्रम ही शहरे खरेदीसाठी व पारंपरिक सांस्कृतिक कार्यक्रमांसाठी प्रसिद्ध आहेत.

केरळमधील 'ग्रँड केरळ शॉपिंग फेस्टिव्हल' (GKSF) हा जगातील सर्वांत मोठा शॉपिंग फेस्टिव्हल २००७ साली सुरू झाला. या महोत्सवात केरळची संस्कृती, खाद्यपदार्थ, वन्यजीवन यांचे प्रदर्शन भरवून पर्यटकांना आकर्षित करण्यात येते.

ड) पाँडिचेरी : पाँडिचेरी येथे फ्रेंच स्टाईलने अत्यंत उत्तम नियोजन करून विकास केला आहे. पाँडिचेरी शहरात सुंदर इमारती, चर्चेस, मंदिरे व पुतळे आहेत. पाँडिचेरी शहर प्रेक्षणीय आहे.

इ) तमिळनाडू : तमिळनाडू राज्य हे देशातील व परदेशातील पर्यटकांचे आवडते राज्य आहे; कारण तेथे ऐतिहासिक, सांस्कृतिक व वास्तुशैलीचा विकास झालेला आहे. न्यूयॉर्क टाइम्सने जगातील ५२ महत्त्वाच्या पर्यटनस्थळात भारतातील फक्त तमिळनाडू राज्याची गणना केली आहे. तेथील मरिना बीच जगातील दुसरा मोठा बीच आहे. तमिळनाडूतील अरीग्नर झुऑलॉजिकल पार्क हा आशियातील झुऑलॉजिकल पार्कपैकी एक आहे व तेथे १५०० जातीचे रानटी वन्यप्राणी आहेत. चेन्नई येथे मगर प्रजोत्पादन केंद्र आहे.

तमिळनाडू राज्य मंदिरांसाठी प्रसिद्ध आहे. तेथील महाबलीपुरम् येथील मंदिर व ग्रेट लिव्हिंग चोला मंदिर ही दोन मंदिरे जागतिक वारसा यादीत समाविष्ट आहेत. तमिळनाडू राज्यात ३४००० पेक्षा जास्त मंदिरे आहेत. त्यात मदुराई येथील मिनाक्षी मंदिर, बृहडीस्वरार मंदिर, रंगनाथस्वामी मंदिर, श्रीलक्ष्मी सोनेरी मंदिर ही मंदिरे मोठी व महत्त्वाची आहेत.

महाबलीपुरम् येथील मंदिर समुद्रकिनारी असून उत्तम वास्तुकलेचा नमुना आहे. दगडात रथ, मंडप व देवतांच्या मूर्ती व कोरीव काम करून बनवले आहे. चोला कला व वास्तुकलेचा उत्तम नमुना म्हणजे चोला मंदिर, या देवळाचे शिखर अखंड ग्रॅनाईट दगडात बनवले आहे. मदुराई येथील मिनाक्षी मंदिराचा जगातील नव्या सात आश्चर्यांमध्ये पहिला क्रमांक आहे. या मंदिराला ग्रॅनाईट खडकापासून बनवलेले १००० खांब व नऊ देवळांची शिखरे आहेत. अतिशय भव्यदिव्य असे हे मंदिर आहे. रंगनाथस्वामी मंदिराचा घुमट २७० फूट उंचीचा आहे. संपूर्ण जगातून लाखो पर्यटक येथे दर महिन्याला गर्दी करतात.

तमिळनाडू राज्यात सर्वांत जास्त म्हणजे तेरा पक्षी अभयारण्ये आहेत. त्यात पुलीकत, वेट्टानगुडी, वेदानथंगल इ. महत्त्वाची पक्षी अभयारण्ये आहेत. तमिळनाडूत खारींचे (Squirrd) अभयारण्य आहे. तमिळनाडूत उटी (उटकमंडलम), येरकुड, येलगिरी, कोडाईकॉनॉल इ. हिल स्टेशन्स आहेत. पिचावरम येथे जगातील दुसऱ्या क्रमांकाचे खारफुटीचे जंगल आहे. मुट्टपत्यम ते उटी अशी डोंगरातून जाणारी रेल्वेची नोंदही जागतिक वारसायादीत झाली आहे.

कन्याकुमारी तमिळनाडू राज्याचे व भारताचे दक्षिण टोक आहे. तेथे अरबी समुद्र, बंगालचा उपसागर व हिंदी महासागर असे तिन्हींचे पाणी एकत्र दिसते. कन्याकुमारीला सुर्योदय व सूर्यास्ताचा देखावा रमणीय दिसतो. तसेच स्वामी विवेकानंद केंद्र हेही पर्यटकांचे आकर्षण आहे. आशिया खंडातील मोठा थिरुवल्लूर यांचा पुतळा, पद्मनाभपुरम् राजवाडा

हेही प्रसिद्ध आहेत.

तमिळनाडू राज्य वैद्यकीय पर्यटनासाठीही जगभर प्रसिद्ध आहे. येथे आशिया खंडातील मोठी सुपर स्पेशालिस्ट हॉस्पीटल्स आहेत. जेथे जगभरातून लोक येऊन उपचार घेतात.

ई) तेलंगणा : तेलंगणा राज्य समृद्ध इतिहास व सांस्कृतिक वारसा यासाठी पर्यटकांचे आकर्षण आहे. तेलंगणा राज्याची राजधानी हैदराबाद वास्तुकलेचा उत्तम नमुना असणाऱ्या इमारती व ऐतिहासिक वास्तू याकरिता प्रसिद्ध आहे. नॅशनल जिऑग्राफिकच्या सर्वेक्षणानुसार हैद्राबाद हे जगातील दुसऱ्या क्रमांकाचे पर्यटनासाठी उत्तम शहर आहे. हैदराबाद शहर मोत्यांसाठी प्रसिद्ध आहे.

हैदराबाद शहरातील चारमिनार, पांढऱ्याशुभ्र संगमरवरात बांधलेले बिर्ला मंदिर व म्यूझियम ही हैदराबादची पर्यटनस्थळे आहेत. हैदराबादशिवाय जुना आणि भव्य गोवळकोंडा किल्ला, रामोजी फिल्म सिटी, वारंगल किल्ला, वारंगलचे रामप्पा मंदिर, एक हजार खांब असलेले मंदिर, ज्ञान सरस्वती मंदिर, राजेश्वरा मंदिर इ. पर्यटकांची विशेष आकर्षणे आहेत.

७) उत्तर भारतातील महत्त्वाची पर्यटन राज्ये व पर्यटनस्थळे
(Famous Tourist States and Destinations in North India)

अ) दिल्ली : दिल्ली ही भारताची राजधानी असल्याने तेथील रुंद रस्ते, वेगवेगळ्या शैलीतील वास्तू, पुतळे व ऐतिहासिक वास्तू बघण्यास भारतीय व परदेशी पर्यटक उत्सुक असतात. दिल्ली शहरावर अनेक लोकांनी राज्यकर्त्यांनी राज्य केले; त्यामुळे इतिहासाच्या अनेक खुणा येथे जागोजागी दिसतात. दिल्लीमध्ये तुघलक किल्ला, कुतुबमिनार, पुराना किल्ला, लाल किल्ला, जामा मशीद, हुमायून समाधी इ. ऐतिहासिक वास्तू आहेत. आधुनिक वास्तूंमध्ये इंडिया गेट, जंतरमंतर, राष्ट्रपती भवन, लक्ष्मीनारायण मंदिर, लोटस मंदिर, अक्षरधाम मंदिर, राष्ट्रीय संग्रहालय यांचा समावेश होतो.

ब) हरियाना : हरियाना राज्याला तीर्थयात्रेचे ठिकाण (Pilgrim Destination) असे म्हणतात; कारण येथे पुराणातल्या व ऐतिहासिक घटना घडलेली ठिकाणे आहेत. कुरुक्षेत्र हे ऐतिहासिक ठिकाण असून तेथेच कृष्णाने अर्जुनाला गीता सांगितली. ज्योतीसार हे क्षेत्र हिंदू धर्मातील नीतिमूल्ये व तत्त्वप्रणाली यासाठी प्रसिद्ध आहे, या ठिकाणीच भगद्गीता लिहिली गेली. ठाणेसार येथे भद्राकाली मंदिर आहे. तेथे अनेक भक्त दरवर्षी येतात. पेहोवा या ठिकाणी कुटुंबातील मृत व्यक्तींच्या नावाने पिंडदान करण्यास पर्यटक येतात. पंचकुला हेसुद्धा पर्यटकांचे मोठे आकर्षण आहे. तेथे मोरनी टेकडी व टिकार

तलाव बघण्यास पर्यटक येतात.

क) हिमाचल प्रदेश : हिमाचल प्रदेश, हिमालयाचे निसर्गसौंदर्य, हिल स्टेशन्स, गिर्यारोहण व हिवाळी क्रीडा यासाठी प्रसिद्ध आहे. रॉक क्लायम्बिंग, व्हॅली क्रॉसिंग, माऊंटन बायकींग, पॅराग्लायडींग, गिर्यारोहण इ. साहसी पर्यटन तसेच आईस स्केटींग स्किईंग अशा हिवाळी क्रीडा प्रकारांसाठी अनेक देशी व परदेशी पर्यटक येथे येतात.

हिमाचल प्रदेशातील सिमला, कुलू-मनाली धर्मशाळा ही सर्व हिल स्टेशन्स प्रसिद्ध आहेत. धर्मशाळा येथे दलाई लामांचे वास्तव्य होते. तेथे मोठे बौद्धविहार आहे आणि बौद्ध मंदिर आहे. कलका-सिमला या डोंगरातील रेल्वे लाईनची युनेस्कोने जागतिक वारसा यादीत नोंद केली आहे; ती बघायला पर्यटक येतात.

ड) जम्मू आणि काश्मीर : जम्मू-काश्मीर हे भारताचे अति उत्तरेकडचे राज्य आहे. जम्मू आणि काश्मीर राज्य निसर्गरम्य हिमालयातील देखावा, जुनी मंदिरे, मशिदी, किल्ले, बागा यासाठी जगभर प्रसिद्ध आहे.

जम्मू येथे वैष्णवदेवी मंदिर, पटणीटॉप हिल स्टेशन, पुंज हा जुना किल्ला, भीमगड किल्ला आणि मंतालाई व शिवखोरी ही दोन इको पर्यटनकेंद्रे आहेत. त्रिकुटा टेकडीवर असलेले वैष्णवदेवी मंदिर हे सर्व हिंदूंचे तीर्थक्षेत्र आहे. तीस मीटर लांब असलेल्या गुहेत वैष्णवदेवीची मूर्ती आहे. आतील चारी बाजूने सोन्याच्या भिंती असलेले रघुनाथ मंदिर जम्मूच्या मध्यवर्ती भागात आहे.

जम्मूमधील आणखी एक विशेष आकर्षण म्हणजे मानस सरोवर. एक मैल लांब व अर्धा मैल रुंद असलेले सरोवर चारही बाजूंनी हिरव्यागार जंगलांनी वेढलेले आहे. हे सरोवर अत्यंत पवित्र मानले जाते. त्याच्या किनाऱ्यावर शेषनागाचे मंदिर आहे. त्याच्याभोवती परिक्रमा करतात व मानस सरोवरात आंघोळ करून शुचिर्भूत होतात. शंकर-पार्वती, दुर्गादेवी व नृसिंह यांची देवळे जवळच आहेत. मानस सरोवरात बोटिंगचे पर्यटकांना फार आकर्षण आहे.

काश्मीरचा भाग भारताच्या उत्तरेकडे असल्याने तेथे बर्फाच्छादित हिमालय, सूचिपर्णी वृक्षांची जंगले, हिमालयातील खळाळत्या नद्या, हिमनद्या, हिमवृष्टी इ. चा आनंद लुटण्यासाठी पर्यटक काश्मीरमध्ये मोठ्या संख्येने येतात. 'भारताचे स्वित्झर्लंड', 'भारताचे नंदनवन' अशी जगभर प्रसिद्धी असलेल्या काश्मीरला जगातील कानाकोपऱ्यातील पर्यटक वर्षभर भेट देतात.

गुलमर्ग, सोनमर्ग, पहेलगाव, खिलनमर्ग इ. ठिकाणचे सुंदर निसर्गसौंदर्य न्याहाळण्यासाठी येथे पर्यटकांची गर्दी असते. आभाळाच्या निळ्या पार्श्वभूमीवर बर्फाच्छादित शिखरे व सूर्योदयाच्या वेळी बर्फाच्छादित शिखरांवर दिसणाऱ्या रंगाच्या

छटा असे मनोहारी दृश्य दिसते. गुलमर्ग गोल्फसाठी प्रसिद्ध आहे.

मुसलमानांचे श्रद्धास्थान पीरबाबा, राजस्थानी, मोगल व गोथिक शैलीत बांधलेले मुबारक मंदिर, राजवाडा, डोग्रा आर्ट म्यूझियम, अनंतनागचे मार्तंड सूर्यमंदिर इ. पर्यटनाची आकर्षणे आहेत.

काश्मीरचे मुख्य आकर्षण म्हणजे श्रीनगर शहर. दल सरोवराच्या किनारी असलेले श्रीनगर, शंकराचार्य टेकडी, निशांत, चष्मेशाही व शालीमार गार्डन, मोगल गार्डन; तसेच दल सरोवरातील शिकारभ्रमण व सरोवरातील तरंगत्या मार्केटमधील खरेदी यासाठी प्रसिद्ध आहे.

काश्मीर दरीतील (Kashmita Valley) अमरनाथ मंदिर हे गुहेत आहे. तेथे बर्फ पडायला लागल्यावर गुहेत बर्फाची पिंड तयार होते. पाच लाखांपेक्षा जास्त यात्रेकरू दरवर्षी ती पिंड बघायला येतात.

लडाख हे काश्मीरमधील पर्यटनस्थळ आता खूपच प्रसिद्धीस आले आहे. लेहमधील बौद्धविहार, निसर्गसौंदर्याने नटलेली नुब्रा दरी, पॅगाँग सरोवर, जास्त उंचीवरचे मोरीरी सरोवर, अनेक हिमनद्यांचा उगम असलेली सुरू दरी, कारगील युद्ध जेथे झाले तेथील म्हणजे द्रास येथील 'द्रास वॉर म्यूझियम' इ. लडाखची पर्यटन आकर्षणे आहेत.

इ) पंजाब : पंजाब हे इतिहास, संस्कृती व खाद्यसंस्कृती यासाठी प्रसिद्ध आहे. अमृतसर, चंदीगड, जालंदर, पटियाला, लुधियाना, नाभा ही पंजाबमधील प्रसिद्ध शहरे आहेत. पटियाला ऐतिहासिक किल्ल्यांसाठी प्रसिद्ध आहे. अमृतसर येथे शिखांचे धार्मिक स्थान सचखंड गुरुद्वारा असून त्याला बाहेरून सर्व बाजूने सोन्याचा मुलामा आहे व गुरुद्वाराभोवती पाण्याचा तलाव आहे, ज्यामुळे सोनेरी गुरुद्वाराचे प्रतिबिंब पाण्यात पडते. हरमंदिर साहिब हे जगातील मोठे आध्यात्मिक केंद्र असून एक लाखांपेक्षा जास्त पर्यटक येथे भेट देतात.

चंदीगड हे शहर हिमालयाच्या पायथ्याशी वसलेले असून चंदीगड शहर हे पंजाब व हरियाना या दोन्ही राज्यांची मिळून राजधानी आहे. चंदीगड शहर हे भारतातील पहिले सुनियोजित (Planned City) शहर आहे. येथे रस्ते एकमेकांना समांतर असून चौकात काटकोनात मिळतात. भारत सरकारच्या नागरी विकास विभागाने त्याची भारतातील सर्वांत स्वच्छ शहर म्हणून नोंद घेतली आहे. येथील महत्त्वाची पर्यटनस्थळे आहेत- रॉक गार्डन, झाकीर हुसेन रोझ गार्डन, ओपन हँड स्मारक, सुखा सरोवर इ.

ई) उत्तराखंड : उत्तराखंडला देवभूमी (Abode of God) म्हणतात; कारण येथे हिंदूंची महत्त्वाची मंदिरे म्हणजे चारधाम आहेत. बद्रीनाथ, केदारनाथ, हरिद्वार, गंगोत्री व यमुनोत्री ही चार महत्त्वाची तीर्थक्षेत्रे येथे आहेत. हिमालयातील नंदादेवी (२५६४० फूट)

हे दुसऱ्या क्रमांकाचे उंच शिखर आहे. त्याशिवाय कांचनगंगा, नीलकांत, दूनागिरी इ. शिखरे आहेत.

कॉर्बेट राष्ट्रीय उद्यान, राजाजी राष्ट्रीय उद्यान, नंदादेवी राष्ट्रीय उद्यान, गोविंद वन्यजीव अभयारण्य, अस्कोत हरणांचे अभयारण्य ही पर्यटकांची आवडती स्थळे आहेत. येथे अनेक हिमनद्यांचे उगम आहेत. पिंडारी, मिलाम, दूनगिरी, दोकरानी इ. हिमनद्या बघण्यास परदेशी पर्यटक मोठ्या संख्येने येतात. ब्रिटिशांच्या काळात विकसित झालेली मसुरी, अल्मोडा, राणीखेत, नैनिताल, द्वारहर इ. हिल स्टेशन्स पर्यटकांनी भरलेली असतात.

उत्तराखंड साहसी पर्यटनासाठीही प्रसिद्ध आहे. पॅराग्लायडींगसाठी येलगिरी, ट्रेकींगसाठी मसुरी, उत्तरकाशी, जोशीमठ, चौकोरी, अल्मोडा, नैनिताल तर स्किईंगसाठी अवली, बाग्याल, मुन्सीयारी, मुंडाली इ. ठिकाणी देशी आणि विदेशी पर्यटक मोठ्या संख्येने येतात.

उ) उत्तर प्रदेश : उत्तर प्रदेश हेसुद्धा पर्यटनासाठी खूप प्रसिद्ध राज्य आहे. उत्तर प्रदेश ऐतिहासिक स्मारके व धार्मिक स्थळे यासाठी प्रसिद्ध आहे. उत्तर प्रदेशाच्या उत्तरेच्या सीमारेषेजवळ हिमालयाचा खालचा उतार आहे तर दक्षिणेकडे मैदानी प्रदेश आहे.

उत्तर प्रदेशात वाराणसी, आग्रा, अलाहाबाद, बिथूर, कानपूर-मिरत-लखनौ, मथुरा, झांशी, अयोध्या, कुशीनगर, गोरखपूर इ. शहरे पर्यटनासाठी प्रसिद्ध आहेत. वाराणशीला 'सिटी ऑफ टेम्पल्स' म्हणतात कारण तेथे अनेक देवळे आहेत. आग्रा हे ठिकाण पांढऱ्या संगमरवरात कोरीव काम करून बनवलेला ताजमहाल व त्याच्या समोरचा बगिचा यासाठी जगप्रसिद्ध आहे. ताजमहाल, आग्रा येथील किल्ला व फत्तेपूर सिक्री या तिन्ही पर्यटनस्थळांची जागतिक वारसायादीत नोंद आहे. झाशी येथील राणी लक्ष्मीबाईंची युद्धभूमी, कृष्णाचे जन्मस्थान मथुरा, रामाचे जन्मस्थान अयोध्या, गौतम बुद्धाचे जेथून निर्वाण झाले ते कुशीनगर, उत्तर प्रदेशची राजधानी व मोगल, ब्रिटिश व आधुनिक वास्तुशैलीतील इमारती असलेले लखनौ, इतिहासप्रसिद्ध मीरत, हिंदू-जैन, शीख, बौद्ध, मुसलमान या सर्व धर्मातील संतांची जन्मभूमी असलेले गोरखपूर इ. आकर्षक पर्यटनस्थळे आहेत. अलाहाबाद हे गंगा व यमुना या दोन नद्यांच्या संगमासाठी प्रसिद्ध आहे.

उत्तर प्रदेशातील अवधी खाद्यपदार्थ, मोगलाई खाद्यपदार्थ, कुमाऊनी खाद्यपदार्थ प्रसिद्ध आहेत.

८) पूर्व भारतातील महत्त्वाची पर्यटन राज्ये व पर्यटनस्थळे (Famous Tourist States and Destinations in East India)

अ) बिहार : बिहारला ऐतिहासिक महत्त्व आहे कारण आर्यभट्ट, सम्राट अशोक, चाणक्य, महावीर, गुरुगोविंदसिंग, चंद्रगुप्त मौर्य, शेरशाह सुरी इ. सर्व महान व्यक्ती येथे होत्या. हिंदू, जैन, बौद्ध, शीख इ. धर्माच्या लोकांची धार्मिक स्थाने बिहारमध्ये आहेत. बिहारमधील सर्वांत महत्त्वाचे पर्यटकांचे आकर्षण म्हणजे बौद्धांचे श्रद्धास्थान महाबोधी मंदिर, जागतिक वारसायादीत नोंद झालेल्या, खडकात कोरलेल्या बाराबार गुहा व खुदाबक्ष ओरिएंट ग्रंथालय.

बिहारमधील इतर पर्यटनकेंद्रे आहेत- पाटणा, बुद्धगया, जगातील सर्वांत मोठा बौद्ध स्तुप असलेले केसरिया, नालंदा विद्यापीठ, शेर शाह सुरीचे थडगे असलेले ससाराम, गुरुगोविंदसिंगांचे जन्मस्थान तक्य श्री पटनासाहेब, काली मंदिर व महाराजा किल्ल्यासाठी प्रसिद्ध दरभंगा, जगातील एकमेव योग विद्यापीठ असलेले मुंगर, भगवान महावीरांचे जन्मस्थान वैशाली इ.

ब) ओरिसा : ज्या पर्यटकांना धार्मिक स्थळे, अध्यात्म, कला, वास्तुकला, समुद्रकिनाऱ्याचे सौंदर्य इ. मध्ये विशेष अभिरुची आहे, ते पर्यटक आवर्जून ओरिसाला भेट देतात. येथील शास्त्रीय नृत्याचे ओडिशी तसेच चारू, घुमरू, संबलपुरी इ. प्रकार शिकण्यास परदेशी लोक येतात.

ओरिसात पुरी येथे जगन्नाथाचे जगप्रसिद्ध मंदिर आहे. तेथून दरवर्षी जगन्नाथाची यात्रा निघते व त्यासाठी लाखो पर्यटक पुरी येथे जातात. कोणार्क येथील सूर्यमंदिराचा समावेश जागतिक वारसायादीत झालेला आहे. ओरिसातील तिसरे आकर्षण म्हणजे लिनिंग टेम्पल ऑफ हुमा (Leaning Temple of Huma). भारतातील चार योगिनी मंदिरांपैकी दोन ओरिसात आहेत. बौद्ध धर्माच्या लोकांचे मुख्य आकर्षण म्हणजे उदयगिरी, ललितगिरी व रत्नागिरी असे त्रिकोणाच्या तीन टोकांची शहरे. येथे अनेक स्तुप, खडकात कोरीव काम केलेल्या गुहा, विहार, चैत्य इ. बघायला मिळतात.

भुवनेश्वर धार्मिक पर्यटनासाठी प्रसिद्ध आहे. ५०० पेक्षा जास्त मंदिरे असलेल्या भुवनेश्वरला 'सिटी ऑफ टेम्पल्स' म्हणतात. मध्यप्रदेशातील खजुराओ येथील मंदिरांप्रमाणे शिल्पकलेचा अप्रतिम नमुना असणारे राजाराणी मंदिर पर्यटकांचे आकर्षण आहे. भुवनेश्वरमध्ये राज्य संग्रहालय, रिजनल म्युझियम ऑफ नॅचरल हिस्ट्री, बोटॅनिकल गार्डन, उदयगिरी व खांडगिरी गुहा, पठाणी समतो प्लॅनिटोरिअम इ. अन्य पर्यटन आकर्षणे आहेत.

कटक हे ओरिसातील दुसरे महत्त्वाचे पर्यटकांचे आवडते शहर. सुभाषचंद्र बोस यांचे जन्मस्थान असलेले कटक, बाराबाटी किल्ला, कटक चांदी मंदिर, बाराबाटी स्टेडियम, धाबाळेश्वर मंदिर व चांदीवरचे कोरीव काम, फिल्ग्री काम यासाठी प्रसिद्ध आहे.

आरिसाच्या किनाऱ्याजवळ भारतातील सर्वांत मोठे चिल्का हे खाऱ्या पाण्याचे सरोवर आहे. तेथे अनेक पक्षी स्थलांतर करून येतात म्हणून पक्षीप्रेमींसाठी ते आवडते ठिकाण आहे.

क) पश्चिम बंगाल : पश्चिम बंगालच्या उत्तरेस हिमालय आहे, तर त्याच्या दक्षिण भागात मैदानी प्रदेश आहे. उत्तरेकडे दार्जिलिंग हिल स्टेशनला जाणारी 'दार्जिलिंग हिमालय रेल्वे'ची नोंद जागतिक वारसायादीत झाली आहे, तर दक्षिण भागातील सुंदरबन या जगातील खारफुटीच्या मोठ्या जंगलाची नोंदही जागतिक वारसा यादीत झालेली आहे.

कोलकाता ही पश्चिम बंगालची राजधानी, तिला 'भारताची सांस्कृतिक राजधानी', 'सिटी ऑफ पॅलेसेस' असे म्हटले जाते. कोलकाता येथे युरोपीयन लोकांचे वास्तव्य होते व इस्ट इंडिया कंपनीचे ऑफीस तेथे होते म्हणून तेथील जुन्या इमारतींवर ब्रिटिश वास्तुकलेचा प्रभाव दिसतो. कोलकाता व्हिक्टोरिया मेमोरिअल, हावरा ब्रीज, इंडियन बोटॅनिकल गार्डन, बेलूर मठ, इडन गार्डन, नेताजी भवन, दक्षिणेश्वर काली मंदिर, मार्बल पॅलेस, कालीघार मंदिर, बिर्ला प्लॅनिटोरियम, सेंट पॉल कॅथेड्रल इ.प्रेक्षणीय स्थळे आहेत.

पश्चिम बंगालमध्ये अनेक थोर व्यक्तींचे वास्तव्य होते. नेताजी सुभाषचंद्र बोस, स्वामी विवेकानंद, राजा राममोहन रॉय, ईश्वरचंद्र विद्यासागर, बकीमचंद्र चट्टोपाध्याय, जगदीशचंद्र बोस, रविंद्रनाथ टागोर, चित्तरंजन दास, श्री. अरबिंदो, शरदचंद्र चट्टोपाध्याय इत्यादी. त्यामुळे शहराला भेट देण्याचे कुतूहल अनेक पर्यटकांना असते.

दार्जिलिंगशिवाय महत्त्वाची हिल स्टेशन्स आहेत. कालीमपाँग, लोलेगाव, लावा इ. दार्जिलिंग येथे चहाचे मळे असून तेथील चहा जगप्रसिद्ध आहे. पश्चिम बंगालला समुद्रकिनारा लाभलेला असल्याने तेथे दीघी, शंकरपूर, बख्खाली, मंडरमोनी बीचेस प्रसिद्ध आहेत.

पश्चिम बंगालला सहा समृद्ध राष्ट्रीय उद्याने आहेत. पांढरा वाघ असलेले सुंदरबन राष्ट्रीय उद्यान, बुक्सा वाघांचे राखीव क्षेत्र, जलदपारा राष्ट्रीय उद्यान, सिंगालिया राष्ट्रीय उद्यान, निओरा व्हॅली राष्ट्रीय उद्यान, गोरूमारा राष्ट्रीय उद्यान इ. या राष्ट्रीय उद्यानात हत्ती, हरिणे, चित्ते, बायसन, मगरी तसेच अनेक देशातील स्थलांतरित पक्षीसुद्धा दिसतात. सिंगालिया राष्ट्रीय उद्यान हे खूप उंचीवर असल्याने तेथे इतरत्र न आढळणारे प्राणी म्हणजे भुंकणारे हरिण, लाल पांडा, चिंकारा, पँगोलीन, मिनीव्हेट, सेरो इ. बघायला मिळतात.

धार्मिक स्थळांमध्ये टिपू सुलतानची कबर, नाखोडा माशिद, सेंट जॉर्ज चर्च, पारसी

फायर मंदिर, जॅपनीज बौद्ध मंदिर इ. आकर्षक पर्यटनस्थळे आहेत.

ड) सिक्कीम : सिक्कीम हे राज्य भरभरून निसर्गसौंदर्य असलेले स्वच्छ व शांती असलेले राज्य आहे; म्हणूनच त्याला 'पीसफुल होम' (Peaceful Home) म्हणतात. सिक्कीम येथील महत्त्वाची पर्यटनाची आकर्षणे आहेत. भारत व चीन सीमारेषेवरची नथुला खिंड, बाबा मंदिर, रुमटेक विहार, त्सागपो सरोवर, ताशी व्ह्यू पॉईंट, बुद्धा पार्क, रिजपार्क, पेलींग, टिब्रटॉलॉजी इ. सिक्कीममध्ये ऑर्किडची खूप झाडे आहेत. त्यामुळे दरवर्षी येथे आंतरराष्ट्रीय फ्लॉवर शो असतो त्यात ऑर्किडच्या जगातील सर्व जाती बघायला मिळतात व त्यासाठी जगभरातून पर्यटक येतात. बर्फाच्छादित कांचनगंगा शिखर व त्याभोवतालचे निसर्गसौंदर्य हेही पर्यटकांचे महत्त्वाचे आकर्षण आहे. सिक्कीममधील हिमालयात गिर्यारोहण व इतर साहसी पर्यटनासाठी जगभरातून पर्यटक येतात.

इ) छत्तीसगड : छत्तीसगड निसर्गप्रेमींसाठी आवडते पर्यटनस्थळ आहे. तेथील खळाळते धबधबे, हिरवेगार डोंगर, घनदाट जंगले व समृद्ध वन्यजीवन पर्यटकांना आकर्षित करते. भारतात फक्त २१ टक्के जमीन वनांखाली आहे; पण छत्तीसगड भारतातील एकमेव राज्य आहे जेथे ४१.३३ टक्के जमीन जंगलाखाली आहे; त्यामुळे समृद्ध जैवविविधता असणाऱ्या भारतातील क्षेत्रांपैकी छत्तीसगड एक क्षेत्र आहे.

छत्तीसगडचे मुख्य आकर्षण म्हणजे चित्रकोट धबधबा व काकाटोल येथील धबधबा. चित्रकोट धबधबा हा भारतातील सर्वांत रुंद धबधबा आहे व त्याला 'भारताचा नायगरा धबधबा' असे म्हणतात. छत्तीसगडमधील इतर पर्यटनस्थळांमध्ये भोरामदेव मंदिर, रामगड, कुतूमसार गुहा प्रसिद्ध आहेत.

९) ईशान्य भारतातील महत्त्वाची पर्यटनस्थळे राज्ये (Famous Tourist States and Destinations in North East India)

ईशान्य भारतात पर्यटनाचा पुरेसा विकास सुरूवातीला झाला नव्हता पण आता ईशान्य भारतातही पर्यटक मोठ्या संख्येने येऊ लागले आहेत.

अ) अरुणाचल प्रदेश : भारताच्या ईशान्य टोकाला असलेले अरुणाचल प्रदेश हे राज्य निसर्गसौंदर्याने नटलेल्या टेकड्या, दऱ्या, कला आणि हस्तकलेचा वैभवशाली वारसा, वर्षभर चालणारे महोत्सव आणि अत्यंत साधे पण अगत्यशील लोक, साहसी क्रीडाप्रकार, क्वचितच भारतात इतरत्र आढळणारे प्राणी असलेली अभयारण्ये व राष्ट्रीय उद्याने इ. पर्यटकांना आकर्षित करते.

अरुणाचल प्रदेशामध्ये सर्व प्रकारच्या पर्यटकांसाठी पर्यटनस्थळे आहेत. चारशे वर्ष जुना तवांग मठ, पुरातन-वस्तू जतन केलेले इटानगर व मलीनिथान, निसर्गरम्य असे

गंगा सरोवर, बर्फाच्छादित रुपेरी कडा लाभलेली हिमालयाची शिखरे, हिरवीगार घनदाट झाडी, हजारो वनस्पतींच्या जाती, नौकानयन, ट्रेकिंग, रिव्हर राफ्टिंग, हायकींग इ. साहसी पर्यटनकेंद्रे, समृद्ध वन्यप्राणी-पक्षी असलेली अभयारण्ये इ. पर्यटकांचे आकर्षण आहे. येथे विविध उंचीवर ऑर्किडच्या सहाशे जाती आहेत; त्यामुळे या राज्याला 'होम ऑफ ऑर्किड' म्हणतात. येथील निसर्गसौंदर्याचे वर्णन असणारे लोकसंगीत ऐकायला मिळते व लोकनृत्ये बघायला मिळतात.

ब) आसाम : एखाद्या पंख पसरून बसलेल्या पक्ष्याच्या आकाराचे असलेले आसाम राज्य ईशान्य भारताच्या सात राज्यांना प्रवेश करण्याच्या मार्गावर पहिलेच राज्य आहे. आसाम राज्याची सीमारेषा ईशान्य भारतातील उरलेल्या सहा राज्यांशी व प. बंगालशी संलग्न आहे.

आसाममध्ये ३५ टक्के जमीन जंगलाखाली आहे; त्यामुळे आसाममध्ये पाच राष्ट्रीय उद्याने व वीस पक्षी व वन्यजीव अभयारण्ये आहेत; त्यांपैकी काझीरंगा आणि मानस राष्ट्रीय उद्यानांची नोंद जागतिक वारसायादीत झालेली आहे. ब्रह्मपुत्रा नदी राज्याच्या मध्यभागातून वाहते व त्या नदीत जगातील सर्वांत मोठे नदीतील बेट माजुली बेट आहे, त्याने ९२७ चौ.कि.मी. क्षेत्रफळ व्यापलेले आहे. काझीरंगा राष्ट्रीय उद्यान एकशिंगी गेंड्यांसाठी प्रसिद्ध आहे.

आसाममधील इतर पर्यटनस्थळांमध्ये गुरुतेजबहादूर गुरुद्वारा, ऐतिहासिक शिवसागर, तेजपूर, खजुराओ येथील मंदिरांप्रमाणे असणारे मदन कामदेव गोपेश्वर मंदिर, जतींगा इ. चा समावेश होतो. गोहत्ती शहरातील महत्त्वाची पर्यटनस्थळे आहेत. कामाख्य मंदिर, ब्रह्मपुत्रा नदीतून नौकानयन, शंकरदेव कलाक्षेत्र, उमानंदा मंदिर, आसाम राज्य प्राणीसंग्रहालय, शिल्पग्राम इ. त्याशिवाय हाफलाँग हिल स्टेशन, हाजो तीर्थयात्रेचे ठिकाण, जोरहट, तेजपूर, सोनीतपूर, तिनसुकीया शहरातील तिलिंगा मंदिर, चहाची राजधानी असलेले दिब्रूगड, तिपम हे ऐतिहासिक गाव इ. ठिकाणी पर्यटक भेट देतात.

क) मिझोराम : मिझोराम सुंदर देखावा व आल्हाददायक हवामान यामुळे प्रसिद्ध आहे. येथे पक्ष्यांच्या अनेक जाती आहेत, त्यामुळे भविष्यात ते एक पक्षी निरीक्षणासाठी महत्त्वाचे पर्यटनक्षेत्र बनू शकते. हमुईफंग व रेईक हिल्स ही हिल स्टेशन्स, वानत्वांग धबधबा, सोलोमन मंदिर, मुर्लीन राष्ट्रीय उद्यान, डंपा टायगर रिझर्व्ह इ. पर्यटकांची आकर्षणे आहेत.

ऐझवाल हे मिझोरामचे राजधानीचे शहर आहे. ऐझवाल येथील प्रमुख पर्यटन केंद्रात बारा बझार, मिझोराम स्टेट म्यूझियम, डर्टींग टेकडी, घनदाट जंगलांनी व्यापलेला ह्युईफँग पर्वत आणि बक्त्वांग खेडे आणि सोलोमन मंदिर. बक्त्वांग खेड्याचे वैशिष्ट्य

म्हणजे तेथे पू झिऑन (Pu Ziona) यांचे जगातील सर्वांत मोठे कुटुंब राहते. त्यांना ३९ बायका, ९४ मुले, १४ सुना व ३३ नातवंडे आहेत व ते सर्व एकत्रच राहतात.

ड) मणिपूर : मणिपूर हे राज्य मार्शल आर्ट, पोलो, नृत्य, शिल्पकला व थिएटर यासाठी प्रसिद्ध आहे. मणिपूरची राजधानी इम्फाळ येथे श्री गोविंदजी मंदिर, मणिपूर स्टेट म्युझियम हे पर्यटकांचे आकर्षण आहे.

मणिपूरपासून जवळच ईशान्य भारतातले सर्वांत मोठे लोकतक सरोवर आहे. या सरोवरात वाढलेल्या पाणवनस्तींची तरंगती बेटे (Floating Islands) तयार झाली आहेत, त्याला मणिपुरी भाषेत 'फूमडी' (Phumdi) म्हणतात. या पाणवनस्पतीला फुले येतात, तेथे छोटे छोटे रेस्टॉरंट्स आहेत. लोक या तलावात बोटींग करतात व त्या बेटावर फिरायला जातात.

डझुकू दरी (Dzukou) ही निसर्गसौंदर्य, विशिष्ट मोसमात येणारी फुले व झाडे, पक्षी, प्राणी यासाठी प्रसिद्ध आहे. त्या दरीतून बर्फासारखे गार पाणी असलेला झरा वाहतो. जगात क्वचितच दिसणारे डझुकू लिलीचे फूल या दरीत बघायला मिळते.

थालॉन गुहा व खानगरखुई गुहा या दोन प्रेक्षणीय गुहा येथे आहेत. खनगखुई गुहा ही चुनखडकाची गुहा आहे. या गुहेत पूर्वी राजा राहत असे व त्यामुळे तेथे हॉल व राजेशाही शयनगृह आहे. मणिपूरचे आणखी एक आकर्षण म्हणजे सादू चिरू धबधबा, हा धबधबा तीन टप्प्यांत आहे. त्याच्या आजूबाजूचे नैसर्गिक सौंदर्य बघण्यासाठी अनेक पर्यटक येथे येतात. कैबुल लामजाओ राष्ट्रीय उद्यानातील शिंगे असलेले हरीण किंवा काळवीट बघण्यास पर्यटक गर्दी करतात.

इ) मेघालय : मेघालय राज्य हे भारतातील सर्वांत जास्त पावसाचे राज्य आहे. मेघालय येथील चेरापुंजी जवळील भावसिनराम येथे जगातील सर्वांत जास्त पावसाची नोंद होते. मेघालयाचे वैशिष्ट्य म्हणजे तेथे असलेल्या एकूण १००० गुहा म्हणून त्याला 'गुहांचे राज्य' म्हणतात.

मेघालयाचे सर्वांत मुख्य आकर्षण क्रेम माऊमलुह गुहा. ही गुहा चेरापुंजीजवळ असून त्यातून पाच नद्या वाहतात. ही गुहा चुनखडकांची असल्याने तेथे अधोमुखी व ऊर्ध्वमुखी लवणस्तंभ तयार झाले आहेत. दुसरी गुहा माऊसमाई गुहा, तीसुद्धा चेरापुंजीजवळ आहे. या गुहेत मोठा हॉल आहे, तो हॉल एखाद्या प्रेक्षागृहासारखा मोठा आहे. तिसऱ्या सिजू गुहेतही ऊर्ध्वमुखी लवणस्तंभ आहेत. माऊसिनराम गुहेत लवणस्तंभामुळे शिवलिंग तयार होतात. क्रेमडॅम गुहा ही भारतातील सर्वांत मोठी गुहा आहे व ती वाळूच्या दगडात बनलेली आहे. आठ प्रवेशद्वारे असलेली व ३६५० मीटर लांब असलेली क्रेम कोत्सती गुहा प्रेक्षकांचे आवडते पर्यटनकेंद्र आहे. या गुहांत पूर्वी

जयंतीया, गारो व खासी आदिवासी राहत असत.

मेघालय येथे भरपूर पाऊस पडत असल्याने व गारो, खासी व जयंतिया टेकड्यांचा प्रदेश असल्याने तेथे वर्षभर जंगल हिरवेगार असते. भरपूर फुले, फळे, पशुपक्षी असतात. त्यामुळे मानवनिर्मित काहीही न बघता पर्यटक निसर्गाची मुक्त उधळण बघतात व त्याचा भरभरून आस्वाद घेतात. हिरव्यागार टेकड्या, स्वच्छ पाण्याचे कायमस्वरूपी झरे व रंगीबेरंगी पक्षी, समृद्ध वन्यजीव पर्यटकांना खूप आनंद देतात.

ई) त्रिपुरा : त्रिपुरा हे प्रदूषणविरहित, पर्यावरणास जपणारे व अत्यंत आल्हाददायक हवामान असणारे राज्य आहे. त्रिपुराची राजधानी आगरतला येथे त्रिपुरा स्टेट म्यूझियम, उमामहेश्वर मंदिर, वेणुबन बुद्धविहार, आगरताला सिटी सेंटर, आगरताला सेक्रेटरीएट, हेरिटेज नेहरू पार्क, रोझ व्हॅली, जगन्नाथ मंदिर म्यूझियम इ. आकर्षक पर्यटनस्थळे आहेत.

उ) नागालँड : नागालँड राज्यात कारखाने नसल्याने निसर्गाचे उत्तम संवर्धन केलेले आहे. त्याला सांस्कृतिक वारसा आहे व पारंपरिकता त्यांनी जपलेली आहे. नागालँड येथील पर्यटकांची मुख्य आकर्षणे आहेत, अप्रतिम निसर्गाचा देखावा असलेली डझुकू (Dzukou) दरी, ट्रेकिंगसाठी प्रसिद्ध असलेले जाप्टू (Japtu) शिखर, नागालँड स्टेट म्यूझियम, पक्षी निरीक्षणासाठी प्रसिद्ध असलेले चांगटंग्या गाव, फकिम वन्यप्राणी अभयारण्य, इनटाकी वन्यप्राणी अभयारण्य, हिरव्यागार टेकड्यांनी व्यापलेले मेलुरी गाव व त्या गावाजवळील शिलोई सरोवर इ.

अशी भारतात प्रत्येक राज्यात जी विविधता आहे व जी वेगवेगळी पर्यटनस्थळे आहेत तशी पर्यटनस्थळांची विविधता क्वचितच एखाद्या देशात आहे.

सराव प्रश्न

१) पश्चिम विभागातील महत्त्वाची पर्यटन राज्ये व तेथील पर्यटनस्थळे याबाबत सविस्तर माहिती द्या.

२) दक्षिण भारतातील महत्त्वाची पर्यटन राज्ये व तेथील पर्यटनस्थळे याबाबत माहिती द्या.

३) उत्तर, भारतातील महत्त्वाची पर्यटन राज्ये व तेथील पर्यटनस्थळे यांचे वर्णन करा.

४) पूर्व भारतातील पर्यटनाची महत्त्वाची राज्ये व तेथील पर्यटनस्थळे याबाबत सविस्तर वर्णन करा.

५) ईशान्य भारतातील पर्यटनाची महत्त्वाची राज्ये व तेथील पर्यटनस्थळे यांचा वृत्तांन्त द्या.

६) भारतातील पर्यटनासाठी प्रसिद्ध असलेल्या राजस्थान व केरळ या राज्यातील पर्यटनाची आकर्षणे कोणती ? त्याचे वर्णन करा.

७) टिपा लिहा -

    अ) महाराष्ट्र व गुजरात येथील पर्यटनस्थळे

    ब) राजस्थान व मध्यप्रदेश येथील पर्यटनस्थळे

    क) आंध्रप्रदेश व कर्नाटक येथील पर्यटनस्थळे

    ड) तामिळनाडू येथील पर्यटकांची आकर्षणे

    इ) केरळमधील पर्यटनाची स्थळे

    ई) जम्मू कश्मीर भारताचे नंदनवन

    उ) हिमाचल प्रदेश येथील हिवाळी पर्यटन

    ऊ) उत्तराखंड येथील साहसी पर्यटन

७) ओरिसा येथील सांस्कृतिक व वारसा पर्यटन

८) मेघालयाचे गुहा पर्यटन

९) आसाममधील महत्त्वाची पर्यटनस्थळे

१०) मणिपूरचे आगळेवेगळे पर्यटन

६ | भारतीय पर्यटनाची जाहिरात

(Promotion of Indian Tourism)

१) प्रस्तावना (Introduction)

२) 'इनक्रेडिबल इंडिया' मोहीम २००२ ('Incredible India' Compaign 2002)

३) 'व्हिजिट इंडिया' मोहीम २००९ ('Visit India' Campaign 2009)

४) 'अतिथी देवो भव' संकल्पना ('Atithi Devo Bhav' Concept)

५) भारतीय पर्यटनस्थळांची परदेशात जाहिरात (Advertisement of Indian Tourist Destination in Foreign Countries)

    अ) परदेशात दूरदर्शनवर जाहिरात

    ब) परदेशातील प्रदर्शने व मेळावे यात सहभाग

    क) रोड शो

६) वाहतुकीच्या सोयीत सुधारणा (Improvement in Transport)

७) निवासाच्या सोयीत सुधारणा (Improvement in Accommodation)

८) पर्यटनाच्या नवीन प्रकारांना चालना (Motivation to new types of Tourism)

    अ) विशेष पर्यटन क्षेत्रे (Special Tourism Areas)

      i) केरळमध्ये बेकाल ii) सिंधुदुर्ग iii) तामिळनाडू

९) महामार्गावरील सुधारणा (Facilities on Highway)

१०) स्मारकांचे जतन (Preservation of Monuments)

११) परदेशी पर्यटदेशी सुविधा (Facilities to Foreign Tourists)

१२) सर्व पर्यटकांसाठी सुविधा (Facilities to Tourist)

१) प्रस्तावना (Introduction)

गेल्या १०-१५ वर्षांत भारतात पर्यटन विकासासाठी बरेच प्रयत्न केले जात आहेत; त्यातील महत्त्वाचा प्रयत्न म्हणजे भारतीय पर्यटनस्थळांची माहिती लोकांपर्यंत पोचवणे. देशी व परदेशी पर्यटकांना पर्यटनस्थळांबद्दल आकर्षण वाटावे यासाठी त्याबाबत जाहिरात करणे, पर्यटकांची संख्या वाढवणे इत्यादी. भारतात सर्व प्रकारची पर्यटनस्थळे म्हणजे धार्मिक, ऐतिहासिक, सांस्कृतिक वारसा जपणारी, समुद्रकिनाऱ्यावरची-थंड हवेची ठिकाणे, गिर्यारोहकांसाठी पर्वतातील, हिवाळी क्रीडा, वन्यजीवन दर्शन घडवणारी अभयारण्ये इ. आहेत. परंतु त्याबद्दल देशी व विदेशी पर्यटकांना पुरेशी माहिती नाही, त्यामुळे ती माहिती पोहोचवण्यासाठी व त्यांना पर्यटनाला प्रोत्साहित करण्यासाठी पर्यटनकेंद्राची जाहिरात करणे भारताला आवश्यक आहे. सर्व तऱ्हेचे प्रयत्न भारतीय पर्यटन विकास महामंडळ तसेच मंत्रालयातील पर्यटन विभागाकडून करण्यात आले.

२) 'इनक्रेडिबल इंडिया' मोहीम २००२ ('Incredible India' Campaign 2002)

'इनक्रेडिबल इंडिया' ही मोहीम जगातील सर्व देशातील पर्यटक भारतात मोठ्या संख्येने यावे यासाठी राबवली गेली. भरपूर प्रयत्न करून भारताच्या पर्यटनाबद्दल रेडिओ, दूरदर्शनमधून जाहिरात केली. वर्तमानपत्रात व मासिकात लेख लिहून त्यांचा प्रसार केला. ऑस्ट्रेलिया, न्यूझीलंड, मलेशिया, कॅनडा, इंग्लंड, सिंगापूर इ. देशात रोड शोचे आयोजन करण्यात आले. भारतीय संस्कृती, ऐतिहासिक पर्यटनस्थळे, संस्कृती, नृत्य-गायन कला, धार्मिक पर्यटनस्थळे, भारतातील योगासनाचे महत्त्व व अभ्यास असलेली पर्यटनस्थळे इ. बाबत माहिती रोड शोच्या माध्यमातून पोहोचवली. 'इनक्रेडिबल इंडिया' मोहीमेच्या जाहिरातीचे पोस्टर्स विमानतळ, टॅक्सी, बस, वर्तमानपत्रे, मासिके, बसस्टॉप, रेल्वेस्टेशन इ. ठिकाणी लावण्यात आले. या मोहिमेमुळे भारत हा सुट्टीला फिरायला जाण्यास योग्य देश आहे, असा जगात प्रचार झाला. या मोहिमेचे यश म्हणजे भारत हा जगातील दहा पर्यटनस्थळांपैकी महत्त्वाच्या देशातील एक, अशी संयुक्त संस्थाने आणि कॅनडा येथील लोकांची खात्री पटली व तेथून येणाऱ्या पर्यटकांचे प्रमाण वाढले.

३) 'व्हिजिट इंडिया' मोहीम २००९ ('Visit India' Campaign 2009)

२००८ साली मुंबई येथे झालेल्या बॉंबस्फोटानंतर तसेच त्याच वर्षी अमेरिकेत आलेल्या आर्थिक मंदीमुळे भारताच्या पर्यटनावर विपरीत परिणाम झाला. पर्यटकांची संख्या घटली; त्यामुळे मंत्रालयातील पर्यटन विभाग आणि वर्ल्ड ट्रॅव्हल अँड टुरिझम कौन्सिल यांनी संयुक्तपणे विचार करून 'व्हिजिट इंडिया २००९' ही मोहिम एप्रिल ते डिसेंबर २००९ पर्यंत राबवली. त्या काळात भारतात पर्यटनासाठी येणाऱ्या पर्यटकांना एका पर्यटकाबरोबर एक विमानाचे

मोफत तिकीट, एक रात्र हॉटेलमध्ये मोफत निवास आणि एक दिवसाचे स्थलदर्शन मोफत देण्यात आले. पर्यटकांचे आरोग्य सुधारावे म्हणून आरोग्याचे मोफत पॅकेज म्हणजे योगासने, आयुर्वेदिक मसाज इ. मोफत शिकवण्याची सोय करण्यात आली.

४) 'अतिथी देवो भव' संकल्पना ('Atithi Devo Bhav' Concept)

भारतातील लोकांना शिक्षित करण्याची मोहीम २०११ साली मंत्रालयाच्या पर्यटन विभागाने राबवली. भारतीयांनी परदेशी पर्यटकांशी कसे अदबीने वागावे, काय शिष्टाचार पाळावेत याबाबत स्थानिक लोकांना शिक्षित करण्यासाठी 'अतिथी देवो भव' ही मोहीम राबवली. भारतातील सुप्रसिद्ध अभिनेता अमीर खान याच्यावर जाहिरात बनवून, रेडिओ व दूरदर्शनवरून 'अतिथी देवो भव' ही संकल्पना प्रसारित करण्यात आली. परदेशातून आलेले पर्यटक हे आपल्याकडे पाहुणे आहेत व भारतीय संस्कृतीनुसार पाहुणे हे देवाप्रमाणे असतात; त्यामुळे त्यांच्याशी सद्‌वर्तन करावे अशी जागरूकता या मोहिमेद्वारा करण्यात आली. भारतीय संस्कृती, संस्कार, आदरातिथ्य, सांस्कृतिक वारसा याबाबत जागरूकता निर्माण केली. भारतीयांना परदेशी पर्यटकांशी जबाबदारीने वागण्याची जाणीव करून दिली गेली. परदेशी पर्यटकांशी नेहमी संपर्कात येणारे टॅक्सीवाले, टुरगाईड, हॉटेल स्टाफ, स्थलांतरण अधिकारी (Immigration Officer), पर्यटन पोलीस, विमानतळावरील इतर कर्मचारी यांना आदरातिथ्य व शिष्टाचार याबाबत प्रशिक्षण देण्यासाठी व मार्गदर्शन करण्यासाठी कार्यशाळा आयोजित करण्यात आल्या. या मोहिमेमुळे परदेशी नागरिकांना भारतात सुट्टीत पर्यटनाला येण्यास आत्मविश्वास वाढला. 'अतिथी देवो भव' याची जाहिरात रेडिओ, दूरदर्शनवरून प्रसारित झालीच; परंतु फॉर्म्युला ग्रॅन्ड पिक्स, लंडन ऑलिम्पिक २०१२, आंतरराष्ट्रीय फिल्म फेस्टिव्हल-गोवा, आंतरराष्ट्रीय भारत चित्रपट ॲकेडमी ॲवॉर्ड कार्यक्रम इ. ठिकाणी जेथे जास्तीत जास्त परदेशी खेळाडू, अभिनेते व इतर रसिक आले होते तेथेही दाखवण्यात आली.

५) भारतीय पर्यटनस्थळांची परदेशात जाहिरात (Advertisement of Indian Tourism in Foreign Countries)

जगाच्या एकूण पर्यटनात भारताचा वाटा वाढावा म्हणून मंत्रालयाच्या पर्यटन विभागाने जगातील चौदा देशांत पर्यटन कार्यालये स्थापित केली. त्याखेरीज जाहिरातीसाठी सर्व प्रकारच्या प्रसारमाध्यमांचा वापर, रोड शो व प्रदर्शनात सहभाग, पर्यटनावर आधारित कार्यक्रमांचे आयोजन, रोड शो, वाहतूक व निवासव्यवस्था यात वाढ इ. प्रकारे भारतीय पर्यटनाची जाहिरात करण्यात आली. खालील प्रकारे परदेशात जाहिरात करण्यात आली-

अ) परदेशात दूरदर्शनवर जाहिरात (Advertisement on TV in Foreign Countries) : पर्यटन विभागातर्फे युरोप व अमेरिकेतील दूरदर्शनवर सतत दोन वर्षे (२००९ ते २०११) जाहिरात करण्यात आली.

ब) परदेशातील प्रदर्शने व मेळावे यांत सहभाग (Participation in Exhibitions and Fairs in Foreign Countries) : परदेशातील प्रदर्शने व मेळावे परदेशातील पर्यटन कार्यालयांनी महत्त्वाची आंतरराष्ट्रीय पर्यटनविषयक प्रदर्शने व मेळावे यात भाग घेऊन भारतातील पर्यटनाची आकर्षक स्थळे याबाबत माहिती दिली. दुबई येथील 'अरेबियन ट्रॅव्हेल मार्केट', मकाऊ येथील 'पाटा ट्रॅव्हेल मार्ट' (PATA Travel Mart) चीनमधील शांघाय येथील 'इंटरनॅशनल ट्रॅव्हेल मार्ट', शांघायमधील 'वर्ल्ड एक्स्पो २०१०' बर्लिन येथील 'ITB', लंडन येथील 'वर्ल्ड ट्रॅव्हल मार्केट' फ्रँकफर्ट येथील 'IMEX', सिंगापूर येथील 'इंटरनॅशनल ट्रेड बिझनेस' माद्रिद येथील फिटूर (FITUR) इ. ठिकाणी भाग घेतला. भारतात 'इंडिया टुरिझम एक्स्पो' चे आयोजन नवी दिल्ली व खजुराओ येथे करण्यात आले होते; त्यासाठी अनेक देशातील लोक आले होते.

भारतातील बौद्ध धर्माची परंपरा व त्या धर्माशी निगडित पर्यटनस्थळांचा परिचय व्हावा म्हणून २००३ साली बौद्ध महोत्सवाचे आयोजन केले होते. त्याशिवाय ब्रह्मपुत्रा दर्शन व सिंधू दर्शन याचे आयोजन केले होते. भारतातील व परदेशातील पर्यटकांना माहिती व्हावी म्हणून २०१२ साली पर्यटन विभागातर्फे वाराणसी येथे बुद्धिस्ट महोत्सवाचे आयोजन केले होते. तीस देशातील १३२ आंतरराष्ट्रीय प्रतिनिधी उपस्थित होते. त्यांना सारनाथ व बौद्धगया येथे भेट देण्यास नेण्यात आले.

भारतात प्रथमच २०१३ साली गौहत्ती येथे 'इंटरनॅशनल टुरिझम मार्ट'चे आयोजन करण्यात आले. देशातील व परदेशातील पर्यटकांना भारताच्या ईशान्य भागातील पर्यटनस्थळांची माहिती व्हावी, हा उद्देश होता. एकोणऐंशी आंतरराष्ट्रीय प्रतिनिधी व भारतातील विविध राज्यातील शंभर टूर ऑपरेटर या मार्टला उपस्थित होते. आंतरराष्ट्रीय प्रतिनिधींना ईशान्य भारतातील महत्त्वाच्या पर्यटनस्थळांची सहल घडवून आणली.

क) रोड शो (Road Shows) : संयुक्त संस्थाने व कॅनडा येथील पर्यटन कार्यालयांच्या मदतीने रोड शोचे आयोजन केले. कॅनडातील टोरँटो येथील पर्यटन कार्यालयाने 'व्हॅनकुव्हर विंटर गेम्स' या क्रीडा महोत्सवात भारतातील पर्यटनाची भरपूर जाहिरात व प्रसिद्धी केली. आफ्रिकेतील जोहान्सबर्ग येथे तेथील पर्यटन कार्यालयाने 'भारत जाणून घ्या' (Know India) अशा चर्चासत्राचे आयोजन केले व त्यात भारतातील खरेदीची मजा, हॉटेलची माहिती, आयुर्वेदाचा प्रसार, आरोग्य पर्यटन इ. बाबत सविस्तर माहिती पोहोचवली.

६) वाहतुकीच्या सुधारणा (Improvement in Transport)

भारत सरकारने पर्यटनस्थळी पायाभूत सुविधांचा विकास करण्यासाठी व ग्रामीण भागातील पर्यटनस्थळी पोहोचण्यास सुलभता असावी म्हणून वाहतूक व्यवस्थेत सुधारणा केल्या. हेलीपोर्टचा विकास केल्याने परदेशी पर्यटकांना मोठ्या शहरातून ग्रामीण भागातील पर्यटनस्थळी जाण्याची सोय झाली.

'पॅलेस ऑन व्हील्स' ही राजवाड्यातील सुखसोयींप्रमाणे सुखसोयींनी युक्त रेल्वे राजस्थानमध्ये सुरू केली, त्याचा वापर अनेक परदेशी पर्यटक करत आहेत.

२०१० साली 'महाराजा एक्स्प्रेस' या नावाने भारतातील सर्वांत महागडी रेल्वे सुरू केली, ती आग्रा व जयपूर या दोन शहरांना जोडते व त्याद्वारे तेथील ऐतिहासिक स्मारके, राजवाडे, वारसा वास्तू, किल्ले, खरेदीची प्रसिद्ध ठिकाणे इ. ठिकाणी पर्यटक त्याचा जाऊन आनंद घेतात.

'गोल्डन चॅरियट' ही सुखसोयींनी युक्त रेल्वे कर्नाटक व गोव्यातील महत्त्वाची पर्यटनकेंद्रे पाहण्यासाठी अनेक देशी व परदेशी पर्यटक वापरतात.

७) निवासाच्या सोयीत सुधारणा (Improvement in Accomodation)

'इनक्रेडीबल इंडिया', 'व्हिझिट इंडिया' इ. चा भारताच्या पर्यटनाबाबत जाहिरात करण्यात मोठा वाटा आहे. त्यामुळे अनेक परदेशी पर्यटक भारताकडे वळले पण परदेशी पर्यटकांच्या राहणीमानाच्या दर्जानुसार आवश्यक निवासाची सोय नव्हती. त्यामुळे १९५० सालापूर्वीच्या जुन्या हवेल्या, किल्ले, राजवाडे, गढ्या इ. चे वारसा हॉटेलमध्ये (Heritage Hotel) रूपांतर केले. उदा. म्हैसूरचा ललित महल पॅलेस, हॉटेल किंवा उदयपूरचे लक्ष्मीविलास पॅलेस हॉटेल; येथील पुरातनकालीन वास्तू, त्या काळातील फर्निचर, झुंबर, आतील रचना इत्यादींचा पर्यटकांना मोह पडतो.

गरीब व मध्यमवर्गीय लोकांना निवासाची सोय स्वस्तात मिळावी म्हणून 'पेईंग गेस्ट निवास' ही कल्पना राबवण्यात आली. मंत्रालयातील पर्यटन विभागाने 'ब्रेड अँड ब्रेकफास्ट' ही नवी संकल्पना राबवली, ज्यात ग्राहकांचा व लोकांचा फायदा होता. या 'ब्रेड अँड ब्रेकफास्ट' संकल्पनेनुसार ग्राहकांना एका रात्रीची निवासाची आणि सकाळच्या न्याहरीची स्वस्तात सोय करून दिली जाते. त्यामुळे ग्राहकांना स्थानिक घरगुती पदार्थ न्याहरीला मिळतात व घरात राहिल्याची भावना निर्माण होते. स्थानिक लोकांशी गप्पा झाल्याने तेथील संस्कृती, चालीरिती, प्रथा यांची ओळख होते. महाराष्ट्र पर्यटन विकास महामंडळाने (MTDC) कोकणात असे अनेक बंगले व घरांमध्ये पर्यटकांची निवासाची सोय करण्याचा व्यवसाय करण्याची परवानगी दिली आहे. तेथे लोक खास कोकणी जेवण काजूकरी, उकडीचे मोदक, मासे इ. चा आस्वाद घेतात. घरगुती चविष्ट पदार्थ

स्वस्तात मिळतात व स्वच्छताही असते, त्यामुळे पर्यटकांना अशा ठिकाणी निवास करायला आवडते.

८) पर्यटनाच्या नवीन प्रकारांना चालना (Motivation to new types of Tourism)

सरकारच्या पर्यटन विभागातर्फे पर्यटनाच्या नवीन प्रकारांना म्हणजे ग्रामीण पर्यटन, कृषीपर्यटन, वैद्यकीय पर्यटन, आरोग्य पर्यटन, इको पर्यटन, फिल्म पर्यटन तसेच साहस पर्यटन इ. सुरू करण्यास प्रोत्साहन देण्यात आले.

i) ग्रामीण पर्यटन (Rural Tourism) : शहरी भागातील ताणतणावांपासून मुक्तता व मोकळ्या स्वच्छ हवेत आणि वेगळ्याच वातावरणात जाऊन ग्रामीण भागातील प्रथा, अन्न आणि जीवनपद्धती अनुभवण्यासाठी ग्रामीण पर्यटनाला पसंती देण्यात आली. शहरी लोक शेत नांगरणे, गायीचे दूध काढणे, भाताची कापणी करणे, वारली चित्रकला शिकणे, आंबराई किंवा वनराईत फिरणे, रानमेवा गोळा करणे, झाडाच्या सावलीत दुपारी झोपणे, रात्री अंगणात तारे बघणे, काजवे बघणे इ. मजा लुटण्यासाठी ग्रामीण पर्यटनाला जातात.

ii) वैद्यकीय पर्यटन (Medical Tourism) : परदेशी पर्यटकांना वैद्यकीय सुविधांचा लाभ घेण्यासाठी भारतात यावेसे वाटते, कारण माफक दरात शस्त्रक्रिया व हॉस्पिटलमधील राहण्याची सोय, अत्याधुनिक उपचारपद्धती, उत्तम सोय असलेले हॉस्पिटल, आधुनिक तंत्रज्ञान अवगत केलेले डॉक्टर, काळजी घेणारा हॉस्पिटलचा स्टाफ, पेशंटबरोबर आलेल्या नातेवाइकांची निवासाची, जेवणाची व प्रवासाची माफक दरात सोय इ. होय. अनेक परदेशी पर्यटक दंतारोपण, हृदयरोपण, गुडघेरोपण, किडनीरोपण इ. शस्त्रक्रिया करण्यासाठी भारतात येतात व बरे झाल्यावर त्यांच्या नातेवाइकांसह भारतातील पर्यटनस्थळांना भेटी देतात.

iii) आरोग्य पर्यटन (Health Tourism) : भारतात आयुर्वेद व योगासने यांचा सखोल अभ्यास पूर्वीपासून होत आला आहे. त्यामुळे आयुर्वेदिक उपचार घेण्यासाठी, योगासनांचा अभ्यास करण्यासाठी, अध्यात्माचा अभ्यास करण्यासाठी परदेशी पर्यटक एक एक महिना भारतात वास्तव्याला येतात.

iv) इको-पर्यटन (Eco - Tourism) : इको-पर्यटन म्हणजे नैसर्गिक व सामाजिक पर्यटनाचा ऱ्हास न करता पर्यटनाचा विकास करणे; म्हणजेच निसर्गाची काळजी घेऊन, पर्यटनाचा विकास करणे. भारताच्या पर्यटनविभागाने अनेक राष्ट्रीय उद्याने व अभयारण्ये येथे इको-पर्यटनासाठी प्रयत्न चालू केले आहेत, ज्यामुळे पर्यटकांचा वन्यप्राण्यांना त्रास होत नाही.

v) फिल्म पर्यटन (Film Tourism) **:** भारतात अनेक स्थळे अशी आहेत की, जेथे चित्रपटाच्या शूटिंगसाठी आवश्यक उत्तम देखावे, समुद्रकिनारे, टेकड्या, डोंगर, सूर्यास्त व सूर्योदयाचा देखावा इ. निसर्गसौंदर्य आहे. अशी ठिकाणे चित्रपटाच्या शूटिंगसाठी योग्य असल्याने परदेशातील चित्रपट निर्मात्यांनी भारतात येऊन चित्रीकरण करावे यासाठी मोठ्या प्रमाणात जाहिरात करण्यात येते. त्यामुळे आता परदेशातील लोक भारतातील काही ठिकाणे चित्रपटासाठी निवडण्याचा विचार करत आहेत.

vi) साहस पर्यटन (Adventure Tourism) **:** भारतात साहस पर्यटनाला भरपूर वाव असूनही त्याचा हवा तेवढा विकास झालेला नाही, हे जाणून पर्यटनविभागाने गोवा येथे नॅशनल इन्स्टिट्युट ऑफ वॉटर स्पोर्ट्स, गुलमर्ग येथे नॅशनल इन्स्टिट्यूट ऑफ स्किईंग व माउंटेनिअरिंग इ. संस्था स्थापित केल्या आहेत. या संस्थांमधून गिर्यारोहण, स्कुबा डायव्हिंग, व्हॅली क्रॉसिंग, वॉटर स्किईंग, रॉक क्लायम्बिंग, नौकानयन, रिव्हर राफ्टिंग, स्नॉरकेलींग इ. चे प्रशिक्षण दिले जाते.

भारतीय पर्यटनात विविधता यावी म्हणून साहस पर्यटनासाठी भारत सरकारने खास आर्थिक तरतूद केली. त्यामुळे साहस पर्यटनास लागणाऱ्या पायाभूत सुविधा व सामग्री पुरवण्यात आली. ही आर्थिक मदत प्रामुख्याने उत्तर प्रदेश, कर्नाटक, आसाम, तामिळनाडू, केरळ, मिझोराम व मणिपूर या राज्यात देण्यात आली. कयाक (सपाट बोटी), वल्ह्याच्या बोटी, फायबर ग्लासच्या बोटी, वॉटर स्कूटर, दोरखंड इ. सामान पुरवण्यात आले. जम्मू- काश्मीर राज्यातील लेह या ठिकाणी 'आईस हॉकी' या खेळासाठी सामान देण्यात आले व हा नवीन साहसी क्रीडाप्रकार सुरू करण्यात आला. गुलमर्गशिवाय पटणीटॉप, औली व सानासर इ. ठिकाणीसुद्धा हिवाळी क्रीडा पर्यटन केंद्र विकसित करण्यात आले. जलक्रीडा (Water Sports) प्रकाराचा विकास व्हावा म्हणून अलाहाबाद येथे वॉटर स्पोर्ट्स कॉम्प्लेक्स स्थापण्यात आला. वॉटर स्पोर्ट्ससाठी आवश्यक साधनसामग्री घेण्यासाठी आसाम, कर्नाटक, दिल्ली व चंदिगड व जम्मू आणि काश्मीर यांना स्कुबा डायव्हिंगची साधनसामग्री घेण्यासाठी लक्षद्वीपला आणि रिव्हर राफ्टिंगची साधनसामग्री घेण्यासाठी उत्तर प्रदेशाला निधी देण्यात आला. एरोस्पोर्ट्स या नवीनच साहसक्रीडाप्रकारासाठी गुजरात व दिल्ली येथे साधसामग्री पुरवण्यात आली व प्रोत्साहन देण्यात आले.

अ) विशेष पर्यटन क्षेत्रे (Special Tourism Areas)

बऱ्याच राज्यातील सरकारने विशेष पर्यटन क्षेत्रे निवडून त्यासाठी आर्थिक तरतूद केली व त्यांच्या विकासावर लक्ष केंद्रित केले.

i) केरळमध्ये बेकाल (Keral Bekal) **:** केरळ राज्यात बेकाल हे विशेष पर्यटन क्षेत्र निवडण्यात आले व त्याच्या विकासासाठी बेकाल बीच विकास अधिकारी नेमण्यात आला. बेकाल रिसॉर्ट महामंडळ स्थापण्यात आले. त्याच्या विकासाचा मास्टर प्लॅन बनवण्यात आला व विकास करण्यात आला.

ii) सिंधुदुर्ग (Sindhudurg) **:** महाराष्ट्र सरकारने सिंधुदुर्ग हे विशेष पर्यटन क्षेत्र जाहीर केले व त्यासाठी मुख्य सचिवांच्या हाताखाली एक समिती नेमली. सिंधुदुर्ग व विजयदुर्ग यांच्यामधला ८४ कि. मी.चा पट्टा विशेष पर्यटन क्षेत्रात येतो; त्याचा पण नियोजनपूर्वक विकास करण्यात आला.

iii) तामिळनाडू (Tamilnadu) **:** तामिळनाडूमध्ये मुट्टाकडू ते मामालापूरम बीच हे क्षेत्र विशेष पर्यटन क्षेत्र म्हणून घोषित करण्यात आले.

९) महामार्गावरील सुविधा (Facilities on Highways)

पर्यटन वाढल्याने महामार्गावरील वाहतूक वाढली. त्यामुळे महामार्गावरून जाणाऱ्या पर्यटकांना सोयीसुविधा उपलब्ध करून देण्यात आल्या आहेत. महामार्गावर कॅफेटेरिया, रेस्टॉरंट्स, मोटेल, पेट्रोल पंप इ. ची सोय करण्यात आली.

१०) स्मारकांचे जतन (Preservation of Monuments)

भारतीय पर्यटनात वारसा केंद्रे व स्मारके यांना फार महत्त्व आहे. देशी तसेच परदेशी पर्यटकसुद्धा या स्थळांना आवडीने भेट देत असतात. त्या वारसास्थळांचे व स्मारकांचे जतन करून तेथे भेट देणाऱ्या पर्यटकांना सोयीसुविधा उपलब्ध करून दिल्या आहेत.

११) परदेशी पर्यटकांना सुविधा (Facilities to Toreign Tourists)

परदेशी पर्यटक भारतात मोठ्या संख्येने येत असल्याने त्यांना व्हिसा कार्यपद्धती, इमिग्रेशनची कार्यपद्धती फार गुंतागुंतीच्या व अवघड न ठेवता सुलभ केल्या. नवीन वातानुकुलित टॅक्सी सेवा, विमानाची चार्टर सेवा इ. सुविधा सुरू केल्या.

१२) पर्यटकांसाठी सुविधा (Facilities to Tourists)

सरकारच्या पर्यटन विभागाने ट्रॅव्हल एजन्ट, टुर ऑपरेटर, वाहतूक व्यवस्था पुरवणारे, टुर गाईड इ.साठी असणारे नियम व कायदे शिथिल केले, ज्यायोगे पर्यटकांना कमी त्रास होईल.

सराव प्रश्न

१) भारत सरकारने परदेशी पर्यटकांना आकर्षित करण्यासाठी राबवलेल्या मोहिमांचा वृत्तान्त द्या.

२) भारतीय पर्यटनस्थळांची परदेशात जाहिरात करण्यासाठी भारत सरकारतर्फे जे प्रयत्न करण्यात आले, त्याचा आढावा घ्या.

३) परदेशी पर्यटकांच्या सुलभतेसाठी ज्या पायाभूत सेवांचा विस्तार करण्यात आला, त्याची माहिती द्या.

४) भारत सरकारच्या पर्यटनविभागातर्फे कोणत्या नवीन प्रकारच्या पर्यटनाच्या विकासासाठी प्रोत्साहन देण्यात आले ?

५) परदेशी पर्यटकांच्या सोयीसाठी भारत सरकारच्या पर्यटनविभागाने कोणकोणत्या सुविधा विकसित केल्या आहेत ?

६) टिपा लिहा -

१) 'इनक्रेडिबल इंडिया' २००२

२) 'व्हिजिट इंडिया' २००९

३) अतिथी देवो भव

४) भारतीय पर्यटनस्थळांची परदेशात जाहिरात

५) वाहतूक व निवासाच्या सोयीत सुधारणा

६) साहस पर्यटन

७) ग्रामीण व वैद्यकीय पर्यटन

८) आरोग्य व इको-पर्यटन

९) भारतातील विशेष पर्यटन क्षेत्रे

७ | निवास आणि पूरक निवास

(Accommodation and supplementary Accommodation)

१) प्रस्तावना (Introduction)

२) निवासाच्या विकासाचा इतिहास (History of Development of Accomodation)

३) भारतातील निवासाच्या विकासाचा इतिहास (History of Development of Accommodation in India)

४) पर्यटन विकासात निवासाची भूमिका (Role of Accomodation in Development of Tourism)

५) निवासाच्या प्रकारावर परिणाम करणारे घटक (Factors affecting types of Accomodation)

अ) निवासस्थानाचे सापेक्ष स्थान ब) पर्यटनाचा हेतू क) उपलब्ध सोयीसुविधा ड) पर्यटकाची आर्थिक कुवत इ) सेवापूर्ती ई) निवासस्थानाची प्रतिमा

६) निवासस्थानाचे प्रकार (Types of Accomodation)

अ) पारंपरिक निवासस्थान (Traditional Accomodation)

i) आंतरराष्ट्रीय हॉटेल ii) रिसॉर्ट हॉटेल iii) व्यापारी हॉटेल iv) निवासी हॉटेल v) तरंगते हॉटेल vi) वारसा हॉटेल

ब) पूरक निवासव्यवस्था (Supplementary Accommodations)

i) मोटेल ii) यूथ होस्टेल iii) कॅरव्हॅन व कॅम्पिंग साईट्स किंवा राहुट्या, तंबू iv) बेड आणि ब्रेकफास्ट निवास v) टाइम शेअर आणि कंडोमिनियम vi) टुरिस्ट हॉलिडे व्हिलेज

७) **पर्यटकांच्या निवासस्थानाकडून अपेक्षा** (Expectations of Tourists about Accommodation)

अ) स्वागत कक्ष ब) माहिती कक्ष क) तक्रार निवारण कक्ष ड) देखरेख कक्ष इ) इतर सोयीसुविधा

---

१) प्रस्तावना (Introduction)

पर्यटन व्यवसायात निवास हे पर्यटनास लागणाऱ्या मूलभूत सुविधांपैकी महत्त्वाचे अंग मानले जाते. पर्यटनाच्या विकासात निवासाचा सिंहाचा वाटा असतो. निवासाच्या सुविधेमुळे पर्यटकांना स्वत:च्या घरापासून लांब दुसरे घर लाभते. जागतिक पर्यटन संघटनेच्या व्याख्येनुसार पर्यटकाने कमीत कमी एक रात्रतरी पर्यटनस्थळी वास्तव्याला असावे, तरच तो पर्यटक मानला जातो; यावरूनच निवासाचे पर्यटनातील महत्त्व अधोरेखित होते. असे म्हणतात की, निवासस्थानाच्या रचनेतच देशाच्या पर्यटनाचे प्रतिबिंब उमटलेले असते. ज्या देशात पर्यटकांसाठी पुरेशा आणि सर्व सुखसोयींनी उपलब्ध निवासाच्या सोयी उपलब्ध असतात, त्या देशात पर्यटकांचा ओघ असतो. पर्यटनाचा विकास आणि विस्तार देशातील निवासाच्या प्रकारांवर अवलंबून असतो.

१९६३ साली युनायटेड नेशन्सने रोम येथे आयोजित केलेल्या आंतरराष्ट्रीय प्रवास व पर्यटन परिषदेत निवासाच्या विषयावर चर्चा झाली होती. त्या परिषदेत पर्यटनात पारंपरिक तसेच पूरक निवासाचे पर्यटनातील महत्त्व अधोरेखित करण्यात आले. त्या परिषदेत देशातील सरकारने पर्यटनाचा विकास करताना निवासाच्या सुविधांच्या विकासावर भर द्यावा असे सुचवण्यात आले. तसेच पर्यटनाच्या विकासासाठी विशेष फायनान्स कॉर्पोरेशन स्थापित करावे असेही सुचवण्यात आले. सरकारने पर्यटनस्थळी निवासाच्या विकासासाठी सहानुभूतीपूर्वक विचार करून विशेष सुविधा द्याव्यात व निवासाचे प्रकल्प हाती घेणाऱ्यांना सवलती देऊन प्रोत्साहन द्यावे, असा सल्ला देण्यात आला. या परिषदेनंतर अनेक देशात पर्यटन व्यवसायातील निवासाच्या घटकाला महत्त्व देण्यात आले. अनेक देशात सरकारने हॉटेल्स व इतर निवासस्थाने बांधणाऱ्यांना स्वस्त दरात कर्जे, करात सवलत, बांधकामासाठी विशेष अनुदान, निवासाच्या नूतनीकरणासाठी अनुदान इ. प्रकारच्या विशेष सवलती देऊन निवासाच्या विकासास प्रोत्साहन दिले आहे.

२) निवासाच्या विकासाचा इतिहास (History of development of Accommodation)

पूर्वीपासून पर्यटकांसाठी निवासाची सोय उपलब्ध होती. पुरातन काळी व्यापार किंवा निरोप्या म्हणून घोड्यावर किंवा पायी प्रवास करणाऱ्याला एका दिवसात नियोजित

स्थळी पोहचणे शक्य होत नसे, त्यामुळे त्याला रस्त्यात मुक्कामाला थांबावे लागे. त्यासाठी निवासाची सोय उपलब्ध होती, त्याला 'इन' (Inn) म्हणत. रोमन साम्राज्यात अनेक ठिकाणी अशा 'इन' निवासाचा विकास झाला. तेथे मुक्कामाला थांबणाऱ्या वाटसरूला अन्न, मद्य व करमणुकीचीही सोय केली जाई. या 'इन' मध्ये विद्यार्थी, अभ्यासक, संशोधक व राजदूतही वास्तव्याला असत. ही सुविधा इसवी सन ५०० पर्यंत होती. त्यानंतर रोमन साम्राज्याचा ऱ्हास झाला, त्यामुळे 'इन'ची गरज राहिली नाही.

त्यानंतर धार्मिक यात्रांना सुरुवात झाली. हजारो पर्यटक धार्मिक स्थळांना भेटी देण्यास घराबाहेर पडू लागले. या यात्रेकरूंची अनेक कॅथेड्रलमध्ये (बिशपच्या अधिकाराखालील जिल्ह्यातील मुख्य चर्च) व बौद्धविहारात लोकांची विनामोबदला निवासाची सोय होऊ लागली. तेथे लोकांना आवश्यक त्या सुविधा मिळत असत. पंधराव्या शतकात पुन्हा इंग्लड व फ्रांसमध्ये इनचा विकास झाला. १७ व्या आणि १८ व्या शतकात इनमधील निवासाच्या सोयीसुविधांमध्ये वाढ करण्यात आली. काही इनमध्ये तीसपर्यंत निवासाच्या खोल्या होत्या. इंग्लंडमध्ये इनसाठी कायदा करण्यात आला व इनला 'पब्लिक हाऊस' म्हणून जाहीर करून तेथे त्याची देखरेख करण्याची सामाजिक जबाबदारी तेथील एका सेवकावर सोपवण्यात आली. १६३४ मध्ये अमेरिकेतील सॅम्युअल कोल्स याने निवासाचा नवीन प्रकार 'टव्हर्न' या नावाने विकसित केला. १७ व्या शतकात टॅव्हर्नचा उपयोग वेगवेगळ्या सभा घेण्यासाठी केला जाऊ लागला. तेथे खानपान व करमणुकीचीसुद्धा सोय होती. अनेक महत्त्वाच्या घटना या टॅव्हर्नमध्येच घडल्या. १७८३ साली जॉर्ज वॉशिंग्टन यांनी आपल्या उच्चपदस्थ अधिकाऱ्यासाठी न्यूयॉर्क शहरातील फ्रान्सेस टॅव्हर्न येथेच निरोपाच्या समारंभाचे आयोजन केले होते. इतिहासप्रसिद्ध बोस्टन टी पार्टीच्या नियोजनाची सभापण ग्रीन ड्रॅगन या टव्हर्नमध्येच झाली होती.

अठराव्या शतकात व्यापाराला सुरुवात झाली आणि लंडनमध्ये डेव्हिड लो याने आधुनिक हॉटेल बांधले. त्यानंतर युरोपातील अनेक शहरात हॉटेल बांधायला सुरुवात झाली. १८२० साली लोकांनी हॉटेल ही संकल्पना स्वीकारली व स्वित्झर्लंडमध्ये जगातले पहिले पर्यटकांसाठी असलेले हॉटेल सुरू झाले. १९ व्या शतकात रेल्वेचा विकास झाल्याने लोक प्रवास करू लागले. कारखानदारीचा विकास झाल्याने अनेक लोक नोकरीच्या शोधात शहरांकडे वळले. त्यांना निवासाची सोय आवश्यक असल्याने हॉटेल्स व इन शहरात बांधण्यात आले. १९ व्या शतकात उद्योग व्यवसायाच्या कामासाठी लोक प्रवास करू लागले, निरनिराळ्या शहरांना भेटी देऊ लागले, त्यामुळे हॉटेलांची संख्या वाढू लागली.

३) भारतातील निवासाच्या विकासाचा इतिहास (History of Development of Accommodation in India)

'अतिथी देवो भव' ही भारतीय संस्कृती असल्याने भारतात फार पूर्वीपासून गावात येणाऱ्या पाहुण्याला निवासाची सोय उपलब्ध असे. भारताच्या इतिहासात विहार, धर्मशाळा, सराई, मुसाफिरखाना इ. निवासांचा उल्लेख आढळतो. भारतात दुसऱ्या देशातून विद्वान लोक संस्कृतीचा अभ्यास करण्यास येत, व्यापारी माल विकण्यास येत, यात्रेकरू धार्मिक स्थळांना भेटी देण्यास येत. नालंदा, तक्षशीला विद्यापीठात अभ्यास करण्यास विद्यार्थी येत. त्या सर्वांना विहार, धर्मशाळा, मुसाफिरखाना, सराई इ. ठिकाणी निवासाची सुविधा असे. अनेक बौद्ध भिक्षुक भारतात आले त्यामुळे त्यांच्या निवासासाठी सुविधा करून द्याव्या लागल्या. ते बौद्धाविहारात मुक्कामाला असत. हे बौद्धविहारसुद्धा महत्त्वाच्या व्यापारी मार्गांवर होते. बरेचसे श्रीमंत व्यापारी विहार बांधण्यासाठी व त्यांची देखभाल करण्यासाठी लागणाऱ्या खर्चासाठी देणग्या देत असत. अनेक बौद्ध भिक्षूंनी अजंठा, कार्ले - भाजे इ. ठिकाणी लेणी व विहार बांधून लोकांना निवासाची सोय करून दिली. पूर्वीच्या काळी देवळातसुद्धा लोक निवासासाठी थांबत व देवळाचा पुजारी त्याला अतिथी मानून त्याच्या जेवणाची सोय करत असे.

मध्ययुगात धार्मिक स्थळांना जाणाऱ्या यात्रेकरूंची संख्या भारतात वाढली. त्यामुळे सर्व धार्मिक स्थळांजवळ धर्मशाळा व मुसाफिरखाना बांधण्यात आले. धर्मशाळा म्हणजे एक मोठा हॉल असे व काही ठिकाणी भोजनाची सोयही असे. त्यानंतर सराईची संकल्पना आली. सराई म्हणजे निवासाचे जरा अधिक सुखकर ठिकाण व तेथे आचारीसुद्धा असे. सराईचे श्रेय अफगाण महाराज शेरशाहसुरी यांच्याकडे जाते. त्यांनी अमृतसर ते कोलकाता हा ग्रँड ट्रॅक रोड बांधला व त्या रस्त्यावर अंतराअंतरावर लोकांना निवासाची सोय व्हावी म्हणून सराई बांधल्या; त्यामुळे व्यापारी व प्रवासी यांची सोय झाली. मोगल राजे-महाराजे, नवाब, उद्योजक व दानशूर व्यक्तींनीसुद्धा अनेक सराई भारतभर बांधल्या. साधारण याच सुमारास युरोपमध्ये इन ची सोय झाली. व्यापाराचा विकास झाल्याने लोकांना व्यापारातून पैसा मिळू लागला, त्यामुळे सर्व सुखसोयींनीयुक्त व उत्तम भोजन देणाऱ्या निवासाची मागणी व्यापारी करू लागले. त्यामुळे सराईचा दर्जा वाढवून तेथे उत्तम निवास व भोजनाची व्यापाऱ्यांना सोय व त्यांच्या घोड्यांसाठी खाद्यसुद्धा पुरवण्यात येऊ लागले. त्यामुळे सराई बांधणे हाच काही लोकांचा व्यवसाय सुरू झाला. त्यानंतर हळूहळू जगात हॉटेलचा विकास सुरू झाल्यावर भारतात हॉटेलचा विकास सुरू झाला.

४) पर्यटन विकासात निवासाची भूमिका (Role of Accommodation in Development of Tourism)

निवासाची व्यवस्था निर्माण केल्याने देशांतर्गत तसेच आंतरराष्ट्रीय पर्यटकांकडून मोठ्या प्रमाणात उत्पन्न मिळते. हॉटेलच्या निवासासाठी होणाऱ्या खर्चाव्यतिरिक्त अन्नसेवन, पेये, लाँड्री सर्व्हिस, रूम सर्व्हिस, विशेष सुविधा इ. बाबींसाठी पर्यटकांना खर्च करावा लागतो. त्यामुळे पर्यटनक्षेत्रातील केवळ हॉटेल या घटकामुळे मोठ्या प्रमाणात अर्थार्जन होते. सरकारलासुद्धा सेवा कर व इतर करातून उत्पन्न मिळते.

निवासी व्यवस्था निर्माण झाल्यावर मोठ्या प्रमाणात रोजगारनिर्मिती होते. हॉटेलमध्ये कुशल कामगार, अकुशल कामगार तसेच व्यवस्थापन विभाग इ. क्षेत्रात नोकरीच्या संधी उपलब्ध होतात. अकुशल कामगारांमध्ये झाडूवाले, माळी, सफाई कामगार, स्वयंपाकघरातील मदतनीस, वॉचमन, सुरक्षारक्षक इ. येतात. कुशल कामगारांमध्ये आचारी, वेटर, हाऊसकीपर, मनोरंजन करणारे इ. चा समावेश होतो; तर विशिष्ट प्रशिक्षण घेतलेल्या व्यवस्थापन विभागात लेखापाल, हिशेबनीस, फ्लोअर मॅनेजर, सुपरवायझर इ. चा समावेश होतो. निवासी असणारे पर्यटक स्थलदर्शनासाठी स्थानिक वाहतुकीचा वापर करतात. गाईडचा वापर करतात; त्यामुळे टॅक्सीवाले, वाहतूक कंपन्या, टुरिस्ट गाईड इ. वर पर्यटक पैसा खर्च करतात; त्यामुळे एक निवासस्थळ विकसित झाल्यास स्थानिक अर्थव्यवस्थेला मदत होते.

५) निवासाच्या प्रकारावर परिणाम करणारे घटक (Factors Affecting Types of Accommodation)

निवासस्थानाच्या प्रकारावर पुढील घटकांचा परिणाम होतो -

अ) निवासस्थानाचे सापेक्ष स्थान ब) पर्यटनाचा हेतू क) उपलब्ध सोयीसुविधा ड) आर्थिक कुवत इ) सेवापूर्ती ई) निवासस्थानाची प्रतिमा

अ) निवासस्थानाचे सापेक्ष स्थान (Relative location of Accommodation)

शहरांमधील हॉटेल्सचे स्थान वाहतुकीच्या सोयीसुविधांच्या दृष्टिकोनातून विचारात घेतले जाते. विमानतळ, रेल्वेस्टेशन इ. पासून निवासस्थान जवळ असल्यास तेथे पोहोचण्यात सुगमता असते.

ग्रामीण भागातील निवासस्थानाचा विचार करताना वाहतुकीचा विचार न करता आजूबाजूला असणारे नैसर्गिक सौंदर्य, पर्यटनस्थळे, शांत वातावरण यांचा विचार केला जातो. हिरवेगार गवताने आच्छादलेले डोंगर, दऱ्या, नद्या, धबधबे, किल्ले, धार्मिक स्थळ, धरणे इ. निवासापासून जवळ असल्यास त्या निवासस्थानाला प्राधान्य दिले जाते.

ब) पर्यटनाचा हेतू (Purpose of Tourism)

काही पर्यटक निवांत वेळ मिळावा म्हणून संस्कृतीचा अभ्यास करण्यासाठी, लेखन करण्यासाठी, केवळ आरामासाठी पर्यटनस्थळी जातात. त्यांना रोजच्या आवश्यक सोयी मिळाल्यास पुरेशा असतात.

क) उपलब्ध सोयीसुविधा (Availability of Facilities)

काही पर्यटनस्थळी लोक परिषदा, मीटिंग, चर्चासत्रे इ.साठी येतात. त्यांना परिषदा व चर्चासत्रांसाठी हॉल, मीटिंग हॉल, रेस्टॉरंट, बार, करमणुकीच्या सुविधा, पोहण्याचा तलाव इ. सोयीसुविधांची अपेक्षा असते. इंटरनेट, माईक सीस्टिम, प्रोजेक्टर इ. सुविधाही आवश्यक असतात.

ड) पर्यटकाची आर्थिक कुवत (Financial position of Touris)

सर्व पर्यटकांची आर्थिक कुवत सारखी नसते. आर्थिक कुवतीनुसार लोक निवासस्थान निवडतात. श्रीमंत किंवा परदेशी पर्यटकांची पैसे खर्च करण्याची कुवत असते, त्यामुळे ते पंचतारांकित निवासस्थानी मुक्काम करतात. मध्यमवर्गीय पर्यटकांना आवश्यक त्या सुविधा म्हणजे माफक दरात स्वच्छ भोजन, अल्पोपहार, निवासाची सोय, पाण्याची उपलब्धता इ. पुरेशा असतात. अशा निवासस्थानाचे दर माफक असतात. अभ्यासक, संशोधक, लेखक, कवी हे या कमीतकमी सेवा देणाऱ्या निवासस्थानांना प्राधान्य देतात. कमी बजेट असलेले किंवा विद्यार्थी यांना कमीतकमी पैशांत निवासस्थानाची गरज असते, त्यामुळे अनेक पर्यटकांची सोय असणारे हॉल (Dormitory) सार्वजनिक स्वच्छतागृहे एवढीच त्यांची गरज असते. तेथे ते एकत्र गटाने राहतात व स्वत: अन्न शिजवून जेवतात.

इ) सेवापूर्ती (Availability of Services)

प्रत्येक निवासस्थानी ज्या सेवा पुरवल्या जातात त्या पुरवताना वैयक्तिक लक्ष दिले जाते का; त्या सेवा कोणत्या गतीने दिल्या जातात; त्यांचा दर्जा काय असतो; त्या पुरवण्यात कार्यक्षमता किती इ. बाबींचा पण फरक पडतो. पंचतारांकित हॉटेलात सर्व प्रकारच्या सेवा अपेक्षेपेक्षा जास्त उत्तमरीत्या पुरवल्या जातात.

ई) निवासस्थानाची प्रतिमा (Image of Accommodation)

निवासस्थानाची जनमानसात प्रतिमा कशी आहे, यानुसार पर्यटक निवासस्थानाची निवड करतात. पूर्वी त्या निवासस्थानी वास्तव्य केलेल्या लोकांचे अनुभव त्याबद्दलची

प्रतिमा निर्माण करतात. तेथील सेवा, सोयीसुविधा, अन्नाचा दर्जा, लोकांची वागणूक, सेवेतील तत्परता इ. बाबत प्रत्येक निवासस्थानाबद्दल जनमानसात प्रतिमा असते, त्याचा परिणाम पर्यटकाला निवास निवडण्यात होतोच.

६) निवासस्थानांचे प्रकार (Types of Accomodation)

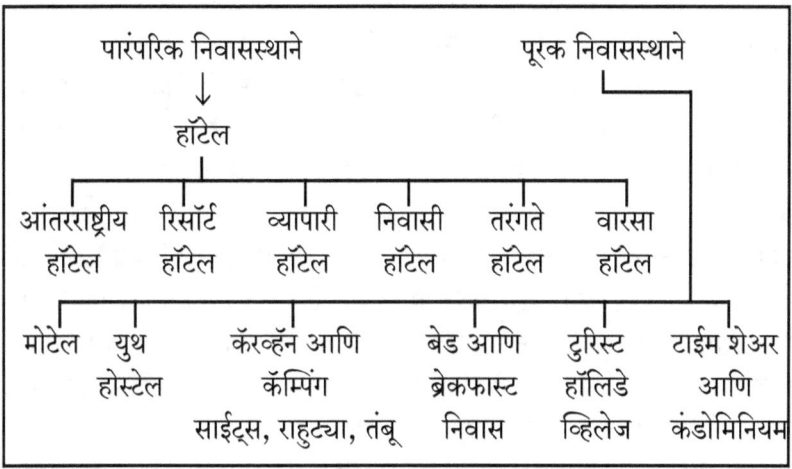

अ) पारंपरिक निवासस्थान (Traditional Accomodation)

• **हॉटेल्स** (Hotels) : जगातील पहिले हॉटेल १७७४ साली लंडनमध्ये डेव्हिड लो याने सुरू केले. तत्पूर्वी चर्च, विहार, सराई, धर्मशाळा इ.चा वापर होत होता. १८ व्या शतकात रेल्वेच्या विकासास सुरुवात झाल्यावर अनेक हॉटेल्स स्थापित झाली. रेल्वे व हायवेच्या मार्गावर हॉटेलचा विकास झाला. १८६० साली थॉमस कुक कंपनीने रेल्वे व हॉटेल कुपन द्यायला सुरुवात केली. १८६८ साली थॉमस कुक याने स्वित्झर्लंड व इटलीची गोलाकार टुर इंग्लंडमधून आयोजित केली. त्यामुळे १८९० साली जगामध्ये १२०० हॉटेल्सचा विस्तार झाला. वाहतुकीच्या सोयी वाढल्यानंतर निवासस्थानाला मागणी वाढली. मोटारवाहतूक व विमानवाहतुकीचा जसजसा वापर वाढू लागला तसतसे पर्यटन वाढले व पर्यटकांसाठी हॉटेलची संख्या सर्वत्र वाढू लागली.

• **हॉटेलची व्याख्या** (Definition of Hotel) : हॉटेल म्हणजे ग्राहकाच्या सर्व प्रकारच्या गरजा पुरवणारी वास्तू. हॉटेलच्या अनेक व्याख्या 'लॉजिंग व बोर्डींग पुरवणारे ठिकाण', 'लोकांना मनोरंजनाच्या सोयी पुरवणारी जागा', 'पब्लिक बिल्डिंग' इ. प्रकारे केल्या जातात; पण वेबस्टर यांनी दिलेली हॉटेलची परिपूर्ण व्याख्या 'जी वास्तू किंवा

निवास; खाद्यपदार्थ व निवास सेवा ग्राहकास उपलब्ध करून देते तिला हॉटेल म्हणतात.

● **हॉटेल्सचे प्रकार** (Types of Hotels) : बदलत्या परिस्थितीनुसार हॉटेलची संकल्पना व संरचना यात आमूलाग्र बदल होत गेले. हॉटेलांचे आकार, अंतर्गत रचना, वास्तुकलेचा वापर, सोयीसुविधा, सेवा यात काळानुसार बदल घडत गेले.

हॉटेलचे पुढील प्रमुख प्रकार पडतात -

i) आंतरराष्ट्रीय हॉटेल्स (International Hotels) : आंतरराष्ट्रीय हॉटेल्स ही आधुनिक पाश्चात्त्य जीवनशैलीवर आधारित सर्व महानगरात, मोठ्या शहरात व विशेषत: आंतरराष्ट्रीय पर्यटक जेथे भेट देतात अशा पर्यटनस्थळी बांधली आहेत. या हॉटेलची रचना व कार्यपद्धती आंतरराष्ट्रीय स्तरावर स्वीकारलेल्या नियमानुसार असते. या हॉटेलमधील सेवा चैनीच्या असतात. या हॉटेल्सचे एक पासून ते सात तारांकित गटात वर्गीकरण करण्यात येते. १९४६ साली आंतरराष्ट्रीय स्तरावर आंतरराष्ट्रीय हॉटेल असोसिएशनची स्थापना लंडन येथे झाली. आता त्याचे मुख्यालय पॅरिस येथे आहे. या संघटनेच्या अंतर्गत जगातील सर्व आंतरराष्ट्रीय हॉटेलचे जाळे आहे. जगातील सर्व आंतरराष्ट्रीय हॉटेलच्या मालकांना एकत्र करणे, त्यांच्या समस्यांचा विचार करणे व त्या सोडवण्यास प्रयत्नशील राहणे, हे या संघटनेचे महत्त्वाचे कार्य आहे. आंतरराष्ट्रीय हॉटेल मालकांनी विविध देशात हॉटेल उघडून हॉटेलची शृंखला चालू केली आहे. उदा. ओबेराय ग्रुप, अशोक हॉटेल चेन, ताज ग्रुप चेन इ.

आंतरराष्ट्रीय हॉटेल्स आंतरराष्ट्रीय पर्यटक डोळ्यांपुढे ठेवून बनवलेली असल्याने इथे अनेक सोयीसुविधा व सेवा दिवसरात्र उपलब्ध असतात. जगभरातील लोकांना त्यांच्या त्यांच्या देशातील खाद्यपदार्थ खायला मिळावेत व त्यांची गैरसोय होऊ नये म्हणून सर्व देशातील बऱ्याचशा पदार्थांचा समावेश असणारे अन्नपदार्थ बनवले जातात. उपहारगृह व मद्यालय दिवसभर चालू असते. त्यामुळे आंतरराष्ट्रीय व स्थानिक खाद्यपदार्थ, सर्व प्रकारची पेये व मद्य यांची रेलचेल असते. या हॉटेलात असणाऱ्या विशेष सेवा म्हणजे कॉन्फरन्स हॉल, देशोदेशीचे चलन बदलण्याची सोय, अत्यंत हसतमुख व्यक्ती असलेला स्वागत कक्ष, माहिती केंद्र, बॅन्क्वेट हॉल, देशातील वैशिष्ट्यपूर्ण वस्तूंची विक्री करणारी दुकाने, सेफ डिपॉझीट लॉकर इ. होय. या व्यतिरिक्त संगीत, नृत्य, इनडोअर गेम्स, क्रीडा इ. करमणुकीची सुविधा असते. निवासी खोल्या अत्यंत प्रशस्त, भरपूर उजेडाच्या, हवेशीर व वातानुकुलित असतात. तेथे दूरचित्रवाणी संच, टेलिफोन, रेफ्रिजरेटर, स्वतंत्र स्नानगृह इ. सोयी असतात.

आंतरराष्ट्रीय हॉटेलची जरी शृंखला असली तरीसुद्धा प्रत्येक हॉटेलचे संचालक मंडळ असते व ते हॉटेलच्या व्यवस्थापनाची जबाबदारी सांभाळतात. प्रत्येक हॉटेलमध्ये

वेगवेगळे विभाग असतात. उदा. अन्नविभाग, हाऊसकिपिंग, रूम सर्व्हिस इ. प्रत्येक विभागाचे कामकाज व्यवस्थित चालावे याची जबाबदारी त्या क्षेत्रातील प्रशिक्षण घेतलेल्या व्यक्तीवर सोपवलेली असते, त्याला विभागप्रमुख म्हणतात. या विभागप्रमुखांच्या मदतीने हॉटेलचा मुख्य व्यवस्थापक म्हणजे जनरल मॅनेजर, सर्व कामकाज व्यवस्थित चालले आहे का? याची पाहणी करत असतो.

आंतरराष्ट्रीय हॉटेलचे स्थान सर्व बाबींचा विचार करून ठरवतात. विमानतळापासून पोहोचण्यास सुगमता हा पहिला निकष असतो. तसेच या हॉटेलचे स्थान प्रदूषणमुक्त असावे त्यामुळे कारखानदारी व वाहतूक व्यवस्था यांच्या गजबजाटापासून दूर, निवांत ठिकाणी ही हॉटेल्स प्रस्थापित होतात. त्याच्या आजूबाजूला कोणतेही कारखाने येणार नाहीत याची काळजी घेतली जाते. हॉटेलच्या चारी बाजूचा परिसर मोकळा असतो, तेथे दृश्यता असते व प्राणवायूचा भरपूर पुरवठा व्हावा म्हणून भरपूर झाडे लावलेली असतात. हॉटेलचा परिसर सुंदर दिसावा व ग्राहकांना आकर्षण वाटावे म्हणून भरपूर फुलांची झाडे व हिरवळ असते. एकूणात आंतरराष्ट्रीय हॉटेल्स अत्यंत सुखसोयींनी समृद्ध असतात व तेथे लोकांचे वास्तव्य मजेत व सुखद असते.

ii) रिसॉर्टस हॉटेल्स (Resort hotel) **:** 'रिसॉर्ट हॉटेल' ही संकल्पना अमेरिकेत प्रथम सुरू झाली. ज्या पर्यटकांना दैनंदिन तणावपूर्ण वातावरणापासून लांब आराम व तणावविरहित जीवन जगायचे असते किंवा वेगळ्या वातावरणात बदल म्हणून राहायचे असते अशांसाठी ही रिसॉर्ट हॉटेल्स सुरू करण्यात आली. आराम, चिंतामुक्तता व करमणूक हेच रिसॉर्टस् हॉटेलमध्ये येणाऱ्या पर्यटकांचे उद्दिष्ट असते. अशी रिसॉर्ट्स हॉटेल समुद्रकिनारी किंवा टेकडीवर किंवा निसर्गसौंदर्य असणाऱ्या प्रदेशात असतात; त्यामुळे पर्यटकांना स्थलदर्शनासाठी दूरवर न जाताही रिसॉर्ट हॉटेलमधूनच निसर्गसौंदर्याचा लाभ होतो. येथे पर्यटकांना करमणुकीसाठी टेनिस कोर्ट, गोल्फ कोर्ट, बोटिंग, सर्फ रायडींग, स्किईंग, नृत्य, गायन कार्यक्रम, इनडोअर गेम्स इ. ची सुविधा असते. वेळ घालवण्यासाठी कॉफी शॉप, पोहण्याचा तलाव, रेस्टॉरंट, शॉपिंगसाठी दुकाने इ. सोयी असतात. येथे प्रामुख्याने उच्च राहणीमान असणारे व्यावसायिक, उद्योगपती, खाणेपिणे, मौजमस्ती, आराम एवढ्याकरता ८-१० दिवस मुक्काम ठोकतात.

रिसॉर्टचे अनेक प्रकारात वर्गीकरण करता येते. उन्हाळी रिसॉर्ट, हिवाळी रिसॉर्ट, हिल स्टेशन्स, हेल्थ रिसॉर्ट व ऑल सिझन रिसॉर्ट इ. बहुतेक रिसॉर्ट्समध्ये हॉटेलच्या गर्दीचा सिझन असतो. उदा. हिल स्टेशनला उन्हाळ्यात खूप गर्दी तर हिवाळी रिसॉर्टला हिवाळ्यातील क्रीडाप्रकारची मजा लुटण्यास गर्दी होते. ऑल सिझन रिसॉर्ट्ना जोडून सुट्ट्या आल्यावर किंवा शाळांना लांब सुट्टी मिळाल्यावर गर्दी होते. बरेचदा रिसॉर्टवाले

काही तरी सवलतीचे आमिष दाखवून सिझनमध्ये पर्यटकांना आकृष्ट करतात.

iii) व्यापारी हॉटेल (Commercial Hotel) : व्यापारी हॉटेलात प्रामुख्याने कामाच्या निमित्ताने एकटे येणारे उद्योजक किंवा व्यापारी येतात. येथे कुटुंबीयांना घेऊन लोक येत नाहीत; त्यामुळे अशी हॉटेल्स मोठमोठ्या व्यापारी किंवा कारखानदारीचा विकास झालेल्या शहरात असतात. त्या शहरात उद्योगव्यवसाय, कारखान्यात उत्पादित मालाचे मार्केटिंग, नवीन गिऱ्हाइकांशी बोलणी इ. व्यवसायाशी संबंधित कामासाठी ही मंडळी येत असतात. ही हॉटेल्स खासगी मालकीची असतात व त्यांचे यश हे ते किती उत्कृष्ट प्रकारच्या सेवा देतात त्यावर अवलंबून असते. या हॉटेलात रेस्टॉरंट, कॉफी शॉप, उत्कृष्ट निवासी खोल्या, टेलिफोन व इंटरनेटची सुविधा व मोटारने प्रवास करून आलेल्या लोकांच्या गाड्यांच्या पार्किंगची सोय इ. सोयीसुविधा असाव्या लागतात.

iv) निवासी हॉटेल (Residential Hotel) : निवासी हॉटेल म्हणजे एखाद्या अपार्टमेंटमध्ये असलेल्या खोल्या जेथे हॉटेलसारखी सर्व्हिस उपलब्ध असते. त्यांना 'अपार्टमेंट हॉटेल' किंवा 'पेन्शन' असेही म्हणतात. येथे लोक तीन महिने, सहा महिने किंवा एक वर्षासाठी रहायला येतात. या हॉटेलमध्ये फर्निचर व दररोजचे लागणारे सामानही पुरवतात. मोठमोठ्या शहरातील अपार्टमेंटमध्ये अशी हॉटेल्स आहेत, तेथे जेवण, करमणूक इ. सेवा पुरवल्या जात नाहीत; त्यांचे दरही वाजवी असतात. सर्वप्रथम अमेरिकेत अशा हॉटेलचा विकास झाला; कारण अशा हॉटेलमध्ये राहणे आर्थिकदृष्ट्या परवडणारे आहे हे त्यांच्या लक्षात आले. त्यानंतर युरोपातही अशी हॉटेल्स विकसित झाली. विशेषत: इटली, ऑस्ट्रिया, स्वित्झर्लंड, जर्मनी या देशात अनेक पेन्शन आढळतात. बरेचदा त्यांना गेस्टहाऊस किंवा बोर्डींग हाऊस म्हणतात. भारतात त्याला धर्मशाळा किंवा लॉज म्हणतात. धर्मशाळेत स्वयंपाकाची भांडी व थोडेफार फर्निचर पुरवले जाते; त्यामुळे तेथे पाच-सहा महिने नवीन घराची तरतूद होईपर्यंत लोक आरामात राहतात.

v) तरंगते हॉटेल (Floating Hotel) : नावात सुचवल्याप्रमाणे तरंगती हॉटेल्स, नदी, समुद्र, तळी यांच्या पाण्याच्या पृष्ठभागावर तरंगत असतात. हॉटेलमध्ये ज्या सोयीसुविधा उपलब्ध असतात, त्या सर्व इथे मिळतात. चहूबाजूंनी पाणी असल्याने पाण्यावरची थंड हवा येत असते व सर्वत्र निरव शांतता असते, देखावाही सुंदर असतो. आज अनेक देशात तरंगती हॉटेल्स विकसित झाली आहेत. अनेक देशात जुनी मोठी जहाजेच हॉटेल म्हणून वापरली जातात. भारतातसुद्धा केरळच्या बॅकवॉटरमध्ये हाऊसबोट्स आहेत; तसेच जम्मू-काश्मीर राज्यातील श्रीनगर येथील दल सरोवरात अनेक तरंगती हॉटेल्स आहेत त्यांना 'शिकार' म्हणतात.

vi) वारसा हॉटेल (Heritage Hotel) : जुने राजवाडे, महाल, हवेल्या, किल्ले,

पुरातन वास्तू अशा वास्तूंचा आज कोणी निवासाकरता वापर करत नाही, त्या वास्तूचे जतन करण्यासाठी तेथे हॉटेल्स सुरू केली आहेत, त्यांना 'वारसा हॉटेल' म्हणतात. या वास्तू वेगवेगळ्या वास्तुशैलीचा वापर करून बांधलेल्या असतात; त्यामुळे त्या इतरांपेक्षा खूप वेगळ्या वाटतात. विशिष्ट वास्तुशैली, विशिष्ट बांधकाम साहित्य व संस्कृती, परंपरा यांचा मिलाप म्हणजे वारसा हॉटेल. त्याचे मूळ स्वरूप तसेच ठेवून त्या वास्तूतील रचनेत बदल न करता त्यांचे हॉटेलमध्ये रूपांतर केलेले असते. बाहेरून या वास्तू जरी पारंपरिक दिसत असल्या तरी आतमध्ये मात्र अत्याधुनिक सुविधा पुरवल्या जातात. अशा अनेक वास्तूंमध्ये पंचतारांकित हॉटेल्स सुरू केली आहेत. उदा. उदयपूर येथील लेक पॅलेसचे 'लेक पॅलेस हॉटेल' झाले आहे. गोव्यातील अग्वा किल्ल्यात पंचतारांकित हॉटेल सुरू केले आहे.

२) पूरक निवासव्यवस्था (Supplementary Accommodations)

जरी हॉटेल्स ही निवासव्यवस्था आज अनेक पर्यटक वापरत असले तरी गेल्या काही वर्षांत हॉटेलला पर्यायी निवास व्यवस्थेचा विकास आणि वाढ झालेली आढळते. हॉटेलला पूरक किंवा पर्यायी निवासी व्यवस्था अनेक प्रकारच्या आहेत. त्यांचे स्थान, त्यांची रचना, आकार, व्यवस्थापन इ. हॉटेलपेक्षा वेगळे असते. या पूरक निवासव्यवस्थेची योग्य शब्दांत व्याख्या करणे शक्य नाही; कारण प्रत्येक निवासव्यवस्था वेगळी आहे. पर्यटकांच्या मागणीनुसार, गरजेनुसार, सोयीनुसार आणि आवडीनुसार या वेगवेगळ्या पूरक निवासी व्यवस्था तयार झालेल्या दिसतात.

पूरक निवासव्यवस्थेमध्ये हॉटेलमध्ये जेवढ्या सेवा-सुविधा, चैनीच्या वस्तू व ऐशोआराम पुरवला जातो तेवढा नसतो. पूरक निवासव्यवस्थेचा मूळ हेतू निवासाची व भोजनाची सोय करणे एवढाच असतो; त्यामुळे हॉटेलपेक्षा येथे सुख देणाऱ्या सेवा व सोयी कमी असतात; पण या पूरक निवासस्थानाचा फार महत्त्वाचा सामान्य माणसाला मिळणारा फायदा म्हणजे हॉटेलपेक्षा येथील निवासाचे दर फारच कमी असतात. त्याशिवाय येथे वागण्याबोलण्यात मोकळेपणा असतो, वेशभूषा, केशभूषा, शिष्टाचार याबाबत फार बंधने नसतात. तेथे आलेले लोक हल्लागुल्ला करू शकतात व बोलण्याचे त्यांना पूर्ण स्वातंत्र्य असते; पण हॉटेलात बोलणे, वागणे, वेशभूषा इ. ला मर्यादा येतात.

सध्या जगातील बऱ्याच देशात पूरक निवासव्यवस्थेचा मोठ्या प्रमाणावर विकास झाला आहे; कारण ही निवासव्यवस्था देशातील व परदेशातील दोन्ही प्रकारचे पर्यटक वापरू शकतात. खरे म्हणजे अनेक देशात विशेषत: युरोपात इटली व फ्रान्समध्ये लोक पूरक निवासव्यवस्थेचा हॉटेलपेक्षा जास्त वापर करतात.

पूरक निवासव्यवस्थेचे प्रकार खालीलप्रमाणे आहेत -

i) मोटेल ii) यूथ होस्टेल iii) कॅरव्हॅन आणि कॅपिंग साईट्स iv) बेड व ब्रेकफास्ट आणि निवास v) टाइम शेअर व कंडोमिनियम vi) टुरिस्ट हॉलिडे व्हिलेज

i) मोटेल (Motel) **:** मोटेल ही संकल्पना अमेरिकन लोकांची. मोटार या शब्दावरून मोटेल नाव पडले. अमेरिका हा फार मोठा देश आहे. तेथे लोक शनिवार-रविवार दोन दिवसांच्या सुट्टीतही पर्यटनाला जातात. बरेचसे लोक स्वत:च्या मोटारीने प्रवास करतात. सहसा शुक्रवारी संध्याकाळी ऑफीस संपल्यावर ते मोटारीने पर्यटनाला निघतात व रात्री अंधार झाल्यावर त्यांना विश्रांतीसाठी थांबावे लागते, त्यामुळे केवळ रात्रीच्या विसाव्यासाठी मोटेलची संकल्पना अमलात आली. त्यामुळे मोटेल म्हणजे स्वत:च्या वाहनाने पर्यटनाला जाणाऱ्या लोकांना रात्रीचा निवारा व अन्न पुरवणारे निवासस्थान. येथे हॉटेलसारख्या सोयी-सुविधा नसतात.

पण मोटेलमध्ये मोटारने प्रवास करणाऱ्या लोकांसाठी मोटार ठेवण्यासाठी प्रशस्त जागा, मोटार दुरुस्तीची सोय, मोटार धुण्याची सोय, मोटारीचे स्पेअर पार्ट्स, मोटारीचे इंधन इ. सर्व सोयी असतात. त्याशिवाय मोटारींची किरकोळ दुरुस्ती करण्यासाठी आवश्यक ती अवजारे, हत्यारेपण पुरवली जातात. उदा. हवा चेक करण्याचे मशिन, किरकोळ दुरुस्तीसाठी लागणारे पान्हे, स्क्रू ड्रायव्हर इत्यादिंमुळे लोक स्वत:च मोटारीची दुरुस्ती करू शकतात. मोटेलमध्ये निवासाच्या खोल्या, जेवण व अल्पोपहार अत्यंत अल्पदरात मिळते; पण काही मोटेलमध्ये हॉटेलसारख्या सेवा-सुविधा पुरवल्या जातात, त्यांचे दर हॉटेलसारखेच असतात.

मोटेल हे मोठ्या हायवेवर, राष्ट्रीय महामार्गावर किंवा शहराच्या उपनगराजवळ किंवा दोन मोठे रस्ते एकमेकांना छेदतात अशा ठिकाणी असतात. अमेरिका व युरोप येथील देशात अनेक लोक मोटेलचा वापर करतात. मोठ्या रस्त्यांची वाढ झाल्यामुळे मोटेलच्या संख्येत भर पडलीय. मोटेलची उपलब्धता सर्वत्र असल्याने युरोप व अमेरिकेत कुटुंबीयांसह पर्यटन करण्याचे प्रमाण वाढत आहे व एकूण देशांतर्गत पर्यटनात वाढ झाली आहे.

ii) युथ होस्टेल (Youth Hostel) **:** युथ होस्टेल ही संकल्पना जगात सर्वप्रथम जर्मनीमध्ये १९०० साली सुरू झाली. युथ होस्टेल सुरू करण्याचा मूळ उद्देश होता की, युवकांनी प्रवास करावा, पर्यटनाला जाऊन माहिती मिळवावी, गिर्यारोहण, परिक्रमा अशा उपक्रमात मोठ्या संख्येने सामील व्हावे. अशा युवकांना निवासाची सोय म्हणून युथ होस्टेल सुरू झाले. युथ होस्टेलमध्ये युवकांना निवासासाठी एक खाट, गादी, चादर, उशी, ब्लँकेट एवढेच पुरवले जाते. एकाच मोठ्या हॉलमध्ये १० ते १५ युवक राहू

शकतात. त्यांना भोजन, न्याहरी स्वस्त दरात पुरवले जाते किंवा त्यांना स्वयंपाक बनवण्यासाठी स्वतंत्र जागा असते तेथे ते जेवण बनवून खाऊ शकतात. युवकांना स्वस्त दरात राहण्याची व भोजनाची सोय व्हावी हाच मूळ हेतू असतो.

युथ होस्टेलमध्ये काय सोयी असाव्यात याबद्दलची नियमावली जगात सर्वत्र लागू होते. मुलांसाठी व मुलींसाठी वेगवेगळे शयनगृह (Dormitary) एकत्र जेवणासाठी हॉल, मुलींसाठी व मुलांसाठी स्वतंत्र व स्वच्छ शौचालये व स्वच्छतागृहे, स्वयंपाक बनवण्यास वेगळी राखीव जागा, सामान ठेवण्याची खोली व वॉर्डनसाठी वेगळी निवासव्यवस्था इ. कमीत कमी सोयी असणे बंधनकारक असते.

युथ होस्टेलमध्ये अनेक लोकांची निवासाची व जेवणाची सोय स्वस्तात होत असल्याने अनेक तरुणांचे गट किंवा शाळांच्या ट्रिपचे विद्यार्थी, महाविद्यालयांचे अभ्यास, सहलींसाठी आलेले गट यांना त्याचा उपयोग होतो. त्यामुळे येथे विविध राज्यातले, प्रांतातले व देशाचेसुद्धा तरुण एकत्र येतात. त्यांच्या ओळखी होतात, गप्पांमधून ज्ञानात भर पडते, एकमेकांच्या विचारांचे आदानप्रदान होते. बरेचदा येथे अनेकांच्या सुप्त कलांचा विकास होतो. विविध देशातील तरुण एकत्र भेटल्यास त्यांच्यात सांस्कृतिक देवाणघेवाण होते. त्यामुळे युथ होस्टेल म्हणजे केवळ निवासस्थान नसून मैत्री, करमणूक, व्यक्तिमत्त्व विकास अभ्यासाव्यतिरिक्त असलेले ज्ञान मिळवण्याचे स्थान झालेले आहे. अनेक देशात युथ होस्टेलचे व्यवस्थापन विनाव्यापारी तत्त्वावर लोक करत आहेत. आता युवकांच्या बदलत्या आवडीनिवडी व गरजांनुसार सोयीसुविधा वाढवल्या आहेत. युथ होस्टेलचा वापर करणाऱ्या युवकांची संख्या संपूर्ण जगात वाढत आहे.

iii) कॅरव्हॅन आणि कॅम्पिंग साईट्स (Caravan and camping sites) : अमेरिका व युरोपमध्ये अनेक पर्यटनस्थळे आहेत, पण हॉटेल वास्तव्य अत्यंत महाग असल्याने बरेचसे लोक कॅरव्हॅन व कॅम्पिंग ग्राऊंडचा वापर करतात. कॅरव्हॅन म्हणजे मोटारीने ओढायचे छोटेसे घर. मोटारीच्या मागच्या बाजूला व्हॅनमध्ये बेड, स्वयंपाकघर, थोडे फर्निचर असते व एक छोटेसे घर बनवतात. हे कॅरव्हॅन गाडीला जोडून लोक पर्यटनस्थळी पोहोचतात तेथे कॅरव्हॅन उभे करण्यासाठी तसेच पाणी, डायनिंग टेबल, शौचालय इ. सुविधा असलेली जागा असते तिला कॅम्पिंग ग्राऊंड म्हणतात. प्रत्येक कॅरव्हॅनसाठी रात्रीपुरते कॅम्पिंग ग्राऊंड भाड्याने घेतल्यास त्याबरोबर पाणी, शौचालय, विजेचे कनेक्शन इ. सुविधा स्वस्तात पुरवल्या जातात. जेवण कॅरव्हॅनमध्ये बनवून त्यात झोपू शकतात किंवा जास्त लोक असल्यास कॅम्पिंग ग्राऊंडवर तंबू लावून झोपता येते. त्यामुळे कॅरव्हॅन व कॅम्पिंग ग्राऊंडला ओपन एअर हॉटेल म्हणतात. असे कॅम्पिंग ग्राऊंड अभयारण्ये, राष्ट्रीय उद्याने, डोंगराजवळील पर्यटनस्थळे, ग्रामीण भागातील पर्यटनस्थळे

इ. ठिकाणी जेथे भरपूर जागा असते तेथे असतात. कॅरव्हॅन आणि कॅम्पिंग ग्राऊंड वापरून लोकांना स्वस्तात निवासाची सोय देण्याचा उद्देश आहे.

iv) बेड आणि ब्रेकफास्ट निवासव्यवस्था (Bed and Breakfast Accommodation) : या निवासस्थानात फक्त निवासाची सोय व सकाळचा ब्रेकफास्ट एवढीच सोय असते. जेवणाची सोय नसते. मोठमोठ्या शहरांमध्ये व्यापारी महानगरांमध्ये व्यवसायाच्या कामासाठी येणाऱ्या लोकांना एका दिवसात काम पूर्ण न झाल्यास मुक्काम करावा लागतो. त्यांना ही निवासस्थाने उपयोगी पडतात. सकाळी ब्रेकफास्ट करून ते कामाला निघून जातात व काम झाल्यावर त्यांच्या गावी परत जातात. दुपारचे जेवण करायला परत निवासस्थानी येण्यास त्यांना वेळ नसतो.

अनेकदा काही तरुणांचे, मध्यमवर्गीयांचे गट सहलीला किंवा गिर्यारोहणासाठी निघतात, त्यांना अशा निवासस्थानात निवासाची व सकाळच्या ब्रेकफास्टची सोय स्वस्तात मिळते. हॉटेलपेक्षा या निवासस्थानांचे दर कमी असतात. गिर्यारोहण किंवा स्थलदर्शनासाठी दूर जंगलात डोंगरात जाणाऱ्या लोकांना पुन्हा जेवणासाठी येणे शक्य नसते. ते ब्रेकफास्ट करून पुन्हा पुढील प्रवासाला सुरुवात करतात, त्यांच्यासाठी ही निवासस्थाने सोईस्कर असतात. कोकणात अनेक कुटुंबात मुले परदेशी गेल्याने रिकाम्या पडलेल्या खोल्यांमध्ये अनेक लोकांनी बेड व ब्रेकफास्ट निवासाची सोय सुरू केली आहे.

v) टाइम शेअर आणि कंडोमिनियम (Time share and condominium) **:** टाइम शेअर ही संकल्पना पश्चिम युरोपीय देशात उदयास आली. पश्चिम युरोपातील श्रीमंत लोक दुसरे घर घेत असत; पण दरवर्षी सुट्टीत या दुसऱ्या घरी जाणे शक्य नसे. त्यामुळे दुसरे घर जवळजवळ वर्षभर रिकामे पडत असे व त्याच्या देखभालीचा खर्च सोसावा लागे. त्यामुळे घर बांधणाऱ्या बिल्डर लोकांनी टाइम शेअरची शक्कल लढवली. टाइम शेअर म्हणजे ही लोकांनी घेतलेली दुसरी घरे वेगवेगळ्या पर्यटकांना विशिष्ट कालावधीसाठी रहायला देणे. एकदा दुसऱ्या घराचे पैसे भरल्यानंतर त्या बदल्यात एक किंवा दोन आठवडे फर्निचर व रोजच्या गरजेच्या सामानासह निवासस्थान मिळते. म्हणजे वेगवेगळ्या ठिकाणच्या पर्यटनस्थळी वेगवेगळ्या निवासस्थानी विनामोबदला पर्यटकांना विशिष्ट काळाकरता रहायला मिळते. भारतात स्टर्लींग व महेंद्र कंपन्यांनी असे टाईम शेअर निवास सुरू केलेत. उटी, कोडाईकॅनॉल, महाबळेश्वर, मुन्नार, सिमला, कुलू-मनाली इ. अनेक ठिकाणी त्यांनी निवासस्थाने बांधली आहेत.

रिसॉर्ट कन्डोमिनियम इंटरनॅशनल (RCI) ही जगातील फार जुनी व मोठी कंपनी आहे. १९७४ साली स्थापित झालेल्या या कंपनीने जगातल्या अनेक देशात निवासस्थाने बांधली आहेत व त्यांचे सदस्यत्व घेणाऱ्यांना जगभरातील कोणत्याही निवासस्थानी ते

मोकळे असल्यास एक किंवा दोन आठवडे वास्तव्य करता येते. रिसॉर्ट कन्डोमिनियम इंटरनॅशनलतर्फे जगातील १०० देशांत ३५०० निवासस्थाने पर्यटनस्थळी बांधली आहेत. जवळजवळ २५ लाख लोक त्याचा फायदा घेत आहेत.

vi) टुरिस्ट हॉलिडे व्हिलेज (Tourist Holiday Village) : भारतात ग्रामीण पर्यटनाची सुरुवात गेल्या पाच वर्षात झाली त्याच प्रकारे खेड्यातील पर्यटनची संकल्पना दुसऱ्या महायुद्धानंतर युरोपीयन देशात सुरू झाली. शहराच्या धकाधकीच्या, ध्वनी आणि वायू प्रदूषणाने युक्त अशा वातावरणातून बाहेर पडण्यासाठी व तणावविरहित जीवन जगण्यासाठी युरोपीय देशात ग्रामीण भागात निवासी व्यवस्था करण्यास १९५० पासून सुरुवात झाली. क्लब मेडिटरेन या कंपनीने १९५० साली पहिले पर्यटन खेडे स्पेनच्या माजोर्का बेटावर विकसित केले. शहरातील लोकांना तणावपूर्ण वातावरणातून मुक्तता मिळून त्यांनी ग्रामीण भागातील तणावरहित स्वच्छ व शुद्ध वातावरणात रहावे हाच त्यांचा मुख्य हेतू होता. तो हेतू साध्य झाला व थोड्याच वर्षात टुरिस्ट व्हिलेज पर्यटकांमध्ये प्रसिद्ध झाले.

समुद्रकिनाऱ्याजवळची खेडी किंवा अविकसित खेड्यांची निवड टुरिस्ट व्हिलेज संकल्पना राबवण्यासाठी करण्यात आली. त्यामुळे अविकसित खेड्यांत लोकांना रोजगार प्राप्त होऊन त्यांचा विकास झाला. या खेड्यांमध्ये निवासस्थाने बांधून क्रीडा व मनोरंजनाच्या ग्रामीण सुविधा पुरवण्यात आल्या. घोडेस्वारी, नदीत पोहणे, फूटबॉल, व्हॉलीबॉल, बॅडमिंटन, टेबलटेनिस, लॉनटेनिसची सोय, योगासनांची सोय, नदीत बोटिंग, संध्याकाळी स्थानिक लोकांचे लोकनृत्य व लोकसंगीताचे कार्यक्रम इ. सोयी उपलब्ध करून दिल्या. निवासस्थानी टेलिफोन, रेडिओ, टि.व्ही., संगणक, नेट कनेक्शन इ. सुविधा उपलब्ध नाहीत. निवासस्थानी कमीत कमी फर्निचर असते. प्रत्येक निवासस्थानी स्वयंपाक घर, स्नानगृह, शौचालय व दिवाणखाना असतो. त्या खेड्यात गरजेच्या वस्तू विकणारी दुकाने असतात, डॉक्टर असतो. लोक येथे १० ते १५ दिवसांसाठी येऊन आरामाचे व तणावमुक्त जीवन जगतात. वातावरणातील बदलामुळे तजेलदार होऊन आपल्या गावी परततात. या निवासस्थानाची व्यवस्था बघण्यासाठी प्रशिक्षण घेतलेले तरुण लोक असतात. त्यांना आदरातिथ्य करण्याचे व वातावरण आनंदी ठेवण्याचे प्रशिक्षण दिलेले असते.

हल्ली बदलत्या गरजांनुसार निवासस्थानापासून स्थलदर्शनाची सोय करण्यात आली आहे. तसेच पर्यटकांसाठी स्थानिक संस्कृती, रीतीरिवाज, चालीरिती, इतिहास यावर आधारित व्याख्यानांचे आयोजन केले जाते. येथे लोकांना वेगवेगळ्या कार्यक्रमांत, खेळात, करमणुकीत गुंतवून ठेवले जाते.

७) पर्यटकांच्या निवासस्थानाकडून अपेक्षा (Expectations of Tourists about Accommodation)

सध्या पर्यावरणाचा ऱ्हास होत असल्याने निवासस्थानीसुद्धा पर्यावरणपूरक बाबींचा अवलंब करावा अशी पर्यटकांची अपेक्षा असते. पर्यटनस्थळी पर्यटकांची गर्दी होत असल्याने कचऱ्याची समस्या 'आ' वासून उभी आहे. त्यामुळे निवासस्थान विकसित करणाऱ्यांनी सांडपाण्याचा पुनर्वापर, टाकाऊ वस्तूंचा पनर्वापर, ऊर्जा संवर्धन, ऊर्जेचा मर्यादित वापर, रसायनांचा वापर कमी असलेल्या वस्तूंचा उपयोग, निवासस्थानी असणाऱ्या सर्व स्टाफला पर्यावरणाबाबत शिक्षित करून जागरूकता निर्माण करणे इ. ची अंमलबजावणी करावी, अशी पर्यटकांची अपेक्षा असते.

हॉटेलमध्ये केवळ निवासासाठी खोल्या व अन्नपदार्थ एवढ्याच सोयींवर पर्यटकांचे समाधान होत नाही. त्याव्यतिरिक्त त्यांना खालील सोयी व सुविधांची अपेक्षा असते.

अ) स्वागत कक्ष (Welcome Desk)

पर्यटक जेव्हा हॉटेलमध्ये प्रवेश करतात तेव्हा त्यांना तेथील सर्व वातावरण नवे असते. हॉटेलची रचना माहीत नसते, त्यामुळे ते प्रवेश करताच स्वागत कक्षातील व्यक्तींनी तत्परतेने स्वागत केल्यास पर्यटकांना त्या घरापासून लांब असलेल्या तात्पुरत्या घरात खूप आरामदायी व सुखद वाटते. त्यासाठी स्वागत कक्षातील व्यक्तीचे व्यक्तिमत्त्व अत्यंत प्रसन्न व आल्हाददायी असावे व त्या व्यक्तिमध्ये बोलण्याची अदब व कला असावी. हॉटेलमध्ये प्रवेश करताच अत्यंत मृदू शब्दांत व अगत्याने स्वागत करणारा स्टाफ असल्यास पर्यटकांवर चांगली छाप पडते.

दूरवरून प्रवास करून पर्यटक जेव्हा हॉटेलमध्ये पोहोचतात तेव्हा त्यांना लवकरात लवकर खोलीत जाऊन आराम करायचा असतो, त्यामुळे आलेल्या पर्यटकांना लवकरात लवकर त्यांच्या खोलीचा ताबा देणे, त्यांचे सामान खोलीत पोहोचवणे, खोलीतील उपलब्ध सुविधांची माहिती करून देणे इ. बाबी जलद गतीने झाल्यास पर्यटक खूश होतात व दिलेल्या पैशांचा मोबदला मिळाल्याचे समाधान त्यांना मिळते.

ब) माहिती कक्ष (Information Table)

नवीन पर्यटनस्थळाच्या हॉटेलमध्ये जेव्हा पर्यटक येतात तेव्हा त्यांना हॉटेलच्या सोयींबद्दल तसेच पर्यटनस्थळी असणाऱ्या स्थलदर्शनाबद्दल माहिती हवी असते. ती माहिती पुरवणारा माहिती कक्ष असणे अपेक्षित असते. स्थलदर्शनासाठी, नियोजन करण्यासाठी महत्त्वाची पर्यटनस्थळे, त्यांचे हॉटेलपासूनचे अंतर, त्यासाठी स्थानिक वाहतूक व्यवस्था, एखादे म्यूझियम किंवा मत्सालय असल्यास त्याच्या वेळा याबाबत अद्ययावत

माहिती पर्यटकांना मिळणे आवश्यक असते. माहिती कक्षाकडे पर्यटकांनी विचारलेल्या प्रत्येक प्रश्नाची उत्तरे मिळायला हवीत.

क) तक्रार निवारण कक्ष (Complain Redressal Cell)

पर्यटनस्थळी हॉटेलात वास्तव्यास येणाऱ्या पर्यटकांना सर्व सोयीसुविधा हव्या असतात. जे काही चार-आठ दिवसाचे वास्तव्य असेल ते सुखदायी असावे, अशी त्यांची इच्छा असते. त्यामुळे त्यांची गैरसोय दूर करण्यासाठी किंवा त्यांच्या अडचणी ऐकून घेऊन त्यांच्या अडचणी सोडवण्यासाठी तक्रार निवारण कक्ष महत्त्वाचा असतो. पर्यटकांकडून हॉटेलबाबत येणाऱ्या विविध तक्रारी ऐकून घेण्याची व त्यांचे समाधानकारक निवारण करण्याची क्षमता तक्रार निवारण कक्षात असावी लागते.

ड) देखरेख कक्ष (Housekeeping)

देखरेख कक्षाकडूनही पर्यटकांच्या खूप अपेक्षा असतात. विशेषत: स्वच्छतागृहाची व शयनगृहाची स्वच्छता करणे; रोज स्वच्छ नॅपकीन, टॉवेल पुरवणे; चादरी बदलणे इ. बाबी वेळच्यावेळी झाल्यास पर्यटकांना घरच्यासारखी स्वच्छता मिळते.

इ) इतर सोयीसुविधा (Other Facilities)

हॉटेलच्या खोलीतील निवास व जेवण या सोयींव्यतिरिक्त टेलिफोन, रेफ्रिजरेटर, इटरनेट कनेक्शन, वर्तमानपत्रे व मासिके, लॉंड्रीत कपडे धुण्यास पाठवण्याची सोय, कपड्यांना इस्त्रीची सोय इ. सोयींची अपेक्षा असते. काही हॉटेलमध्ये हेअर कटिंग सलून व ब्युटीपार्लर असतात. तसेच गिफ्ट शॉप असतात. जेथे त्या पर्यटनस्थळी बनणाऱ्या प्रसिद्ध वस्तू किंवा स्मृतीचिन्हे (Souvenir) विकायला असतात. क्रीडासोयी म्हणजे टेनिस कोर्ट, व्हॉलीबॉल कोर्ट, टेनिस टेबल, पोहण्याचा तलाव, गोल्फ कोर्ट इ. सोयीसुद्धा पर्यटकांचे आकर्षण असते. स्थलदर्शनाला जाण्यासाठी स्थानिक वाहतूक व्यवस्थेनुसार बुकिंग करणे, विशिष्ट पर्यटनस्थळाच्या ठिकाणी तिकीट बुकींग इ. सोय असल्यास पर्यटकांची सोय होते. याशिवाय कॉन्फरन्स हॉल, मद्यगृहे (Bar), बाहेर बसण्यासाठी लॉन, लहान मुलांसाठी बागेत सोय, संगीत किंवा ऑकेस्ट्रा इ. करमणुकीच्या सोयी पुरवल्या जातात.

ज्या हॉटेलमध्ये सोयीसुविधा जास्त असतात तेथे पर्यटक समाधानी असतात. पर्यटकांच्या समाधानातच हॉटेलचे यश असते.

सराव प्रश्न

१) जगात पर्यटनासाठी निवासाच्या सोयींचा विकास कसा झाला, त्याचा इतिहास स्पष्ट करा.

२) पर्यटन विकासात निवासाची भूमिका स्पष्ट करा.

३) निवासाच्या प्रकारावर परिणाम करणाऱ्या घटकांची सविस्तर चर्चा करा.

४) पारंपरिक निवासस्थानाचे प्रकार कोणते ? त्यातील दोन प्रकारांची सोदाहरण व सविस्तर माहिती द्या.

५) पूरक निवासस्थाने म्हणजे काय ? कोणत्याही दोन पूरक निवासस्थानांची सोदाहरण व सविस्तर माहिती द्या.

६) पर्यटकांच्या निवासस्थानाकडून कोणकोणत्या सोयीसुविधांच्या अपेक्षा असतात त्याचे स्पष्टीकरण द्या.

७) टिपा लिहा -

अ) भारतातील निवासाच्या विकासाचा इतिहास

ब) पर्यटन विकासात निवासाची भूमिका

क) आंतरराष्ट्रीय हॉटेल्स

ड) रिसॉर्ट हॉटेल

इ) तरंगती व वारसा हॉटेल्स

फ) मोटेल

ग) यूथ होस्टेल

ह) बेड आणि ब्रेकफास्ट निवासव्यवस्था

ज) कॅरव्हॅन व कॅम्पिंग साईट्स

८ पर्यटन सर्किट्स्

(Tourism Circuits)

१) **प्रस्तावना** (Introduction)

२) **पर्यटन सर्किट व त्याचे स्वरूप** (Tourism Circuit and its Nature)

३) **पर्यटन सर्किट विकसित करण्याचे मुख्य हेतू** (Main purpose of Development of Tourism Circuit)

४) **पर्यटन सर्किटचे नियोजन** (Tourism Circuit Planning)

५) **भारतातील प्रसिद्ध पर्यटन सर्किट्स** (Famous Tourist Circuits in India)

अ) लहान पर्यटन सर्किट्स (Short Tourist Circuits)

i) सोनेरी त्रिकोण सर्किट ii) बंगळूर - म्हैसूर - उटकमंडलम् iii) चेन्नई - कांचीपुरम - महाबलीपुरम iv) दिल्ली - चंदीगड - अमृतसर v) दिल्ली - आग्रा - जयपूर - खजुराओ vi) कोणार्क - पुरी - भुवनेश्वर vii) चारधाम यात्रा viii) सिमला - कुल्लू - मनाली - डलहौसी - धर्मशाळा ix) हिमाचल टूर सर्किट x) वाळवंटातील त्रिकोण सर्किट xi) मथुरा - वृन्दावन - ताजमहल xii) केरळ बॅकवॉटर सर्किट

ब) मोठे पर्यटन सर्किट्स (Long Tourism Circuits)

i) दिल्ली - कोची - कोट्ट्यायम - मुन्नार - अलेप्पी - पेरियार

ii) ईशान्य भारत यात्रा

iii) बिहार - झारखंड - जैन सर्किट

iv) दक्षिण भारत मंदिरे सर्किट

क) धार्मिक पर्यटन सर्किट्स (Religious Tourism Circuits)

i) हिंदू सर्किट ii) जैन सर्किट iii) सूफी सर्किट iv) ख्रिश्चन सर्किट v) शीख सर्किट vi) बौद्ध सर्किट vii) सर्वधर्म सर्किट

१) प्रस्तावना (Introduction)

भारतातील प्रत्येक राज्यात वेगवेगळे नैसर्गिक सौंदर्य आहे. जम्मू-काश्मीरचे बर्फाच्छादित डोंगर; राजस्थानचे वाळवंट; केरळचे बॅकवॉटर; दक्षिणेकडील मंदिरे व ऐतिहासिक पर्यटनस्थळे, किनारपट्टीचे पर्यटन; मध्यप्रदेश, बिहार येथील ऐतिहासिक पर्यटनस्थळे; किनारपट्टीचे पर्यटन; मध्यप्रदेश, बिहार येथील ऐतिहासिक पर्यटनस्थळे; ईशान्य भारतातील नैसर्गिक सौंदर्य इत्यादी. देशाच्या प्रत्येक राज्यात पर्यटकांना आकर्षित करणारी पर्यटनस्थळे आहेत व त्यांच्यात विविधतासुद्धा आहे.

२) पर्यटन सर्किट व त्याचे स्वरूप (Tourism Circuit and its Nature)

अशा एका राज्यातील किंवा दोन जवळजवळच्या राज्यातील पर्यटनस्थळी भेटी देणे बरेचदा पर्यटकांना सोपे जाते. त्यासाठी नियोजन केल्यास एकाच ट्रीपमध्ये पर्यटकांना जवळच्या पर्यटनस्थळांना भेटी देणे सोपे जाते. यातून टुरिझम सर्किटची संकल्पना आली. विशेषत: परदेशी पर्यटकांना निरनिराळी पर्यटनस्थळे, त्यांचे तुलनात्मक स्थान, त्यामधील अंतर यांची कल्पना नसते. त्यांना पर्यटनस्थळे बघणे सुलभ जावे म्हणून टुरिझम सर्किटचा विचार झाला.

व्याख्या : 'पर्यटन सर्किट म्हणजे असा मार्ग (route) ज्या मार्गावर कमीत कमी तीन पर्यटनस्थळांचे स्थान अशा प्रकारचे असते की, जे एकाच शहरात किंवा एका खेड्यात नसते आणि त्याचे प्रवेशाचे व बाहेर पडण्याचे स्थान वेगवेगळे असते.' टुरिझम सर्किटमध्ये एक मार्ग (Route) असा आखला जातो की, त्या मार्गावर जवळजवळ असणारी ३-४ पर्यटनस्थळे असतात व एका ट्रीपमध्ये ती ३-४ पर्यटनस्थळे सोइस्करपणे बघता येतात.

३) पर्यटन सर्किट विकसित करण्याचे मुख्य हेतू (Main Purpose of Development of Tourism Circuit)

- देशांतर्गत व आंतरराष्ट्रीय पर्यटकांची संख्या पर्यटनस्थळी मोठ्या प्रमाणात वाढावी.
- एकाच पर्यटन सर्किटमध्ये पर्यटकांना पर्यटनस्थळांची विविधता मिळावी.
- पर्यटन सर्किटच्या मार्गावर, तसेच त्यात समाविष्ट केलेल्या पर्यटनस्थळी पर्यटकांना पायाभूत सुविधा प्राप्त करून द्याव्यात.
- पर्यटनस्थळांचा सर्वांगीण विकास करणे. पर्यटनस्थळी पर्यटकांची वर्दळ वाढल्यास हॉटेल्स वाहतुकीची साधने, दुकाने यांचा विकास झाल्यास स्थानिक लोकांना रोजगार मिळतो व पर्यटनस्थळांचा विकासही होतो.

४) पर्यटन सर्किट नियोजन (Tourism Circuit Planning)

१९९२ साली मे महिन्यात पर्यटन सुधारण्यासाठी राष्ट्रीय कृती कार्यक्रम (National Action Plan) तयार करण्यात आला व त्यानुसार एकूण पंचवीस पर्यटन सर्किट विकसित करण्याचा निर्णय झाला. ही पर्यटन सर्किट केंद्र सरकार, राज्य सरकार व खासगी क्षेत्र यांच्या संयुक्त विद्यमाने विकसित करण्याचाही निर्णय झाला; पण त्यानंतर कृती झाली नाही, योजना कागदावरच राहिली. १२ डिसेंबर २०१२ साली राष्ट्रीय पर्यटन सल्लागार मंडळाच्या (National Tourism Advisory Council) सभेत २०१६ सालापर्यंत १२ व्या पंचवार्षिक योजनेअंतर्गत खासगी व सार्वजनिक क्षेत्रांच्या भागीदारीच्या साहाय्याने पस्तीस पर्यटन सर्किट विकसित करण्याचा पुन्हा निर्णय झाला. त्या बैठकीत खालील पर्यटन सर्किटचा विकास करण्याचा प्रस्ताव सादर करण्यात आला.

५) भारतातील प्रसिद्ध पर्यटन सर्किट्स (Famous Tourist Circuits in India)

भारतातील प्रसिद्ध पर्यटन सर्किटमुळे पर्यटकांना भारताचे वैविध्य असलेली संस्कृती, परंपरा, भाषा व धर्माचा अनुभव मिळतो.

अ) लहान टुरिस्ट सर्किट्स (Short Tourist Circuits)

i) सोनेरी त्रिकोण सर्किट : दिल्ली - आग्रा - जयपूर

सोनेरी त्रिकोण सर्किट भारताचे सर्वांत महत्त्वाचे पर्यटन सर्किट आहे. ज्याच्यामध्ये भारताची राजधानी व भारताच्या इतिहासाचे साक्षीदार असलेले दिल्ली; जगातील सात आश्चर्यांपैकी एक ताजमहाल असलेले आग्रा शहर; तसेच रजपुतांच्या इतिहासाच्या खुणा असलेले जयपूर शहर; यांचा समावेश होतो. ही तीन महत्त्वाची शहरे आहेत व नकाशावरील स्थानानुसार ही शहरे जोडली असता त्रिकोणी आकार तयार होतो म्हणून त्याला 'सोनेरी त्रिकोण सर्किट' म्हणतात. हे सर्किट देशांतर्गत तसेच आंतरराष्ट्रीय पर्यटकांचे आवडीचे स्थान आहे. हे सर्किट पर्यटकांमध्ये प्रसिद्ध असण्याचे कारण म्हणजे या सर्किटमुळे पर्यटकांना भारतातील कला, वास्तुशैली, संस्कृती व परंपरा यांचा इतिहासच बघायला मिळतो. सोनेरी सर्किटमध्ये पर्यटन केल्यास भारताचा वैभवशाली इतिहास, गौरवशाली सांस्कृतिक परंपरा व वास्तुशैलीतील भव्यता याची प्रचिती तेथील भव्य किल्ले, महाल, राजवाडे, स्मारके, पुतळे, देवळे, मशिदी व बगिचे यावरून येते.

दिल्ली : दिल्लीतील प्रमुख पर्यटनाची आकर्षणे आहेत. इतिहासप्रसिद्ध लाल किल्ला, भारतातील सर्वांत मोठी जामा मशीद, हुमायुनची समाधी, कुतूबमिनार, लोटस मंदिर, इंडिया गेट, चांदणी चौक, लोधी किल्ला, गांधी समाधी बगीचा इ.

आग्रा : आग्रा येथे मोगल बादशहा शहाजहानने त्याची पत्नी मुमताज महल हिच्या स्मरणार्थ पांढऱ्याशुभ्र संगमरवरी दगडात बांधलेला ताजमहाल बघायला मिळतो. ताजमहाल हे मोगल वास्तुशैली व संगमरवरावरील नाजूक, कोरीव काम याची उत्तम साक्षच. मोगल साम्राज्याची राजधानी फत्तेपूर सिक्रीसुद्धा या सर्किटमध्ये समाविष्ट आहे. पाच मजली पंचमहाल व संत चिलीम चित्सीचा दर्गा बघण्यास अनेक पर्यटक येथे जातात.

जयपूर : जयपूर 'गुलाबी शहर' म्हणून प्रसिद्ध आहे. कारण तेथील बऱ्याचशा जुन्या इमारती गुलाबी संगमरवराने बांधल्या आहेत. जयपूर येथील पर्यटकांची आकर्षणस्थळे आहेत अनेक खिडक्यांनी युक्त हवा महल, भव्यदिव्य सिटी पॅलेस, नहारगड किल्ला, राजपूत वैभवाची प्रचिती देणारा अंबर किल्ला व राजवाडा, विज्ञानातील गमतीजमती उलगडणारे जंतर-मंतर, अल्बर्ट हॉल म्यूझियम, अंबर हत्ती सफारी इत्यादी येथील पर्यटकांचे सर्वांत महत्त्वाचे आकर्षण म्हणजे जयपूर हे खरेदीसाठी नंदनवन मानले जाते. येथे तऱ्हेतऱ्हेच्या बांगड्या, निळ्या रंगातील नक्षीदार भांडी, संगमरवरावर कोरीव काम करून बनवलेल्या वस्तू, मौल्यवान खडे व त्यापासून बनवलेले दागिने, चांदीतील दागिने इ. ची खरेदी करण्यास जगभरातून पर्यटक येतात.

ii) बंगळूर - म्हैसूर - उटकमंडलम्

बंगळूर : बंगळूर शहराला उद्यानांचे शहर म्हणतात, त्याची भारतातील सुंदर शहरात गणना होते. बंगळूर येथील पर्यटनांची आकर्षणे आहेत. टिपू सुलतानचा भव्य राजवाडा, विधानसभेची टोलेजंग इमारत, विश्वेश्वरय्या संग्रहालय व शासकीय आर्ट गॅलरी, लहान मुलांचे करमणूक व क्रीडा केंद्र, कब्बन पार्क व जवळच असलेले बनेरघट्टा राष्ट्रीय उद्यान इ.

म्हैसूर : म्हैसूर हे कर्नाटकातील सांस्कृतिक केंद्र आहे. या शहराला राजवाड्यांचे शहर म्हणतात. येथील जवळच असलेले वृंदावन गार्डन हे कारंजी, रात्री पाण्यात टाकण्यात येणारा रंगीत प्रकाशझोत व रंगीबेरंगी फुलझाडे यामुळे शोभिवंत झाले आहे. त्याशिवाय जगमोहन राजवाडा, लक्ष्मीविलास राजवाडा व ललित महाल हे राजवाडे हस्तिदंत, सोने, चांदी, लाकूड इ. वरील नक्षीकामांमुळे प्रेक्षणीय आहेत.

उटकमंडलम् : उटी या नावाने हे थंड हवेचे ठिकाण प्रसिद्ध आहे, त्याला 'क्वीन ऑफ हिल स्टेशन्स' म्हणतात. गर्द हिरवीगार झाडी, खूप मोठे बोटॅनिकल गार्डन व गर्द झाडीने वेढलेले सरोवर हे पर्यटकांचे महत्त्वाचे आकर्षण आहे.

iii) चेन्नई - कांचीपूरम् - महाबलीपूरम्

चेन्नई : हे तामिळनाडूच्या राजधानीचे व सांस्कृतिक पर्यटनाचे ठिकाण. सेंट जॉर्ज चर्च, सेंट मेरी चर्च, सर्वांत जुने आंग्ल चर्च, कपालेश्वर शिवमंदिर, पार्थसारथी विष्णुमंदिर, नृत्य व कलेचे प्रशिक्षण देणारी कलाक्षेत्र संस्था, आर्ट गॅलरी व गव्हर्नमेंट म्यूझियम इ. महत्त्वाची पर्यटनस्थळे आहेत.

कांचीपूरम् : कांचीपूरम् येथे अनेक उत्तमोत्तम मंदिरे आहेत. कांचीपूरम्ला हजारो मंदिरांचे शहर (City of Thousand Temples) म्हणतात.

महाबलीपूरम् : महाबलीपूरम् येथेही अनेक मंदिरे आहेत व एक पक्षी संग्रहालय आहे; तेथे नाना तऱ्हेचे पक्षी येतात.

iv) दिल्ली – चंदिगड – अमृतसर

दिल्ली : दिल्लीतील प्रमुख पर्यटनाची आकर्षणे आहेत. इतिहासप्रसिद्ध लाल किल्ला, भारतातील सर्वांत मोठी जामा मशीद, हुमायुनची समाधी, कुतूबमिनार, लोटस मंदिर, इंडिया गेट, चांदणी चौक, लोधी किल्ला, गांधी समाधी बगीचा इ.

चंदिगड : चंदिगड हे स्वातंत्र्यानंतर विकसित केलेले नियोजित शहर आहे. झाकीर हुसेन रोज गार्डन व दगड-गोटे, मडकी, घागरी, बांगड्या इ. वस्तूंपासून बनवलेली शिल्पे, आकृत्या इ. असलेले रॉक गार्डन सुंदर आहे. तसेच येथील म्यूझियमसुद्धा प्रसिद्ध आहे.

अमृतसर : अमृतसर हे शिखांचे पवित्र तीर्थक्षेत्र आहे. अमृतसर येथे तळ्यात पांढऱ्याशुभ्र, संगमरवरी दगडात बांधलेले शिखांचे पवित्र धार्मिक केंद्र 'सुवर्णमंदिर' आहे. त्याच्या घुमटाला सोनेरी मुलामा आहे. या मंदिरात शिखांचा पवित्र ग्रंथ 'ग्रंथसाहेब' ठेवलेला आहे.

v) दिल्ली – आग्रा – जयपूर – खजुराओ

दिल्ली : दिल्लीतील प्रमुख पर्यटनाची आकर्षणे आहेत. इतिहासप्रसिद्ध लाल किल्ला, भारतातील सर्वांत मोठी जामा मशीद, हुमायुनची समाधी, कुतूबमिनार, लोटस मंदिर, इंडिया गेट, चांदणी चौक, लोधी किल्ला, गांधी समाधी बगीचा इ.

जयपूर : जयपूर 'गुलाबी शहर' म्हणून प्रसिद्ध आहे. कारण तेथील बऱ्याचशा जुन्या इमारती गुलाबी संगमरवराने बांधल्या आहेत. जयपूर येथील पर्यटकांची आकर्षणस्थळे आहेत, अनेक खिडक्यांनी युक्त हवा महल, भव्यदिव्य सिटी पॅलेस, नहारगड किल्ला, राजपूत वैभवाची प्रचिती देणारा अंबर किल्ला व राजवाडा, विज्ञानातील गमतीजमती उलगडणारे जंतर-मंतर, अल्बर्ट हॉल म्यूझियम, अंबर हत्ती सफारी इ. येथील

पर्यटकांचे सर्वांत महत्त्वाचे आकर्षण म्हणजे जयपूर हे खरेदीसाठी नंदनवन मानले जाते. जयपूर येथे तऱ्हेतऱ्हेच्या बांगड्या, निळ्या रंगातील नक्षीदार भांडी, संगमरवरावर कोरीव काम करून बनवलेल्या वस्तू, मौल्यवान खडे व त्यापासून बनवलेले दागिने, चांदीतील दागिने इ. ची खरेदी करण्यास जगभरातून पर्यटक येतात.

खजुराओ : खजुराओ येथे वीस मंदिरांचा समूह आहे. ही मंदिरे इतर मंदिरांपेक्षा वेगळी आहेत. वाळूच्या खडकापासून बनवलेल्या या मंदिरांच्या बाह्यभिंतीवर देवी, देवता, नर्तिका, गणिका, अप्सरा, माता इ. ची अत्यंत आखीवरेखीव शिल्पे कोरलेली आहेत. खजुराओ आंतरराष्ट्रीय पर्यटकांचे आवडते पर्यटनस्थळ आहे; कारण येथे दरवर्षी 'खजुराओ नृत्य महोत्सव' आयोजित केला जातो.

vi) कोणार्क - पुरी - भुवनेश्वर

कोणार्क : हे सूर्यमंदिरासाठी प्रसिद्ध आहे. हे सूर्यमंदिर समुद्रकिनाऱ्याजवळ आहे. या मंदिराचा रंग दूरून काळा दिसतो म्हणून त्याला 'ब्लॅक पॅगोडा' म्हणतात. हे मंदिर इतर मंदिरांपेक्षा खूपच वेगळे म्हणजे रथाच्या आकाराचे असून त्याच्या दोन्ही बाजूस मिळून २४ चाके आहेत. दिवसाचे चोवीस तास व वर्षाचे चोवीस पंधरवडे याचे ती चाके निर्देशक आहेत. या मंदिरापुढे मोठा मंडप आहे व त्याला तीन दरवाजे आहेत. मंदिराची रचना अशी आहे की, वर्षभर सूर्यकिरणे मंदिरात पडतात; त्यामुळे हे मंदिर जगप्रसिद्ध आहे.

पुरी : हे जगन्नाथपुरी या नावाने ओळखले जाते; कारण येथे जगन्नाथाचे मंदिर आहे. मंदिराचा कळस हा कोरीव कामामुळे अत्यंत प्रेक्षणीय झाला आहे. येथे शंकराचार्यांचा मठ आहे. येथून जगन्नाथाची रथयात्रा निघते, त्यामुळे लाखो लोक तेथे जातात.

भुवनेश्वर : भुवनेश्वर अत्यंत आगळ्यावेगळ्या व आकर्षक अशा खांडगिरी व उदयगिरी गुहांसाठी प्रसिद्ध आहे.

vii) चारधाम यात्रा

गंगोत्री - यमुनोत्री - बद्रीनाथ - केदारनाथ अशी चारधाम यात्रा ही भारतात अत्यंत प्रतिष्ठित व पवित्र यात्रा समजली जाते. या चारधाम यात्रेत गंगेचे उगमस्थान गंगोत्री, यमुनेचे उगमस्थान यमुनोत्री, बद्रीनाथ व केदारनाथ या मंदिरांचा समावेश आहे. ही यात्रा हरिद्वार येथून सुरू होऊन गंगोत्री, यमुनोत्री, केदारनाथ व शेवटी बद्रीनाथ येथे संपते.

viii) सिमला - कूलू - मनाली - डलहौसी - धरमशाळा

सिमला - हिमाचल प्रदेशाची राजधानी व थंड हवेचे ठिकाण म्हणून सिमला प्रसिद्ध आहे. हे हिल स्टेशन डोंगर उतारावर वसलेले आहे. येथे नारादेवी मंदिर, संकट विमोचन मंदिर, उष्ण पाण्यांचे झरे असलेले ठिकाण तट्टापानी, चांदबीक फॉल्स, प्रॉस्पेक्ट हिल, समरहिल, जारवू हिल इ. पर्यटनस्थळे आहेत; तसेच गोल्फ व हिवाळ्यात स्किईंग या क्रीडाप्रकारांसाठी ते प्रसिद्ध आहे.

कुलू : कुलू खोरे निसर्गसौंदर्यासाठी प्रसिद्ध आहे. कुलू येथील पर्यटकांचे मुख्य आकर्षण म्हणजे चार हजार मीटर उंचीवरील रोहतांग खिंड हे होय. येथे सर्व परिसर बर्फाच्छादित असल्याने लोक बर्फात खेळायला जातात.

मनाली : मनाली बिआस नदीच्या काठावर वसलेले व हिमाच्छादित हिमालय पर्वतांनी वेढलेले सुंदर पर्यटनस्थळ आहे. हिडिंबादेवी मंदिर, जगतसुख मंदिर, बिआस कुंड, चंद्रातर सरोवर, अर्जुन गुंफा अशी विविध प्रेक्षणीय स्थळे येथे आहेत. मनाली येथे गियारोहणाचे प्रशिक्षण देणारी संस्था आहे; त्यामुळे अनेक गिर्यारोहक येथे येतात.

डलहौसी : हिमालयात वसलेले डलहौसी हे एक शांत व रमणीय हिल स्टेशन म्हणून पर्यटकाचे आवडते पर्यटनस्थळ आहे. येथून जवळच चंबा व खज्जियार ही दोन प्रेक्षणीय स्थळे आहेत. खज्जियार येथे बशीच्या आकाराचा खोलगट भाग तयार झालाय व संपूर्ण परिसर हिरव्या गवताने व्यापलाय व त्यातच सरोवराने सौंदर्यात भर टाकली आहे.

धर्मशाळा : धर्मशाळा हे सुद्धा हिमाचल प्रदेशातील एक स्वच्छ व सुंदर हिल स्टेशन आहे. येथे विशेष प्रगती नसल्याने निसर्गसौंदर्य अबाधित राहिले आहे. हिमवृष्टीसाठी ते प्रसिद्ध आहे.

ix) हिमाचल टूर सर्किट

हिमाचल प्रदेशांतील हिल स्टेशनचा भाग सोडून हिमालयातील उंचावरील पर्यटनस्थळांचा यात समावेश होतो. या सर्किटचे तीन छोट्या सर्किटमध्ये विभाजन केले आहे, ते म्हणजे धौलांधर पर्वतावरील सफर सर्किट, सतलज नदीच्या दरीतील सफर सर्किट व आदिवासी भागातील सफर (Tribal Voyage Circuit) सर्कीट. येथे हिमालयाचे सौंदर्य अनुभवता येते.

x) वाळवंटातील त्रिकोण सर्किट (Desert Triangle Circuit)

या सर्कीटमध्ये वाळवंटातील जोधपूर, जयसलमेर व बिकानेर ही शहरे येतात. जोधपूर हे राजस्थानातील ऐतिहासिक पर्यटन केंद्र आहे. येथे अनेक किल्ले व राजवाडे आहेत. त्यात मेहेरगड हा तांबड्या दगडात बांधलेला भव्य किल्ला आहे. त्याला सात

दरवाजे आहेत. त्यातील शीशमहाल, मोतीमहाल, फुलमहाल ही ठिकाणे प्रेक्षणीय आहेत. राजा उम्मेदसिंह याने गुलाबी वाळूच्या दगडाने बांधलेला राजवाडा 'उम्मेद भवन पॅलेस' या नावाने ओळखला जातो. जोधपूर येथील किल्ले व राजवाडे रजपूतांच्या वैभवाची साक्ष आहेत.

जयसलमेर : थरच्या वाळवंटात असलेले सोनेरी शहर म्हणून प्रसिद्ध असलेल्या जयसलमेरमध्ये पिवळ्या वाळूचा दगड व पिवळी वाळू यांनी बनवलेली अनेक घरे आहेत. जयसलमेर हे परदेशी पर्यटकांचे आवडते स्थान आहे; कारण येथे लोकसंगीत व लोकनृत्य वाळवंटातील फेस्टिव्हलमध्ये त्यांना बघायला मिळतात. डेझर्ट फेस्टिव्हलमध्ये जीप सफारी, वाळूच्या टेकड्या, उंटावरून सफारी, अत्यंत भव्यदिव्य जयसलमेर किल्ला, ही तेथील आकर्षणे आहेत. जयसलमेर येथील भव्य किल्ला जगातील अनेक मोठ्या किल्ल्यांमध्ये गणला जातो. या किल्ल्यात कोरीव काम केलेली देवळे आहेत. त्यावर देवदेवांची शिल्पे आहेत.

बिकानेर : राजा रायसिंगने बांधलेला बिकानेरचा किल्लासुद्धा भव्य व प्रेक्षणीय आहे. तो लालगड किल्ला म्हणून ओळखला जातो. मोगल शैलीत बांधलेल्या करन महालाच्या भिंती व छत यावर कलात्मक पेंटिग्ज आहेत. या किल्ल्यातील राणीचा चंद्रमहाल काचेवरील कोरीव काम (Mirror Work) आरसे व संगमरवरातील कोरीव काम यांनी सजले आहे. गंगा गोलन ज्युबिली म्यूझियममध्ये टेरीकोटाच्या अनेक वस्तू आहेत.

xi) मथुरा - वृंदावन - ताजमहाल

मथुरा हे श्रीकृष्णाचे जन्मस्थान आहे. येथे द्वारकाधीश मंदिरे, जुगलकिशोर मदन-मोहन, राधावल्लभ ही मंदिरे वैशिष्ट्यपूर्ण व प्रेक्षणीय आहेत. वृंदावनमध्ये श्रीकृष्णाचे बालपण गेले.

आग्रा : आग्रा येथे मोगल बादशहा शहाजहानने त्याची पत्नी मुमताज महल हिच्या स्मरणार्थ पांढऱ्या शुभ्र संगमरवरी दगडात बांधलेला ताजमहाल बघायला मिळतो. ताजमहाल हे मोगल वास्तुशैली व संगमरवरावरील नाजूक, कोरीव काम याची उत्तम साक्षच. मोगल साम्राज्याची राजधानी फत्तेपूर सिक्रीसुद्धा या सर्किटमध्ये समाविष्ट आहे. पाच मजली पंचमहाल व संत चिलीम चित्सीचा दर्गा बघण्यास अनेक पर्यटक येथे जातात.

xii) केरळ सर्किट बॅकवॉटर

कोची - अलेप्पी - कन्याकुमारी याला बॅकवॉटर त्रिकोण किंवा केरळचा सोनेरी त्रिकोण किंवा देवभूमी (God's Own Country) म्हणतात. समुद्रकिनाऱ्याजवळ समुद्राचे

जमिनीत शिरलेले पाणी वाळुच्या दांड्यांमुळे अडवले गेले आहे. त्याला बॅकवॉटर म्हणतात. वेंबानाड हे सर्वांत मोठे बॅकवॉटर आहे. बॅकवॉटरचे विशेष आकर्षण म्हणजे बॅकवॉटरमधून हाऊसबोटमधून आजूबाजूचे निसर्गसौंदर्य बघत विहार करणे व हाऊसबोटमध्ये रात्री मुक्काम करणे इ.

ब) मोठे पर्यटन सर्किट्स (Long Tourism Circuits)

i) दिल्ली - कोची - कोट्ट्यायम - मुन्नार - लेप्पी - पेरियार

दिल्ली : दिल्लीतील प्रमुख पर्यटनाची आकर्षणे आहेत- इतिहासप्रसिद्ध, लाल किल्ला, भारतातील सर्वांत मोठी जामा मशीद, हुमायुनची समाधी, कुतूबमिनार, लोटस मंदिर, इंडिया गेट, चांदणी चौक, लोधी किल्ला, गांधी समाधी बगीचा इ.

कोची : कोची किंवा कोचीन हे भारताचे पश्चिम किनारपट्टीचे महत्त्वाचे बंदर आहे. कोचीनमध्ये अनेक जुनी मंदिरे, चर्च व सिनगॉग (ज्यूंचे धार्मिक शिक्षण देणारे प्रार्थनामंदिर) आहेत.

मुन्नार : मुन्नार हे दक्षिण भारतातील थंड हवेसाठीचे प्रसिद्ध ठिकाण आहे; येथे अनेक टेकड्यांवर चहाचे मळे तसेच जंगले आहेत.

पेरियार : पेरियार नदीवर बांधलेल्या जलाशयाच्या दोन्ही बाजूच्या किनाऱ्यावर घनदाट जंगल आहे. तेथे हत्ती, सांबर, वाघ इ. प्राणी बघायला मिळतात. जलाशयातून बोटीने पर्यटक प्राणी बघायला जातात.

ii) ईशान्य भारत यात्रा (Seven Sister Tour)

भारताच्या ईशान्येस असलेले आसाम, त्रिपुरा, अरुणाचल प्रदेश, मेघालय, मणिपूर, मिझोराम व नागालॅण्ड ही सर्व राज्ये टेकड्यांनी वेढलेली आहेत तसेच तेथे भरपूर पाऊस पडतो त्यामुळे दाट जंगल आहे. तेथे दाट जंगले व टेकड्या असल्याने फारशी औद्योगिक प्रगती झालेली नाही, आधुनिकता व विकास नसल्याने प्रदूषण झालेले नाही, त्यामुळे येथील लोकांनी निसर्ग स्वच्छ व सुंदर ठेवला आहे.

iii) बिहार - झारखंड - जैन सर्किट

यामध्ये मुझफरपूर, पाटणा, भोजपूर, नालंदा, गिरडह, पारसनाथ, नवाडा, जमुई, बांका, या पर्यटनक्षेत्रांचा समावेश होतो. भगवान वर्धमान महावीर यांचे बेचाळीस वर्षे बिहार व झारखंड येथे वास्तव्य होते, त्यामुळे तेथे जैन धर्माची शिकवण देणारी अनेक केंद्रे आहेत. नालंदा येथे आंतरराष्ट्रीय कीर्तीचे विद्यापीठ आहे. या विद्यापीठात विविध विषयांवरील संशोधनाचे कार्य चालते.

iv) दक्षिण भारत मंदिरे सर्किट (Sonth Indian Temples)

यात मदुराई - तंजावर - तिरुचीरापल्ली - रामेश्वर - तिरुपती यांचा समावेश होतो. या शहरातील देवळातून तामीळ संस्कृतीचा परिचय होतो.

क) धार्मिक पर्यटन सर्किट (Religious Tourism Cricuits)

देशाच्या एकूण लोकसंख्येच्या ८० टक्के लोक धार्मिक पर्यटन करतात. भारतात हिंदू, मुसलमान, जैन, ख्रिश्चन, बौद्ध इ. धर्माचे लोक राहतात; त्यामुळे भारतात सर्व धर्मांची प्रार्थनास्थाने आहेत. तिरुपती, वैष्णवदेवी, अजमेर दर्गा, सुवर्णमंदिर, शिर्डी इ. धार्मिक स्थळी दिवसाला ५००० ते १ लाख पर्यटक भेट देतात. भारतातील धार्मिक पर्यटनाचे महत्त्व जाणून मंत्रालयातील पर्यटन विभागाने धार्मिक पर्यटन सर्किटची कल्पना मांडली. ती कल्पना मांडण्यामागे केवळ धार्मिक पर्यटन वाढावे एवढाच हेतू नव्हता तर जगात भारताच्या धार्मिक पर्यटन सर्किटचा प्रसार व्हावा हाही हेतू होता. भारतात धार्मिक पर्यटन सर्किटला खूप वाव आहे.

देशात सात नवीन धार्मिक पर्यटन सर्किटचे नियोजन झाले आहे. ज्यायोगे लोकांना धार्मिक स्थळी प्रवास करणे व राहणे सुलभ व्हावे. नियोजित धार्मिक पर्यटन सर्किट्स खालीलप्रमाणे -

i) हिंदू सर्किट : ज्यात हरिद्वार, ऋषिकेश, बद्रीनाथ, केदारनाथ, गंगोत्री व जमनोत्री यांचा समावेश आहे.

ii) जैन सर्किट : यात राजस्थानातील दिलवाडा मंदिरे व राजस्थान व गुजरात येथील जैन मंदिरांचा समावेश आहे.

iii) सूफी सर्किट : यात दिल्ली, आग्रा, फत्तेपूर सिक्री, अवध, अजमेरचा दर्गा, औरंगाबाद तसेच जम्मू काश्मीरमधला दर्गा यांचा समावेश होतो.

iv) ख्रिश्चन सर्किट : यात गोवा, केरळ व तामिळनाडू येथील चर्चसचा समावेश होतो.

v) शीख सर्किट : यात अमृतसर येथील सुवर्ण मंदिर (गुरुद्वारा) आणि पंजाब व हरियाना येथील गुरुद्वारांचा समावेश होतो.

vi) बौद्ध सर्किट : यात उत्तर प्रदेश व बिहारमधील बौद्ध धार्मिक स्थळांचा म्हणजे बौद्धगया, सारनाथ, कपिलवास्तू, सांची, कुशीनगर, नालंदा इ. चा समावेश होतो.

vii) सर्वधर्म सर्किट : राष्ट्रीय एकात्मतेचा विकास करण्यासाठी हे सर्किट प्रयत्न

करणार प्रयत्न आहेत यात तिरुपती, वैष्णवदेवी, सुवर्ण मंदिर, सेक्रेड हार्ट चर्च (दिल्ली) वेलनकन्नी - नागोर इ. चा समावेश होतो.

सराव प्रश्न

१) पर्यटन सर्किट ही संकल्पना व तिचे स्वरूप स्पष्ट करा.

२) पर्यटन सर्किट विकसित करण्याचे हेतू व नियोजन स्पष्ट करा.

३) 'सोनेरी त्रिकोण सर्किट' हे भारतातील महत्त्वाचे सर्किट आहे' हे विधान स्पष्ट करा.

४) लहान पर्यटन सर्किटबद्दल थोडक्यात माहिती द्या.

५) मोठ्या पर्यटन सर्किटांची माहिती द्या.

६) उत्तर भारतातील सोनेरी त्रिकोणी सर्किट व वाळवंटातील त्रिकोणी सर्किट याबद्दल सविस्तर माहिती द्या.

७) धार्मिक पर्यटन सर्किटची संकल्पना स्पष्ट करा व भारतातील सात धार्मिक पर्यटन सर्किटांबाबत माहिती द्या.

८) टिपा लिहा -

अ) सोनेरी त्रिकोण सर्किट

ब) पर्यटन सर्किट विकसित करण्याचे हेतू

क) दिल्ली - आग्रा - जयपूर - खजुराओ सर्किट

ड) दिल्ली - पुरी - अमृतसर सर्किट

इ) कोणार्क - पुरी - भुवनेश्वर सर्किट

फ) सिमला - कुलू-मनाली - डलहौसी - धर्मशाळा सर्किट

ग) वाळवंटातील त्रिकोण सर्किट

ह) धार्मिक पर्यटन सर्किट्स

९ ट्रॅव्हल एजन्सीज

(Travel Agencies)

१) **प्रस्तावना** (Introduction)

२) **ट्रॅव्हल एजन्ट संकल्पनेचा विकास** (Development of concept of Travel Agent)

३) **विमान प्रवासाची सुरुवात** (Development of Air Transport)

४) **आधुनिक ट्रॅव्हल एजन्सीच्या सेवा** (Services offered by Modern Travel Agency)

   अ) पर्यटनाशी संबंधित माहिती पुरवणे

      i) पर्यटनस्थळाचा अभ्यास ii) सादरीकरणाची कला iii) संभाषणकला iv) समुपदेशकाची भूमिका v) परदेशी भाषांचे ज्ञान

   ब) नियोजन व टूरची किंमत ठरविणे (Planning and to fix Tour Cost)

   क) प्रवासाचा कार्यक्रम तयार करणे (To prepare Itenary)

५) **सेवा पुरवणाऱ्या घटकांशी संपर्क** (Communication with Supplier of Services)

६) **तिकिटे काढून देणे** (Ticketing)

७) **परकीय चलन उपलब्ध करून देणे** (To provide Foreign Currency)

८) **इन्शुरन्स काढून देणे** (Insurance Work)

९) **ट्रॅव्हल एजन्ट्सच्या आंतरराष्ट्रीय पर्यटन संघटना** (International Tourism Organisations for Travel Agents)

   अ) अमेरिकन सोसायटी ऑफ ट्रॅव्हल एजन्ट्स (ASTA)

   ब) ट्रॅव्हल एजन्ट संघटनेचा जागतिक संघ (Universal Federation of Travel Agents Association - UFTAA)

क) आंतरराष्ट्रीय हवाई वाहतूक संघटना (International Air Transport Association - IATA)

१०) भारतातील ट्रॅव्हल एजन्ट संघटना

११) टूर ऑपरेटर (Tour Operator)

---

१) प्रस्तावना (Introduction)

बऱ्याचशा आंतरराष्ट्रीय व देशांतर्गत सहलीचे आयोजन ट्रॅव्हल एजन्टमार्फतच केले जाते. काही देशात ७० टक्के आंतरराष्ट्रीय सहली व ५० टक्के देशांतर्गत सहली ट्रॅव्हल एजन्टमार्फतच आयोजित केल्या जातात. ट्रॅव्हल एजन्ट फक्त वाहतुकीचीच व्यवस्था बघत नाहीत; तर निवास, जेवण व इतर सोयीसुविधा इ. ची सोयही बघतात. ट्रॅव्हल एजन्सी हा खासगी स्वरूपाचा व्यवसाय आहे. ज्या ज्या देशात पर्यटन हा प्रमुख व्यवसाय आहे, त्या त्या देशात पर्यटनाचा विकास करण्यात ट्रॅव्हल एजन्टचा सिंहाचा वाटा आहे. ट्रॅव्हल एजन्ट एखाद्या विभागातील, राज्यातील किंवा प्रदेशातील आकर्षक पर्यटनस्थळांचे पॅकेज तयार करतात व तेथे जाण्याचे वाहतुकीचे, निवासाचे, स्थलदर्शनाचे संपूर्ण नियोजन करून देतात; ज्यामुळे पर्यटक त्यांच्याकडे आकर्षित होतात.

२) ट्रॅव्हल एजन्ट संकल्पनेचा विकास (Development of Concept of Travel Agent)

ट्रॅव्हल एजन्ट हा फार जुना व्यवसाय नाही. जगातील पहिली ट्रॅव्हल एजन्सी १८४१ साली थॉमस कुक यांनी सुरू केली. थॉमस कुक हा पुस्तकविक्रेता इंग्लंडमधील टेम्परन्स सोसायटीचा सदस्य होता. तो इंग्लंडमधील लँकशायर येथे राहत होता, तर मीटिंग २५ मैल दूर असलेल्या लाँगबरो येथे होती. या सभेला टेम्परन्स सोसाटीचे अनेक सदस्य व थॉमस कुकचे मित्र लँकशायर येथून जाणार होते. एकूण ५७० सदस्य जाणार हे कळल्यावर, थॉमस कुकने सर्वांची तिकिटे एकदम काढून लोकांना 'ना नफा ना तोटा' तत्त्वावर विकली; पण तेव्हा त्यांच्या लक्षात आले की, एकदम तिकिटे काढल्यास खूप नफा होतो; त्यातून त्याला या ट्रॅव्हल एजन्सीची कल्पना अशी अपघातानेच सुचली. त्याने प्रवाशांबरोबर त्यांच्या निवासाचीसुद्धा सोय केली; त्यामुळे थॉमस कुक हा ५७० लोकांना लँकशायर ते लाँगबरो असा घेऊन जाणारा व परत आणणारा जगातील पहिला ट्रॅव्हल एजन्ट ठरला. त्यानंतर १८४३ साली शाळेतील ३००० मुलांची सहल थॉमस कुकने लँकशायर ते डर्बी अशी नेली. त्याने प्रवास, निवास व इतर सवलती यांचा अभ्यास केला. १८४६ साली स्कॉटलंडला सहली नेल्या. १८४८ ते १८६३ या काळात कॅप्टन कुकने ५००० पर्यटकांच्या सहली नेऊन आणल्या. १८५१ साली त्याने युरोपातील एका प्रदर्शनाला १,६५,०००

लोकांना नेण्याची व आणण्याची टूर आयोजित केली. १८५६ ला खंडाची गोलाकार टूर आयोजित केली. १८६२ साली त्याने जगातील पहिली पॅकेज टूर पॅरिसला नेली.

- **कूपनची सोय** (Facility of Coupens)

१८६० साली कुकने हॉटेल व रेल्वे कुपनची सोय सुरू केली. ही हॉटेलची कुपन जगभरातल्या १२०० हॉटेल्सनी स्वीकारली; मग त्याने स्वित्झर्लंड व इटलीच्या टूर सुरू केल्या. १८६५ साली लंडनमध्ये 'कॅप्टन कूक अँड सन' या नावाने ऑफीस सुरू केले. १८८० साली भारतात कोलकाता व दिल्ली येथे पर्यटनाचे ऑफीस मांडले. आता कॅप्टन कुक कंपनीची जगात १५०० कार्यालये जगभरात १५० देशात आहेत.

- **अमेरिकन एक्सप्रेस कंपनीची स्थापना** (Establishment of American Express Company)

अमेरिकन एक्सप्रेस कंपनी ॲमेक्स (Amex) ही जगातील फार मोठी ट्रॅव्हल कंपनी आहे. त्यांनी क्रेडिट कार्ड सीस्टिम सुरू केली. त्यामुळे पर्यटकांना प्रवास, निवास, खाद्यपदार्थ तसेच खरेदी यासाठी कॅश न बाळगता क्रेडिट कार्डाचा फायदा झाला.

३) विमान प्रवासाची सुरुवात (Development of Air Transport)

विमान वाहतुकीचा विकास झाल्याने ट्रॅव्हल एजन्टच्या व्यवसायाची भरभराट झाली. समुद्रमार्गे जाण्यापेक्षा विमानाने प्रवास सुखकर व वेळेची बचत करणारा ठरला. विमान कंपन्यांनी इकॉनॉमी क्लास (मध्यमवर्गीयांना परवडणारे दर) सुरू केल्याने विमानाने पर्यटनाला जाणाऱ्या लोकांच्या प्रमाणात लक्षणीय वाढ झाली. १९५० च्या सुमारास जगात तीन हजारांपेक्षा जास्त ट्रॅव्हल एजन्सी ऑफिसेस सुरू झाली. आज मात्र जगभर एका लाखांपेक्षा जास्त ट्रॅव्हल एजंट्सचे जाळे पसरले आहे.

विमान वाहतुकीत इकॉनॉमी क्लास सुरू झाल्याने विमानाच्या तिकिटांचे बुकिंग करण्यासाठी रिटेल ट्रॅव्हल एजन्ट (Retail Travel Agent) ही कल्पना उदयास आली. रिटेल ट्रॅव्हल एजन्ट लोकांना फक्त विमानाचे किंवा रेल्वेचे बुकिंग करून देऊ लागले. परंतु त्याबरोबरच ट्रॅव्हलर चेक्स देणे, परकीय चलन मिळवून देणे, पासपोर्ट व व्हिसा इ. ची कामे करू लागले. रिटेल ट्रॅव्हल एजन्टकडे लोक नियोजित पर्यटनस्थळांची माहिती मिळवण्यासाठी येऊ लागले.

४) आधुनिक ट्रॅव्हल एजन्सीच्या सेवा (Services offered by Modern Travel Agency)

आता ट्रॅव्हल एजन्टचे काम फक्त तिकिटे देण्याइतकेच मर्यादित नाही; तर तो पर्यटक आणि पर्यटनसेवा देणारे म्हणजे विमानकंपन्या किंवा इतर वाहतूक कंपन्या, हॉटेल्स,

स्थानिक वाहतूक कंपनी यांच्यामधला महत्त्वाचा दुवा आहे. रिटेल ट्रॅव्हल एजन्ट पर्यटकांच्या वतीने वाहतूक कंपन्या, हॉटेलवाले इत्यादींशी बोलून पर्यटकांच्या सोयी, दर याबाबत बोलून पर्यटकांना स्वस्तात सर्व सेवा मिळवून देण्याचा प्रयत्न करतात.

आधुनिक ट्रॅव्हल एजन्टच्या कामाचा व्याप खूपच वाढलाय व त्याला खालील सेवा ग्राहकांना पुरवाव्या लागतात -

अ) पर्यटनाशी संबंधित माहिती पुरवणे (To Provide Information related to Travel) : ट्रॅव्हल एजन्टचे सर्वांत महत्त्वाचे काम म्हणजे पर्यटकांना पर्यटनस्थळ, प्रवासाची सोय, निवासाची सोय इ. बाबत आवश्यक ती माहिती पुरवणे. एखादी व्यक्ती जेव्हा पर्यटनाला जाण्याचे ठरवते व पर्यटनस्थळाची निवड करते तेव्हा त्या व्यक्तीच्या मनात अनेक प्रश्न असतात, शंका असतात; मग त्या पर्यटनस्थळाच्या स्थानिक स्थलदर्शनाच्या, स्थानिक वाहतूक व्यवस्थेच्या, हवामानाच्या, खाद्यपदार्थांच्या, खरेदीबाबत. इत्यादींमुळे या शंकांचे निरसन करणारी व्यक्ती म्हणजे ट्रॅव्हल एजंट. त्यासाठी ट्रॅव्हल एजन्टमध्ये खालील गुणांची आवश्यकता असते.

i) पर्यटनस्थळांचा अभ्यास (Study of Tourist Centres) : ट्रॅव्हल एजन्टकडे पर्यटक माहिती विचारण्यास येतात त्यामुळे पर्यटनस्थळांची व तेथे पोहोचण्याची, त्यांच्या जवळपासच्या पर्यटनस्थळांचा अंतरासकट अद्ययावत अभ्यास असणे महत्त्वाचे असते. स्वतःचा अभ्यास परिपूर्ण असेल तरच ट्रॅव्हल एजन्ट दुसऱ्याला माहिती देऊ शकतो.

ii) सादरीकरणाची कला (Presentation Skill) : केवळ ज्ञान असून उपयोग नाही; तर ते ज्ञान व अभ्यास लोकांपुढे आत्मविश्वासाने सादर करण्याची कला असावी लागते. नेमक्या पण समोरच्याची खात्री पटावी अशा शब्दांत सादरीकरण आवश्यक ठरते.

iii) संभाषणकला (Communication skill) : आपले म्हणणे लोकांपर्यंत खात्रीपूर्वक पोहोचवणे सोपे नसते. त्यासाठी संभाषणकौशल्य आवश्यक ठरते. पर्यटकांच्या प्रत्येक शंकेचे निरसन करण्यास संभाषणकौशल्य महत्त्वाचे असते.

iv) समुपदेशकाची भूमिका (Role of Counseller) : बरेचदा पर्यटक पर्यटनस्थळी जावे किंवा नाही किंवा दोन पर्यटनस्थळातून कोणते निवडावे याबाबत साशंक किंवा गोंधळलेले असतात. त्यांच्या मनात पर्यटनस्थळांबाबत गैरसमज असतात. ते सर्व गैरसमज दूर करून त्यांना पर्यटनस्थळी जाण्यास प्रवृत्त करण्यासाठी समुपदेशकाची भूमिका महत्त्वाची ठरते.

v) परदेशी भाषांचे ज्ञान (Knowledge of Foregin Languages) : परदेशी पर्यटकांना देशांतर्गत पर्यटकांपेक्षा जास्त शंका असतात. त्यांच्या भाषेत बोलून त्या

शंकांचे समाधान केल्यास परिणाम चांगला होतो; त्यामुळे ट्रॅव्हल एजन्टला परदेशी भाषा येत असल्यास मदत होते.

ब) नियोजन व टूरची किंमत ठरवणे (Planning and Fixing Tour Cost) : एखाद्या सहलीचे किंवा टूरचे निघायच्या तारखेपासून ते टूर संपण्याच्या तारखेपर्यंतचे नियोजन करणे अत्यंत आवश्यक असते व ते नियोजन पाहूनच पर्यटक त्या सहलीला जायचे किंवा नाही हे ठरवतात. जाण्यायेण्याचा कालावधी, स्थानिक स्थलदर्शनात अंतर्भूत ठिकाणे, निवास व जेवणाची व्यवस्था इ. समजल्यावरच पर्यटक सहलीला जायचे किंवा नाही याचा निर्णय घेतात.

पर्यटकांना केवळ नियोजन कळून उपयोग नसतो तर किमतीबाबतही ते उत्सुक असतात. सहलीचे नियोजन कितीही उत्तम असले तरीसुद्धा त्यासाठी किती किंमत मोजावी लागणार हे जाणून घ्यायचे असते. त्यामुळे सहलीसाठी एकूण खर्च किती याचे गणित त्यांना मांडायचे असते.

३) प्रवासाचा कार्यक्रम तयार करणे (To prepare Itenary) : प्रवासाच्या पहिल्या दिवसापासून प्रवासाला ज्या वाहनाने जायचे त्याची वेळ, स्टेशन तेथे पर्यटकांनी पोहचण्याची वेळ, तेथील निवासाच्या ठिकाणाचा पत्ता, फोन नंबर व पहिल्या दिवसापासून शेवटच्या म्हणजे निघण्याच्या दिवसापर्यंतच्या वेळेनुसार कार्यक्रम बनवावा लागतो व त्याचे पालन करावे लागते तरच सहल यशस्वी होते.

५) सेवा पुरवणाऱ्या घटकांशी संपर्क (Communication with supplies of Services) :

ट्रॅव्हल एजन्टने सेवा पुरवणाऱ्या घटकांशी म्हणजे वाहतूक कंपन्या, हॉटेलचे मॅनेजर, स्थानिक वाहतुकीच्या सोयी पुरवणाऱ्या कंपन्या इ. शी उत्तम संपर्क ठेवणे आवश्यक असते; अन्यथा या सर्व घटकांकडून पर्यटनस्थळाच्या मॅनेजरबद्दल मनात आकस निर्माण होतो.

६) तिकिटे काढून देणे (Ticketing)

सहलीच्या प्रवासाची तिकिटे काढून देणे हे महत्त्वाचे काम असते. रेल्वे, विमान, रस्ते वाहतूक यांपैकी ज्या वाहनाने जाण्याची पर्यटकांची तयारी असते त्या वाहनाची तिकिटे काढून दिली जातात. तिकिटे काढण्यासाठी कमीत कमी भाडे असताना विमानाचे बुकिंग करावे लागते. विशेषत: आंतरराष्ट्रीय विमान कंपन्यांचे बुकिंग करताना जास्त त्रास होतो व त्यासाठी सर्व विमान कंपन्यांचे दर माहीत असावे लागतात. आता संगणकीय आरणक्षणपद्धतीमुळे ट्रॅव्हल एजन्टना काम करणे सुलभ झाले आहे. ऑफीसमध्ये बसूनच

सर्व पर्यटकांची तिकिटे काढता येतात. काही पर्यटकांचे हॉटेलचे बुकिंगही करून घ्यावे लागते.

७) परकीय चलन उपलब्ध करून देणे (To provide Foreign Currency)

परदेशी पर्यटनाला जाणाऱ्या पर्यटकांना परदेशात खर्चासाठी परकीय चलन आवश्यक असते. त्यामुळे भारतीय चलन देऊन ज्या देशात जायचे त्या देशाचे चलन घ्यावे लागते. हे परकीय चलन ट्रॅव्हल एजंट्स सहजपणे पर्यटकांना उपलब्ध करून देतात, अन्यथा पर्यटकांना आपला वेळ व शक्ती खर्ची घालावी लागते.

८) इन्शुरन्स काढून देणे (Insurance Work)

व्यक्तिगत अपघात, बॅग हरवणे, अकाली आजारपण इ. अडीअडचणींच्या प्रसंगी मदत व्हावी म्हणून प्रत्येक पर्यटक परदेशी जाण्यापूर्वी विमा उतरवून घेतात. विमा उतरवण्याची प्रक्रिया पूर्ण करण्याचे काम ट्रॅव्हल एजन्ट करतात.

९) ट्रॅव्हल एजन्टच्या आंतरराष्ट्रीय पर्यटन संघटना (International Tourism Organisations of Travel Agents)

अ) अमेरिकन सोसायटी ऑफ ट्रॅव्हल एजन्ट्स (The American Society of Travel Agents - ASTA)

ही जगातील ट्रॅव्हल एजन्टची खूप मोठी संघटना आहे. ती १९३१ साली न्यूयॉर्क येथे स्थापित झाली. आता या संघटनेचे १३० देशातील २५००० सदस्य आहेत त्यातील ५० टक्के सदस्य कॅनडा व संयुक्त संस्थाने यांचे आहेत. कॅनडा व संयुक्त संस्थानांशिवाय भारत, श्रीलंका, डेन्मार्क, स्वीडन व अल्जेरिया या देशातील सदस्य जास्त आहेत. अस्ता (ASTA) चे सदस्यत्व घेतलेल्या ट्रॅव्हल एजंट्सना ट्रॅव्हल एजन्टबद्दल शिक्षण, प्रशिक्षण, चर्चासत्रे, मार्गदर्शन इ. कार्यक्रमांचा लाभ होतो. ट्रॅव्हल एजन्ट त्यांच्या अडचणींबाबत मार्गदर्शन घेतात. दर आठवड्याचे बातमीपत्र व दर महिन्याचे मासिक यात असलेले लेख, रिपोर्ट्स, पाहणीचे निष्कर्ष इ. माहिती ट्रॅव्हल एजन्टना मिळते व त्यांचे ज्ञान अद्ययावत राहते.

या संघटनेचा मूळ हेतू ट्रॅव्हल कंपनीला भक्कम बनवणे, नैतिक मूल्यांचे पालन करण्यास प्रेरित करणे व लोकांना ट्रॅव्हल एजन्टबाबत आवाज उठवण्यासाठी व्यासपीठ उपलब्ध करून देणे, हाच आहे. या संघटनेचा फायदा फक्त ट्रॅव्हल एजन्टसाठी मर्यादित नसून तो पर्यटक व लोकांनासुद्धा फायदेशीर आहे. विमान कंपन्या, इतर वाहतूक कंपन्या, हॉटेल मालक इ. विरुद्ध फसवणुकीच्या तक्रारी पर्यटक करू शकतात.

ब) ट्रॅव्हल एजन्ट संघटनेचा जागतिक संघ (Universal Federation of Travel Agents Association - UFTAA)

निरनिराळ्या देशात ज्या ट्रॅव्हल एजन्टच्या संघटना आहेत, त्या सगळ्या संघटनांचा मिळून हा संघ तयार होतो. या संघाची स्थापना नोव्हेंबर महिन्यात रोम या शहरात झाली. या संघाची प्रमुख उद्दिष्टे पुढीलप्रमाणे -

i) ट्रॅव्हल एजन्टच्या वतीने व ग्राहकांच्या हितासाठी पर्यटनाशी संबंधित सर्व शाखांशी प्रश्नांची चर्चा करून मार्ग काढणे किंवा एजन्ट व ग्राहक यांच्या समस्या सोडवण्यास मध्यस्थी करणे.

ii) सदस्यांना आवश्यक तेवढी माहिती पुरवणे, व्यावसायिक व तांत्रिक सल्ला देणे, जागतिक अर्थव्यवस्थेत ट्रॅव्हल एजन्टना योग्य स्थान मिळावे म्हणून मदत करणे इत्यादी.

क) आंतरराष्ट्रीय हवाई वाहतूक संघटना (International Air Transport Association - IATA)

ट्रॅव्हल एजन्टचे विमान कंपन्यांशी रोजच काम असते; त्यामुळे बरेचसे एजन्ट या संस्थेचे सदस्य आहेत. संस्थेचे सदस्यत्व न घेतलेल्या व्यक्ती खूप तिकिटे विकत घेतात व कमिशन घेऊन विकतात; पण जर या संघटनेचे सदस्यत्व स्वीकारले तर विमान कंपन्याच ट्रॅव्हल एजन्टला तिकीट विक्रीबद्दल कमिशन देतात. सदस्यत्व नसेल तर विमान कंपनीकडून अधिकृत कमिशन मिळत नाही.

१०) भारतातील ट्रॅव्हल एजंट्स संघटना (Travel Agents Association in India-TAAI)

१९५२ साली भारतातील ट्रॅव्हल एजंट्सनी एकत्र येऊन भारतातील ट्रॅव्हल एजन्ट्स संघटनेची स्थापना केली. त्यांचे नोंदणीकृत कार्यालय मुंबई येथे असून इतर कार्यालये कोलकाता, दिल्ली व चेन्नई येथे आहेत. या संघटनेचे ३०० पेक्षा जास्त सदस्य आहेत. ट्रॅव्हॅल एजन्टना सुरक्षित वाटावे म्हणून, तसेच त्यांच्या हिताचे निर्णय व्हावेत म्हणून सरकारशी सतत संवाद साधणे हे या संघटनेचे मुख्य उद्दिष्ट आहे. या संघटनेतर्फे दरवर्षी भरणाऱ्या परिषदेत सरकारी आणि खासगी अशा दोन्ही क्षेत्रातील पर्यटनाशी संबंधित लोक व संघटनेचे सदस्य भाग घेतात. पर्यटनाशी संबंधित व ट्रॅव्हल एजन्टशी संबंधित मुद्यांवर या परिषदेत चर्चा होते.

११) टूर ऑपरेटर (Tour Operator)

१५ व्या शतकात भूमध्य सामुद्रिक प्रदेशातील देशात जाणाऱ्या पर्यटकांच्या संख्येत लक्षणीय वाढ झाली. विमान प्रवास पर्यटकांमध्ये प्रसिद्ध झाल्यावर 'पॅकेज टूर' किंवा

'इन्क्ल्युजिव टूर' (Inclusive Tour) ही संकल्पना उदयास आली. परंतु खऱ्या अर्थाने पॅकेज टूरची सुरुवात १९६० साली जगात मोठ्या प्रमाणात झाली. पर्यटकांच्या संख्येत वाढ होऊ लागली व दिवसभराच्या अत्यंत व्यग्र दिनचर्येत लोकांना पर्यटनाचे नियोजन करण्यास वेळ मिळेनासा झाला. त्यामुळे निवास, प्रवास, वाहतूक, स्थलदर्शन, करमणूक, टूर गाईड इ. सर्व सुविधांचे उत्तम नियोजन असणारी पॅकेज टूर लोकांना आवडू लागली. ट्रॅव्हल एजन्ट ग्रुपमध्ये वाहतूक, निवास, स्थानिक वाहतूक इ. चे बुकिंग करत असल्याने पर्यटकांना वैयक्तिकरीत्या पर्यटनाला जाण्यापेक्षा रेडिमेड पॅकेज टूरने जाणे परवडू लागले. ट्रॅव्हल एजन्टना ग्रुपमध्ये विमानाची वा रेल्वेची तिकिटे स्वस्तात पडतात; तसेच संपूर्ण हॉटेल बुक केल्यास निवासाची सोय कमी पैशांत होते. रेल्वेची किंवा विमानाची तिकिटे, हॉटेलच्या रूमचे बुकिंग जर पर्यटक वैयक्तिकरीत्या एकटे करतील तर त्यांना ते खूप महागात पडते. त्याशिवाय विमा, टूर गाईड, स्थलदर्शन यांचेपण नियोजन आयते मिळते.

टूर ऑपरेटर बरेचदा विशिष्ट गटाच्या लोकांसाठी टूरचे आयोजन करतात. विद्यार्थ्यांसाठी स्टडी टूर, गिर्यारोहकांसाठी किल्ल्यांची टूर, सिनिअर सीटिझन टूर, महिला स्पेशल टूर, नवविवाहितांसाठी हनिमून टूर, फॅमिली टूर, बॅचलर टूर इ. यातील बऱ्याच टुरमध्ये गाईड असतो. न्याहरी, जेवण, हॉटेल बुकिंग, प्रवासाची तिकिटे, स्थलदर्शनाला जाण्यायेण्याची सोय, स्थलदर्शनास लागणारी तिकिटे इ. सर्वकाही व्यवस्था टूर ऑपरेटरला करावी लागते. या ग्रुपबरोबर टीमलीडर असतो. टूरचा नियोजित कार्यक्रम व्यवस्थित पाहणे, प्रत्येकाच्या अडीअडचणी सोडवण्यास मदत करणे, वेळेचे व्यवस्थापन पाहणे, सर्वांची खाण्यापिण्याची व्यवस्था बघणे ही टूर लीडरची जबाबदारी असते.

ट्रॅव्हल एजन्ट व टूर ऑपरेटर यात फरक आहे. टूर ऑपरेटर हा टूरचा निर्माता असतो तर ट्रॅव्हल एजन्ट हा फक्त लोकांपर्यंत टूरची माहिती पोहोचवतो. टूर ऑपरेटर स्वत: टूरचे नियोजन करतो. तो प्रवासाची तिकिटे, हॉटेल रूम्स, व्हिसा, पासपोर्ट, प्रवासविमा व इतर सर्व बाबींची पूर्तता करतो. टूर ऑपरेटरने नियोजीत केलेला प्रवास, निवास, भोजन, स्थलदर्शन यात पर्यटकांना बदल करता येत नाही, ते पूर्ण पॅकेज घ्यावे लागते. ट्रॅव्हल एजन्ट मात्र या टूर ऑपरेटरचे नियोजन लोकांपर्यंत पोहचवतो.

परदेशी पर्यटकांसाठीसुद्धा टूर आयोजित केल्या जातात, त्यांना 'परदेशी टूर' म्हणतात. परदेशी पर्यटकांना पूर्ण नियोजित टूर नको असतात. त्यांना हॉटेल्स, निवास व्यवस्था, भोजन, स्थलदर्शन याबाबत स्वातंत्र्य हवे असते. परदेशी पर्यटक ग्रुप टूरमध्ये जात नाहीत. त्यांना निवांत टूर करायची असते. ते स्वत:च्या आवडीप्रमाणे टूरचे नियोजन

करतात. परंतु त्यांना प्रवासाचा मार्ग, प्रवासाच्या सोयी, हॉटेलचे प्रकार माहीत नसतात म्हणून त्यांना टूर ऑपरेटरची मदत घ्यावी लागते.

सराव प्रश्न

१) ट्रॅव्हल एजन्ट या संकल्पनेचा विकास कसा झाला ते स्पष्ट करा.

२) पर्यटनाच्या विकासात ट्रॅव्हल एजन्टची भूमिका कशी महत्त्वाची आहे ते स्पष्ट करा.

३) आधुनिक ट्रॅव्हल एजन्ट पर्यटकांना कोणकोणत्या सेवा पुरवतात ?

४) ट्रॅव्हल एजन्टसाठी असणाऱ्या महत्त्वाच्या आंतरराष्ट्रीय पर्यटन संघटनाची माहिती द्या.

५) टूर ऑपरेटर ही संकल्पना स्पष्ट करा. टूर ऑपरेटर व ट्रॅव्हल एजन्ट यातील फरक स्पष्ट करा.

६) टीपा लिहा -

अ) ट्रॅव्हल एजन्ट संकल्पना

ब) विमान प्रवासाचा विकास व पर्यटन

क) अमेरिकन सोसायटी ऑफ ट्रॅव्हल एजन्ट्स

ड) ट्रॅव्हल एजन्ट संघटनेचा जागतिक संघ

इ) आंतरराष्ट्रीय हवाई वाहतूक संघटना

फ) भारतातील ट्रॅव्हल एजन्ट संघटना

ग) टूर ऑपरेटर व ट्रॅव्हल एजन्ट यातील फरक

१० भारतीय हॉटेल उद्योग

(Indian Hotel Industry)

१) **प्रस्तावना** (Introduction)
२) **भारतातील हॉटेल विकासाचा इतिहास** (History of Development of Indian Hotels)
३) **हॉटेल उद्योगाला सरकारतर्फे चालना** (Government Encouragement to Hotel Industry)
४) **पर्यटनात वाहतूक व्यवस्थेचे महत्त्व** (Importance of Transport Facility in Tourism)
५) **पर्यटन आणि वाहतूक व्यवस्था** (Tourism and Transport Facility)

---

१) प्रस्तावना (Introduction)

भारतात काश्मीर ते कन्याकुमारी व राजस्थान ते आसाम अशी खूप विविधता आहे. त्यामुळे आपल्या हॉटेल इंडस्ट्रीतपण हॉटेल किंवा निवासस्थानात विविधता आहे. अगदी तंबू, राहुट्या, घरातील निवासापासून ते महाल, राजवाड्यातील हेरिटेज हॉटेल; तसेच पंचतारांकित हॉटेलपर्यंत विविधता आढळते. भारतात भाषा, अन्नपदार्थ, राहणीमान, वेशभूषा इ. मध्ये विविधता असल्याने निवासस्थानातही विविधता आढळते.

२) भारतातील हॉटेल विकासाचा इतिहास (History of Development of Indian Hotels)

ब्रिटिशांनी भारतातील हॉटेल उद्योगाचा पाया घातला. भारतातील पहिले हॉटेल रग्बी (Rugby) हे माथेरान येथे सुरू झाले. त्यानंतर १९३० साली त्यावेळचे सुप्रसिद्ध

उद्योगपती जमशेटजी नवरोजी टाटा यांनी ग्रँड हॉटेल कोलकाता येथे सुरू केले. १९३५ साली सेसील हॉटेल सिमल्याला सुरू झाले. स्वातंत्र्यानंतर त्या वेळचे पंतप्रधान पंडित जवाहरलाल नेहरू यांनी पर्यटनाचे महत्त्व जाणले. त्यांच्या मते 'पर्यटन हे देशाच्या विकासाचे इंजिन आहे व म्हणून त्यांनी हॉटेल बांधण्यास प्रोत्साहन दिले. परदेशी पाहुण्यांना व पर्यटकांना राहण्यासाठी उत्तम हॉटेलची व्यवस्था आवश्यकच होती. त्यामुळे १९५६ साली नवी दिल्लीत हॉटेल बांधले गेले, याचे नाव अशोका हॉटेल.

१९६६ साली भारत सरकारने तर्फे भारत पर्यटन विकास निगम (India Tourism Development Corporation) स्थापित करण्यात आले. १९६७ मध्ये आणखी एका महत्त्वाच्या गोष्टीची भर पडली, ती म्हणजे मिनिस्ट्री ऑफ ट्रान्सपोर्ट व शिपिंगमधून मिनिस्ट्री ऑफ टुरिझम म्हणजे मंत्रालय वेगळे करण्यात आले. या समितीने व मंत्रालयाने हॉटेलबाबत काही महत्त्वाच्या सूचना केल्या व अनेक हॉटेल व्यावसायिकांनी व सरकारी यंत्रणेने त्याची अंमलबजावणी केली. त्याच सुमारास इस्ट इंडिया हॉटेल लिमिटेड कंपनीचे अध्यक्ष एम. एस. ओबेरॉय यांनी दिल्लीतील पहिले अनेक मजले असलेले आधुनिक सोयींनी युक्त असे ओबेरॉय इंटरकॉन्टिनेन्टल हे हॉटेल सुरू केले. हे हॉटेल आंतरराष्ट्रीय दर्जाचे असल्याने त्याला परदेशी पर्यटकांची पसंती मिळाली. त्यानंतर मुंबईत ताजमहाल हॉटेल बांधण्यात आले.

१९६८ साली भारत सरकारने उद्योजकांना तारांकित हॉटेल बांधण्यास प्रोत्साहन मिळावे म्हणून स्वस्त दराने कर्ज देण्यास सुरुवात केली. परदेशी पर्यटकांना आकर्षित करणारी अलिशान हॉटेल्स उद्योजकांनी बांधावी हा त्यामागचा हेतू होता. याच काळात विशिष्ट पद्धतीनुसार नियोजन करून, डिझाईन करून डेकोरेशन व फर्निचरचा वापर करून हॉटेल बांधण्यास भारतात सुरुवात झाली. हॉटेलमध्ये कामाच्या विभागणीकरता वेगवेगळे विभाग स्थापण्यात आले. उदा. हाऊसकिपिंग, रूम सर्व्हिस, स्वागत, आदरातिथ्य विभाग इ.

१९७५ साली आयटीडीसीने हॉटेल व्यवसायात शिरकाव केला व चेन्नईचे एक हॉटेल ताब्यात घेतले व त्याचे नवे नाव 'हॉटेल चोला' असे आहे. १९७५ ते १९७७ या काळात वेलकम ग्रुपने नवीन हॉटेल्स सुरू केली. हॉटेलमध्ये भरपूर व त्वरित नफा मिळतो हे लक्षात आल्यावर भारतात अनेक उद्योजकांनी हॉटेल किंवा रिसॉर्ट बांधण्याचा व्यवसाय सुरू केला.

१९८२ साली भारताने एशियन गेम्सची जबाबदारी स्वीकारली व त्यामुळे हॉटेल बांधणे अपरिहार्य होते. सरकारने पर्यटनाचे नवे धोरण जाहीर केले व त्यामुळे अनेक हॉटेल्स दिल्लीत बांधण्यात आली. १९८६ साली भारतात पर्यटनाला उद्योग म्हणून मान्यता मिळाली, त्यामुळे हॉटेल व्यवसायाला चालना देणाऱ्या अनेक सवलती म्हणजे करात सवलत, स्वस्त कर्जे, पाणी, वीज व जागा सवलतीच्या दरात इ. मिळाल्याने अनेक उद्योजक हॉटेल उद्योगाकडे आकृष्ठ झाले. बरीचशी हॉटेल्स बांधली गेली; पण त्यांचा

दर्जा योग्य नव्हता म्हणून हॉटेल व रेस्टॉरंट कमिटी स्थापन केली व त्याची मान्यता मिळवणे हे प्रत्येक हॉटेलला बंधनकारक ठरले. १९९८ साली हॉटेल्सना 'निर्यात दर्जा' देण्यात आला त्यामुळे अनेक हॉटेल्सना विशेष सवलती लागू झाल्या. त्याचा परिपाक म्हणजे भारतात अनेक हॉटेल चेन्स तयार झाल्या. १९९६ पासूनचा गुंतवणुकीचा भारतीय जनतेचा कौल असे दर्शवतो की, भारतातील खूप मोठ्या प्रमाणावर गुंतवणूक हॉटेल व्यवसायात आहे.

सध्या भारतात एकूण दहा हॉटेल चेन्स आहेत. त्यांची नावे खालीलप्रमाणे आहेत.

	हॉटेल चेनचे नाव	हॉटेलची संख्या	रूम्सची संख्या
१)	इंडिया हॉटेल कंपनी	५१	५८३२
२)	इंडिया टूर्स डेव्हलोपर्स	३३	३९०३
३)	इस्ट इंडिया हॉटेल्स	१८	२८६०
४)	आय.टी.डी.सी. हॉटेल्स	३१	२७३८
५)	सीक्स कॉन्टिनेंटल	१४	२१०८
६)	हॉटेल कॉर्पोरेशन ऑफ इंडिया	०५	१३१०
७)	चॉइस हॉटेल्स	१९	१०१९
८)	हयात इन्टरनॅशनल	०२	९२०
९)	ली मेरेडीयन	०४	९०९
१०)	क्लार्क्स हॉटेल	०४	६७७

३) हॉटेल उद्योगाला सरकारतर्फे चालना (Government Encouragement to Hotel Industry)

पर्यटकांसाठी हॉटेल हा भारतातील एक महत्त्वाचा उद्योग समजला जातो. वर्ल्ड ट्रॅव्हल अँड टुरिझम काऊन्सिलच्या अभ्यासानुसार हॉटेल व्यवसायातून भारताला २४०० लक्ष डॉलर परकीय चलन मिळू शकते. त्यामुळे भारत सरकारने हॉटेल व्यवसायाला चालना देण्यास विशेष प्रयत्न सुरू केले आहेत. विमानाच्या देशांतर्गत वाहतुकीच्या करात १५ टक्के कपात, इंधनावरील एक्साइड ड्युटीत ८ टक्के कपात, चार्टर विमान सेवेवर असणारी बंधने शिथिल इ. सवलती सुरू केल्या आहेत. हॉटेल व्यवस्थापनाचे शिक्षण देण्यासाठी सरकारने मुंबई, दिल्ली, चेन्नई, कोलकाता या महानगरात प्रशिक्षण देण्याचे वर्ग सुरू केले आहेत. या प्रशिक्षण संस्थांमधून शिक्षण घेतलेले लोक हॉटेलमध्ये काम करत असल्याने भारताच्या आजूबाजूच्या देशातील हॉटेल कर्मचाऱ्यांपेक्षा भारतातील कर्मचारी अधिक कार्यक्षमतेने, तत्परतेने काम करतात. त्याचे इंग्रजी भाषेतील बोलणे

चांगले असते; तसेच आदरातिथ्यातही ते कमी पडत नाहीत. 'अतिथी देवो भव' व 'इनक्रेडिबल इंडिया' अशी जाहिरातींची मोहीम राबवल्याने पर्यटक भारतात येण्यास उत्सुक आहेत, त्याचा फायदा हॉटेल्सना मिळतो.

आज भारतात हॉटेल व्यवसायाला खूप वाव आहे; कारण मागणीपेक्षा एक लाख खोल्या कमी आहेत, पण त्या वाढवण्यासाठी लागणारे मोठ्या प्रमाणातील भांडवल व मोठ्या शहरातील जागेची टंचाई या दोन अडचणी आहेत.

४) पर्यटनात वाहतूक व्यवस्थेचे महत्त्व (Importance of Transport Facility in Tourism)

पर्यटनात प्रवास अपरिहार्य आहे, मग तो देशांतर्गत असेल किंवा देशाच्या बाहेर असेल. जलद, सुलभ व स्वस्त वाहतूक ही पर्यटन विकासास चालना देते. काहींच्या मते, पर्यटनाचा उगमच वाहतुकीत आहे व पर्यटनस्थळांमुळेच वाहतुकीचा विकास होतो. वाहतूक व्यवस्थेशिवाय पर्यटन अशक्यच आहे. पर्यटनात वाहतुकीचा उपयोग खालील चार कारणांसाठी आवश्यक ठरतो.

१) पर्यटकाला त्याच्या निवासस्थांपासून पर्यटनस्थळी पोहोचण्यासाठी; तसेच परत पर्यटनस्थळाकडून निवासस्थानी पोहोचण्यासाठी, मग तो प्रवास विमानाने किंवा रेल्वेने असेल तर घरापासून रेल्वे स्टेशनपर्यंत किंवा विमानतळापर्यंत व पुन्हा पर्यटनस्थळी किंवा रेल्वे स्टेशनपासून पर्यटनस्थळाच्या निवासस्थानापर्यंत स्थानिक वाहतूक व्यवस्था आवश्यक ठरते.

२) पर्यटनस्थळापासून स्थलदर्शनासाठी स्थानिक वाहतूक व्यवस्थेचा वापर पर्यटकांना करावा लागतो, त्यामुळे टॅक्सी, जीप इ. स्थानिक वाहतूक आवश्यक ठरते.

३) पर्यटनस्थळी पर्यटनव्यवसायाशी निगडित हॉटेल मॅनेजर, कामगारवर्ग, पर्यटनगाईड, लाँड्रीवाला, हमाल, सुरक्षारक्षक इ. सर्वांना पर्यटनस्थळी असणाऱ्या निवासस्थानी पोहोचण्यासाठी व्यवस्था आवश्यक असते.

४) पर्यटनस्थळी असणारे हॉटेल किंवा इतर निवासस्थानी लागणाऱ्या सामानाची वाहतूक करण्यासाठीसुद्धा वाहतूक व्यवस्था म्हणजे ट्रक, टेम्पो, रेल्वे, जीप इ. आवश्यक असते. उदा. माथेरान या पर्यटनस्थळी छोट्या रेल्वेने भाजीपाला व सर्व इतर सामान आणले जाते.

वाहतूक व्यवस्था उत्तम व सुरळीत असेल तर त्या पर्यटनस्थळी पर्यटकांची वर्दळ भरपूर वाढते.

५) पर्यटन व वाहतूक व्यवस्था (Tourism and Transport Facility)

वाहतुकीच्या साधनांच्या विकासाबरोबर पर्यटनाचाही विकास झालेला आढळतो.

वाहतूक व पर्यटन यांचा ग्राफ बरोबरच चढता झालेला आढळतो. १९ व्या शतकात रेल्वेचा विकास झाला व पर्यटनाच्या वाढीचा तो मैलाचा दगड ठरला. १८३० साली सर्वप्रथम लिव्हरपूल ते मँचेस्टर अशी रेल्वे धावली. १८४१ साली थॉमस कुकने रेल्वेने पर्यटकांना सफर घडवून आणली. त्यानंतर त्याने रेल्वे वाहतुकीच्या साहाय्याने १८४८ ते १८६३ या कालावधीत अनेक पर्यटन सहलींचे आयोजन केले. इंग्लंडनंतर फ्रान्स, ऑस्ट्रिया, स्वित्झर्लंड इ. देशातही रेल्वेचा विकास झाला. त्याचा परिणाम युरोपच्या पर्यटन व्यवसायाच्या विकासात झाला. अमेरिकेतही रेल्वे वाहतूक सुरू झाली. पुलमन कंपनीने पर्यटन सहली सुरू केल्या. अशा प्रकारे १९ व्या शतकात रेल्वेमुळे पर्यटन व्यवसायाला खूप मोठी चालना मिळाली.

रेल्वेचा वापर फक्त सलग भूभागावरील पर्यटनकेंद्रांना भेटी देण्यासाठी होत होता; पण सागरी वाहतुकीमुळे देशांच्या वा खंडाच्या सीमारेषा ओलांडून पर्यटनाला जाणे शक्य झाले व आंतरराष्ट्रीय पर्यटनाला चालना मिळाली. १९ व्या शतकात जलवाहतूक विकसित करण्यासाठी नवनवीन तंत्रज्ञान वापरण्यात आहे व जहाजातून वाहतूक सुरू झाली. त्यामुळे अनेक युरोपीय देशातील लोक अमेरिका देश बघण्यासाठी कुतूहल म्हणून अमेरिकेला जहाजाने जाऊ लागले व अमेरिकेच्या पर्यटनाचा विकास झाला. १८९४ मध्ये सुएझ कालवा सुरू झाल्याने पश्चिम गोलार्ध व पूर्व गोलार्ध यांना जोडणारा जवळचा मार्ग उपलब्ध झाला आणि पश्चिमेकडून पूर्वेकडील देशांना भेटी देण्यासाठी, तेथील नैसर्गिक संपत्ती अजमावण्यासाठी, त्यांचा अभ्यास करण्यासाठी पर्यटक जाऊ लागले.

२० व्या शतकाच्या सुरुवातीपर्यंत पर्यटक रेल्वे व जलवाहतुकीचाच वापर पर्यटनासाठी मोठ्या प्रमाणावर करत होते. पहिल्या महायुद्धानंतर मोटार वाहतुकीचा विकास झाला. मोटार वाहतुकीच्या विकासामुळे युरोप व अमेरिका खंडात रेल्वे वाहतुकीचे प्रवासी निम्म्याने कमी झाले. नवनवीन व जलद गतीने धावणाऱ्या मोटारीची निर्मिती सुरू झाल्यावर राष्ट्रीय महामार्ग व आंतरराष्ट्रीय महामार्ग विकसित झाले. दुसऱ्या महायुद्धानंतर मोटारीने पर्यटनाला जाणाऱ्यांची संख्या वाढली. १९३० साली जर्मनीत प्रशस्त महामार्ग बांधण्यात आले, त्याला 'ऑटोबॉन' म्हणतात. त्यानंतर फ्रान्स, जर्मनी, बेल्जियम इ. देशातही हायवे, एक्सप्रेसवे व सुपरहायवे बांधण्यात आले. त्याचा सर्वांत जास्त फायदा पर्यटकांना झाला. युरोपातील देश फार छोटे व जवळजवळ असल्याने मोटार वाहतुकीमुळे राष्ट्रीय व आंतरराष्ट्रीय पर्यटनाचा विकास झाला. मोटार वाहतुकीमुळे घरापासून पर्यटनस्थळाच्या निवासस्थानापर्यंत एकच वाहतूक व्यवस्था वापरावी लागत असल्याने वेळेची बचत झाली व प्रवास जलद व सुखकारक होऊ लागला.

पहिल्या महायुद्धाच्या काळातच विमान वाहतुकीचा विकास झाला होता; तरीसुद्धा

विमानवाहतुकीचा पर्यटनासाठी वापर मात्र दुसऱ्या महायुद्धानंतर सुरू झाला. १९५२ सालापासून विमान वाहतुकीचा जोरदार वापर पर्यटनासाठी होऊ लागला. विमान वाहतुकीमुळे पर्यटकांना सुविधा मिळाली, प्रवास सुखकारक होऊ लागला व दूरच्या आंतरराष्ट्रीय पर्यटनासाठी वेळेची बचत होऊ लागली. १९५८ साली जेट विमाने प्रवासासाठी उपलब्ध झाली व पर्यटन विकासाचे एक नवे पर्व सुरू झाले. आंतरराष्ट्रीय पर्यटनवाढीत विमान वाहतुकीचा सिंहाचा वाटा आहे. युरोप, अमेरिका, आशिया येथील पर्यटक आता हजारो कि.मी. अंतरावरील हवाई बेटांवर पर्यटनाला थोड्या कालावधीचा प्रवास करून जाऊ शकतात.

१९७४ साली पेट्रोलचे दर वाढल्यानंतर विमान व मोटार वाहतुकीवर थोडा विपरीत परिणाम झाला. विमान व मोटार वाहतूक महाग झाल्याने पर्यटकांना परवडेना. त्यामुळे पुन्हा जलद रेल्वे वाहतुकीचा विकास करण्यात सर्व देशांनी प्रयत्न सुरू केले; कारण दर माणशी पेट्रोलचा वापर रेल्वे वाहतुकीपेक्षा मोटार वाहतुकीस चार पटींनी व विमान वाहतुकीस दहा पटीनी जास्त होतो. रेल्वेचे स्टेशन्स ही शहराच्या मध्यभागी असल्याने पर्यटकांना सोईस्कर होते. आठवड्याच्या दोन सुट्ट्यांना पर्यटनस्थळीसुद्धा वाहतुकीची कोंडी होऊ लागली. त्यामुळे जलद व आरामदायी रेल्वे वाहतुकीचा विकास करण्यावर भर देण्यात आला. जपानची हिकारी एक्सप्रेस ही बुलेट ट्रेन ताशी २६० कि.मी. वेगाने धावते. १९८१ साली पॅरिस ते लीऑन (दोन्ही फ्रान्समधील शहरे) हे ५६० कि.मी. अंतर १ तास ४५ मिनिटांत रेल्वे कापते. अनेक पर्यटक मोटार वाहतुकीऐवजी या जलदगती रेल्वेचा वापर करत आहेत.

अशा प्रकारे वाहतूक व्यवस्थेतील नवनवीन बदल पर्यटनाला चालना देणारे ठरले म्हणूनच वाहतूक व्यवस्था हा पर्यटनाचा अविभाज्य घटक आहे.

सराव प्रश्न

१) भारतातील हॉटेल विकासाचा इतिहास वर्णन करा.

२) भारतातील हॉटेल उद्योगाला सरकारतर्फे कशी चालना देण्यात आली ?

३) पर्यटकांसाठी वाहतुकीचा विकास का महत्त्वाचा असतो ते स्पष्ट करा.

४) 'वाहतुकीच्या साधनांच्या विकासाबरोबर पर्यटनाचाही विकास होतो,' हे विधान सोदाहरण स्पष्ट करा.

५) टिपा लिहा -

अ) पर्यटनात वाहतूक व्यवस्थेचे महत्त्व

ब) पर्यटन व वाहतूक व्यवस्था

११ । पर्यटनाचे अनुकूल परिणाम

(Positive Impacts of Tourism)

१) प्रस्तावना (Introduction)

२) पर्यटनाचे आर्थिक घटकांवरील अनुकूल परिणाम (Positive Impact of Tourism on Economic Factors)

अ) रोजगारनिर्मिती ब) राष्ट्रीय उत्पन्न क) परकीय चलनात वाढ ड)अदृश्य निर्यात इ) कररूपाने उत्पन्न ई) पायाभूत सुविधांचा विकास उ) प्रादेशिक विकास

३) पर्यटनाचे पर्यावरणावरील अनुकूल परिणाम (Positive Impact of Tourism on Environment)

अ) वन्य प्राण्यांचे संवर्धन ब) शहरांचे सुशोभीकरण

४) पर्यटनाचे सामाजिक घटकांवरील अनुकूल परिणाम (Positive Impact of Tourism on Social Factors)

अ) जागतिक सामाजिक ऐक्य ब) भाषेचा विकास क) नवीन वस्तीचा विकास

५) पर्यटनाचे सांस्कृतिक घटकांवरील अनुकूल परिणाम (Positive Impact of Tourism on Cultural Factors)

अ) सांस्कृतिक वारसा आणि स्मारके जतन

६) पर्यटनाचे राजकीय घटकांवरील अनुकूल परिणाम (Positive Impact of Tourism on Political Factors)

अ) राजकीय शांतता ब) सर्व देशांशी सलोख्याचे संबंध क) आंतरराष्ट्रीय सामंजस्य ड) पर्यटनातून राष्ट्रीय एकात्मता

१) प्रस्तावना (Introduction)

एकविसाव्या शतकात झालेल्या पर्यटनाच्या विकासामुळे पर्यटनाचे खूप चांगले आणि वाईट परिणाम बघायला मिळतात. पर्यटनाचा परिणाम नैसर्गिक घटक, आर्थिक घटक, सामाजिक घटक; तसेच सांस्कृतिक घटकांवरही बघायला मिळतो. पर्यटनाच्या अतिरिक्त विकासामुळे सर्वच घटकांवर प्रतिकूल परिणाम होतात. पर्यटनामुळे पर्यटन क्षेत्राबरोबरच आजूबाजूच्या प्रदेशांचाही विकास होतो व काही अनुकूल परिणामसुद्धा होतात.

२) पर्यटनाचे आर्थिक घटकांवरील अनुकूल परिणाम (Positive Impact of Tourism on Economic Factors)

पर्यटनाचे आर्थिक घटकांवरील परिणाम प्रत्येक देशाच्या अर्थव्यवस्थेत महत्त्वाची भूमिका बजावतात. वर्ल्ड ट्रॅव्हल आणि टुरिझम काऊन्सिल (WTTC) यांनी केलेल्या अभ्यासानुसार पर्यटनाचा अर्थव्यवस्थेत खालीलपणे वाटा आहे -

i) ११ टक्के एकूण राष्ट्रीय उत्पन्नात वाढ

ii) दरवर्षी २० कोटी लोकांना नोकऱ्या

iii) देशाच्या ८ टक्के लोकसंख्या पर्यटन व्यवसायात

पर्यटनाचे आर्थिक परिणाम खालीलप्रमाणे -

अ) रोजगारनिर्मिती (Generation of Employment) : पर्यटन व्यवसायात मोठ्या प्रमाणात मनुष्यबळाची आवश्यकता असते. सर्व कामे व्यक्तींनाच करावी लागतात. यंत्रसामग्रीचा फारसा वापर केला जात नाही. पर्यटनातून निर्माण होणारे रोजगार हे कुशल, अकुशल तसेच व्यवस्थापकीय अशा सर्व प्रकारच्या लोकांसाठी असतात. हॉटेलमध्ये काम करणारे आचारी, वेटर्स, ऑर्केस्ट्रॉवाले, हाऊसकिपिंग सेवा पुरवणारे, ड्रायव्हर इ. कुशल कामगारांना रोजगार मिळतो. झाडू मारणारे, स्वच्छता ठेवणारे, माळी, वॉचमन, सुरक्षारक्षक, स्वयंपाकघरात कुकना मदत करणारे, सामान वाहून नेणारे, वाहतुकीशी संबंधित लोक इ. अकुशल कामगारांनाही रोजगार मिळतो. या व्यतिरिक्त उच्चशिक्षित असणाऱ्यांसाठी हिशोब ठेवणे, बिले बनवणे, मॅनेजर, सुपरवायझर इ. रोजगार उपलब्ध होतात. या व्यतिरिक्त हॉटेल्सना भाज्या, फळे, दूध इ. दैनंदिन वस्तू पुरवणारे, टॅक्सी सेवा पुरवणारे, फुले पुरवणारे, पडदे, सोफे, सजावटीसाठी शोभेच्या वस्तू इ. सेवा पुरवणाऱ्यांनासुद्धा मोठ्या प्रमाणात रोजगार मिळतात. अनेक ट्रॅव्हल एजन्सी, टूर ऑपरेटर, शीतपेये व दारू पुरवणारे कारखाने, फोटोग्राफर, डॉक्टर इ. सर्व पर्यटन उद्योगाशी संबंधित असणाऱ्या संस्था व व्यक्तींनासुद्धा अप्रत्यक्षरित्या रोजगार उपलब्ध होतात.

बऱ्याच देशात रोजगारीचा प्रश्न पर्यटनाचा विकास करूनच सोडवण्यात आला आहे. काही देशात किंवा प्रदेशात तर कारखानदारीपेक्षा जास्त रोजगार पर्यटनातून उपलब्ध झाला आहे. पर्यटनाचे वैशिष्ट्य म्हणजे पर्यटनातून निर्माण झालेला रोजगार स्थानिक लोकांना रोजगार उपलब्ध करून देतो. त्यामुळे स्थानिक आर्थिक विकासास चालना मिळते. नैसर्गिक संपत्तीचा अभाव असलेल्या काही प्रदेशात पर्यटन हाच आर्थिक परिस्थिती सुधारण्याचा मार्ग निवडला आहे. उदा. लास व्हेगास हे अमेरिकेच्या संयुक्त संस्थानातील महत्त्वाचे शहर आहे. ते शहर अत्यंत उष्ण व रुक्ष प्रदेशात आहे. त्यामुळे तेथे झाडे नाहीत व हवामानही पर्यटनास अनुकूल नाही. परंतु तेथे पर्यटकांसाठी खूप भव्य व उत्तम वास्तूशास्त्र वापरून बनवलेली आगळीवेगळी हॉटेल्स बांधली आहेत व प्रत्येक हॉटेलमध्ये पर्यटकांसाठी आकर्षण म्हणून शोज व कॅसिनो आहेत. प्रत्येक हॉटेल आतून बघणे, शोज बघणे व कॅसिनोत जुगार खेळणे यासाठी जगभरातून वर्षभर पर्यटकांचा ओघ असतो. गेंटिग हायलँड्स हेसुद्धा मलेशियातील पर्यटकांचे आवडते ठिकाण. येथे एका टेकडीवर ॲम्युजमेंट पार्क व हॉटेल्स बांधली आहेत. लोक करमणुकीसाठी, ॲम्युजमेंट पार्क, थीम पार्क इ. बघण्यासाठी अशा निर्जन असणाऱ्या टेकडीवर गर्दी करतात. भारतातील राजस्थान राज्यात बराचसा भाग वाळवंटाने व्यापला असतानाही पतंग महोत्सव, ऐतिहासिक व कलात्मक ठिकाणे यांच्यामुळे अनेक पर्यटक तेथे भेट देतात.

ब) राष्ट्रीय उत्पन्न (National Income) **:** पर्यटनामुळे राष्ट्रीय उत्पन्नात वाढ होतेच. काही देशात जेथे पर्यटन हाच महत्त्वाचा व्यवसाय आहे अशा देशात पर्यटनातून देशाच्या एकूण राष्ट्रीय उत्पन्नाच्या २५ टक्के उत्पन्न मिळते. पर्यटनामुळे वाहतूक, अन्नधान्य, भाजीपाला, फळे, पेये, फर्निचर, पडदे, स्टाफचे गणवेश, फुले इ. वस्तूंना वर्षभर मागणी असते. तसेच भाड्याच्या गाड्या देणाऱ्या कंपन्या, कपडे धुलाई करणाऱ्या लाँड्रिया, ऑर्केस्ट्रॉ कार्यक्रम सादर करणाऱ्या कंपन्या यांनाही काम मिळते. त्यामुळे निरनिराळ्या क्षेत्रातील उत्पादन व सेवा यांना चालना मिळते. त्यामुळे त्यांचा विकास होतो व राष्ट्रीय उत्पन्नात वाढ होते. व्हेल मासे बघण्यासाठी जपानमध्ये दरवर्षी पर्यटक येतात. त्यामधून जपानला ३३ कोटी डॉलर एवढे उत्पन्न मिळते.

क) परकीय चलनात वाढ (Increase in Foreign Exchange Earning) **:** प्रत्येक देशातून ज्या वस्तू निर्यात केल्या जातात त्यातून त्या देशाला परकीय चलन मिळते; परंतु पर्यटनामध्ये परदेशात वस्तू निर्यात न करता परदेशी पर्यटकांना पर्यटनस्थळी आकर्षित केले जाते व परदेशी पर्यटक पर्यटनस्थळी येतात व परकीय चलन खर्च करतात. हॉटेलमधील वास्तव्य, वाहतूक, जेवण, खाद्यपदार्थ सेवन, करमणूक, खरेदी इ. बाबींवर

परदेशी पर्यटक जेव्हा परकीय चलन खर्च करतात तेव्हा स्थानिक पर्यटन क्षेत्राला व त्या देशाला परकीय चलन मिळते. त्यामुळे परकीय चलनात वाढ हा पर्यटनाचा सर्वांत मोठा फायदा आहे. स्पेन, पोर्तुगाल, इटली, ऑस्ट्रिया इ. देशात परकीय चलनात पर्यटनाचा मोठा वाटा आहे.

आंतरराष्ट्रीय देवघेवीच्या समतोलावर पर्यटनाचा मोठा परिणाम होतो. जर एखाद्या देशाला मिळणारे परकीय चलन त्यांनी वस्तू आयात करण्यासाठी खर्च केलेल्या परकीय चलनापेक्षा जास्त असेल तर त्याला अनुकूल देवघेवीचा समतोल म्हणतात; पण जर एखाद्या देशाला निर्यातीतून मिळणारे परकीय चलन हे त्या देशाने वस्तू आयात करण्यासाठी खर्च केलेल्या परकीय चलनापेक्षा कमी असेल, तर त्याला प्रतिकूल देवघेवीचा समतोल म्हणतात. स्पेन, फ्रान्स, पोर्तुगाल, पनामा, मेक्सिको, ऑस्ट्रिया व युगोस्लाव्हिया या देशांचा अनुकूल देवघेवीचा समतोल पर्यटनामुळे असतो; परंतु संयुक्त संस्थाने, जर्मनी व ग्रेट ब्रिटन हे विकसनशील देश असले तरी त्यांचा देवघेवीचा समतोल प्रतिकूल असतो.

ड) अदृश्य निर्यात (Invisible Export) **:** एखादा देश जेव्हा निर्यात करतो तेव्हा त्या देशाला आपल्या देशातील वस्तू दुसऱ्या देशात पाठवाव्या लागतात; त्याच्या बदल्यात परकीय चलन मिळते. पर्यटन हा असा एक निर्यात व्यापार आहे की, ज्यात वस्तू दुसऱ्या देशात पाठवाव्या लागत नाहीत तर परदेशी पर्यटक आपल्या देशात येऊन वस्तूंची खरेदी करतात व देशाला परकीय चलन मिळते. त्यामुळे पर्यटन उद्योगाला अदृश्य निर्यात म्हणतात. जेवढे अधिक आंतरराष्ट्रीय पर्यटक येतील तेवढी 'अदृश्य निर्यात' वाढते.

प्रत्येक देशात पारंपरिक कौशल्यानुसार हस्तकलेच्या वस्तू बनतात. त्यातून त्या देशाची पारंपरिक कलाकुसर दिसते. अशा वस्तूंची निर्मिती प्रत्येक देशात होत नाही कारण त्या कलाकुसरीच्या व वेगळ्या स्वरूपाच्या हस्तकलेच्या वस्तू बनवणारे व पिढान्‌पिढ्या ती कला जपणारे कलाकार फक्त त्याच देशात असतात. त्यामुळे लोकांचा पर्यटनस्थळी खरेदी करण्याचा कल असतो. जपानचे कृत्रिम मोती, इराणचे गालिचे, फ्रान्समधील अत्तर, चीनमधील रेशमी कापड, बाली येथील बाटिक पेंटिंग केलेले कपडे, चीनमधील शोभिवंत मातीची भांडी, थायलंडमधील खास सागवान व शिसव यापासून बनवलेल्या शोभेच्या वस्तू, रेशमी कापड, मॉरिशसमधील वेत व गवतापासून बनवलेल्या वस्तू, नेपाळच्या टोप्या, सौदी अरेबियातील अत्तर इ. वस्तू परदेशी पर्यटकांना मोहात पाडतात व पर्यटक त्या खरेदी करतात.

भारतातील सर्व राज्यात खूप विविधता असल्याने भारताइतक्या हस्तकलेच्या वस्तू तर जगाच्या पाठीवर क्वचितच बघायला मिळतील. भारतात तर संगमरवरावर, लाकडावर,

चांदीवर कोरीवकाम केलेल्या वस्तू, चार विविध प्रकारचे रेशीम वापरून बनवलेल्या साड्या, गालिचे, धातू व चिनीमातीची शोभिवंत भांडी, मडकी, फुलदाण्या, बांबूच्या वस्तू, तऱ्हेतऱ्हेचे दागिने, शाली, कशिदा काढलेले कापड, शंखशिंपले व कवड्यांपासून बनवलेल्या वस्तू इ. विविधता आहे. त्यामुळे परदेशी पर्यटक तर भारतातल्या प्रत्येक राज्यात खरेदी करतात. उदा. राजस्थानच्या लाखेच्या व खड्या मोत्यांनी सजवलेल्या बांगड्या, कर्नाटकातील चंदनाच्या लाकडावर कोरीव काम करून बनवलेले रथ, गणपती, केरळातील नारळाच्या शेंड्यांचा वापर करून बनवलेल्या वस्तू, ओरिसातील कटक येथील चांदीवर बारीक नक्षीदार जाळी करून बनवलेल्या अत्तरदाण्या, उत्तर प्रदेशातील धातूची भांडी, आंध्रप्रदेशातील बद्रीकाम करून बनवलेल्या वस्तू इ.

सध्या भारतातील अनेक नागरिक अमेरिका व युरोपातील देशांत स्थायिक झाले आहेत; परंतु त्यांनी त्यांची तेथील घरे भारतातील शोभेच्या व कलाकुसरीच्या वस्तू नेऊन सजवलीत. त्यांना स्वतःच्या देशातील वस्तूंबद्दल अभिमान असतो व त्यांचे राहणीमान उच्च असल्याने महागड्या वस्तू खरेदी करणे त्यांना शक्य होते. त्यामुळे हे परदेशी भारतीय जेव्हा भारतात येतात तेव्हा हस्तिदंती वस्तू, शाली, पैठणी, कोल्हापुरी चपला, बांबूच्या वस्तू इ. खरेदी करतात. भारतीय रेशमी कपडे तर आवर्जून खरेदी केले जातात व ते तेथे सणसमारंभांना परिधान केले जातात. त्यामुळे या परदेशी भारतीयांकडूनही परकीय चलन मिळते व आपल्या वस्तू परदेशात गेल्याने त्यांना प्रसिद्धी मिळते व परदेशी पर्यटक भारतात आल्यावर त्या खरेदी करतात. अशा कलात्मक वस्तू त्यांना त्यांच्या देशात मिळत नाहीत त्यामुळे त्यांना त्याचे आकर्षण असते.

पर्यटकांमध्ये प्रचलित असणारी सवय म्हणजे परदेशी पर्यटनाला गेल्यावर तेथील ठिकाणाची स्मृती म्हणून स्मृतिचिन्ह विकत घेणे. पर्यटकांना अशा वस्तू घरी नेऊन संग्रह करायला आवडते. बऱ्याच पर्यटनस्थळी अशी स्मृतीचिन्हे विकायला असतात. भारतात ताजमहाल, अमेरिकेत स्वातंत्र्यदेवतेचा पुतळा, फ्रान्समधील(पॅरिसचे) आयफेल टॉवर, इटलीतील पिसाचा झुलता मनोरा, नेदरलँडची पवनचक्की (Wind Mill) चीनचा ड्रॅगन, जपानमधील मोत्यापासून बनवलेली बुद्धदेवतेची प्रतिमा, इजिप्तमधील पिरॅमिड इ. च्या प्रतिकृती त्या त्या पर्यटनस्थळी विकायला असतात. काही पर्यटक आपले मित्र, नातेवाईक, स्नेही इ. ना भेट देण्यासाठीसुद्धा स्मृतिचिन्हे विकत घेतात व पर्यटनस्थळी परदेशी चलनाची गंगाजळी जमा होते.

विकसनशील देशांना अदृश्य व्यापाराचा सर्वाधिक फायदा होतो; कारण या कलाकुसरीच्या वस्तू विकसनशील देशातच बनतात, विकसित देशात कलाकारांअभावी बनत नाहीत. तसेच विकसित देशातील लोकांचे राहणीमान उच्च असल्याने ते महागड्या

वस्तूसुद्धा खरेदी करू शकतात. त्यामुळे युरोपीय देश, संयुक्त संस्थाने, कॅनडा, जपान, ऑस्ट्रेलिया इ. देशातील पर्यटक प्रत्येक पर्यटनस्थळी म्हणेल त्या किमतीला वस्तू खरेदी करतात, त्यामुळे विकसनशील देशांना बसल्या जागी परदेशी चलन मिळते.

इ) कररूपाने उत्पन्न (Income by Taxes) **:** पर्यटनाच्या ठिकाणी सरकारला कररूपाने उत्पन्न मिळते. हॉटेल, रेस्टारंट्स, दारू, डान्सबार, कॅसिनो, दुकाने, वाहतूक सेवा इ. बाबींवर कर भरणे अनिवार्य असल्याने कररूपाने सरकारदप्तरी मोठी रक्कम जमा होते.

ई) पायाभूत सुविधांचा विकास (Development of Infrastructure) : कुठल्याही देशात पर्यटनाचा विकास करायचा असेल तर लोहमार्ग, रस्ते, विमानसेवा, बसस्थानके, बससेवा, विमानतळ, रेल्वे स्टेशन तसेच पाणी, वीज, सांडपाण्याचा निचरा इ. चा विकास करून त्याच्या स्वच्छतेची व व्यस्थापनाची काळजी घ्यावी लागते. पर्यटन क्षेत्राच्या ठिकाणी निवासव्यवस्था फारच महत्त्वाची असते. त्यावरून पर्यटक पर्यटनक्षेत्री जायचे किंवा नाही, तसेच किती दिवस जायचे ते ठरवतात. या व्यतिरिक्त दुकाने, बगिचे, नौकानयन, टूर गाईड, स्थानिक वाहतूक व्यवस्था इ. सोयीसुद्धा पर्यटक विचारात घेतात. परदेशी पर्यटकांसाठी तर सर्व उत्तम दर्जाच्या सोयींचा विकास करणे आवश्यक ठरते. त्यामुळे या सुविधा पुरवण्यासाठी विकासयोजना राबवल्या जातात व पर्यटकांबरोबर स्थानिक विकासही घडतो. स्थानिक लोकांना काम मिळते, लहानमोठ्या व्यावसायिकांचा विकास होतो; त्यांच्या व्यवसायातून सरकारला कररूपाने उत्पन्न मिळते. उदा. हॉटेल, मद्यपान बार इ. मधून सरकारला मोठ्या प्रमाणात करसंकलन करता येते.

या सुविधांचा विकास करण्यासाठी भांडवली गुंतवणूक केली जाते व आजूबाजूच्या पर्यटनस्थळांचा विकास होतो. पायाभूत सेवेत गुंतवणूक केली तर पर्यटक वाढल्याने मोठ्या प्रमाणात उत्पन्नही मिळते व आर्थिक विकासास चालना मिळते. उदा. सिक्कीमची राजधानी गंगटोक, तसेच पश्चिम बंगालच्या उत्तर टोकाला असणारे दार्जिलिंग ही ठिकाणे खूप दूर असल्याने व तेथे जाण्यास सुगमता नसल्याने तेथे जाणाऱ्या पर्यटकांची संख्या कमी होती; पण बागडोगरा विमानतळाचा विकास झाल्याने गंगटोक व दार्जिलिंग येथे बागडोगराव विमानतळावरून टॅक्सीने जाणे सोपे झाले आहे व परदेशी पर्यटकांची सोय झाली. कोकणरेल्वेमुळे कोकणातील रत्नागिरी, गुहागर, मालवण, गणपतीपुळे इ. पर्यटनस्थळी जाण्याची सुविधा झालीच; परंतु रेल्वेवाहतूक सुरू झाल्यामुळे कारखानदारीचा विकास होऊ लागला आहे. कोकणात रेल्वे नसल्याने उद्योगांचा विकास झाला नव्हता, कोकणात खूप बेकारी होती, गरिबी होती पण आता उद्योगांचा विकास होत आहे व स्थानिक लोकांना रोजगार मिळत आहे. पर्यटन वाढल्याने पर्यटन व्यवसायातून उपलब्ध होणारे भांडवल कोकणाच्या विकासासाठी वापरता येते.

उ) प्रादेशिक विकास (Regional Development) **:** पर्यटनामुळे पायाभूत सेवांचा विकास तर होतोच, पण त्याचबरोबर आजूबाजूच्या प्रदेशाचा विकास होतो. पर्यटन क्षेत्रात पायाभूत सेवांचा विकास झाल्यावर पर्यटकांची संख्या वाढते, त्यामुळे पर्यटनक्षेत्री भरपूर उत्पन्न मिळते. या उत्पन्नातून आजूबाजूच्या प्रदेशाचा विकास केला जातो. त्यामुळे देशातील अविकसित प्रदेशात पर्यटनाचा विकास करून मिळालेले उत्पन्न त्या प्रदेशाचा विकास करण्यासाठी वापरले जाते. भारतातील अरुणाचल प्रदेश, त्रिपुरा, मणिपूर, आसाम येथील पर्यटन व्यवसायाकडे अधिक लक्ष दिले जात आहे; कारण या राज्याभोवतालीचा प्रदेश म्हणजे ईशान्य भारत हा तुलनात्मकदृष्ट्या मागासलेलाच आहे. त्यामुळे ईशान्य भारताचा विकास करण्यासाठी पर्यटन व्यवसाय वाढवला जात आहे.

३) पर्यटनाचे पर्यावरणावरील अनुकूल परिणाम (Positive Impact of Tourism on Environment)

अ) वन्यप्राण्यांचे संवर्धन (Conservation of Wild Life) : पर्यटनासाठी राष्ट्रीय उद्याने, अभयारण्ये यांचा विकास झाल्याने वन्यप्राणी व नैसर्गिक वनस्पती यांचे संरक्षण होते. वन्यप्राण्यांचे संवर्धन करणे हाच राष्ट्रीय उद्याने व अभयारण्यांचा उद्देश असल्याने शिकारीला बंदी, प्राण्यांना ध्वनीप्रदूषणाचा त्रास होऊ नये म्हणून काळजी घेणे, त्यांच्या प्रजननासाठी विशेष काळजी घेणे, त्यांना पोषक पर्यावरण निर्माण करणे, त्यांचे अधिवास जतन करणे इ. प्रकारे वन्यप्राण्यांची काळजी घेऊन त्यांचे संवर्धन केले जाते. जनावरांना त्रास देणे, चिडवणे, त्यांच्या वसतिस्थानाचे नुकसान करणे यावर दंडात्मक कारवाई केली जाते. जनावरांचे डॉक्टर त्यांची पूर्ण काळजी घेतात.

काही वन्यजीव नामशेष होण्याच्या मार्गावर असतात तेव्हा काळजीपूर्वक राबवलेला प्रजनन कार्यक्रम, त्यांची संख्या वाढवण्यास व निरोगी वन्यजीव तयार करण्यासाठी उपयोगी पडतो. प्रजनन काळात प्राण्यांची योग्य काळजी घेऊन, नवजात वन्यजीवांचे उत्तमरीत्या संगोपन करणे हे सुद्धा प्रजनन प्रकल्पात केले जाते. मद्रास मगर ट्रस्ट पेढीने नामशेष होणाऱ्या मगरींच्या प्रजातींसाठी मगर प्रजनन कार्यक्रम हाती घेतला आहे. या कार्यक्रमात मगरींच्या प्रजननाची पूर्ण काळजी घेतली जाते, त्यामुळे नैसर्गिक वसतिस्थानात केवळ एकच अंडे देणाऱ्या मगरी या प्रकल्पात तयार केलेल्या वसतिस्थानात मात्र दोन अंडी देऊ लागल्या. केवळ पाच वर्षांत तेथील दहा मगरींची संख्या ८५०० वर गेली.

सध्या भारतात वीस व्याघ्र प्रकल्प तसेच हत्ती प्रकल्प, हंगुळ प्रकल्प, कस्तुरीमृग प्रकल्प, सैबेरियन क्रौंच प्रकल्प इ. प्रकल्प राबवण्यात येत आहेत.

मध्य आफ्रिकेत खांडा येथील राष्ट्रीय उद्यानात गोरिलांवर संकट आले होते. त्यांच्या मांसासाठी शिकार केली जात होती. त्यांच्या वेगवेगळ्या अवयवांची निर्यात केली जात

होती व लोक खूप पैसे मिळवत होते; त्यामुळे गोरिलांचे प्रमाण कमी होऊन पर्यटकांची संख्या कमी झाली. त्यामुळे 'गोरिला प्रोजेक्ट' राबवून त्यांचे संवर्धन करण्यात आले.

ब) शहरांचे सुशोभीकरण (Beautification of Cities) **:** पर्यटक मोठ्या संख्येने यावेत म्हणून बऱ्याच शहरांचे सुशोभीकरण करण्यात येते. कचराकुंड्या काढून टाकणे, बागा तयार करणे, कारंजी तयार करणे, चौकांमध्ये पुतळे बांधून सुशोभित करणे इ. प्रकारे त्या शहराचे पर्यावरण सुधारून, शहर सुंदर दिसावे यासाठी प्रयत्न केला जातो. पर्यटनातून राष्ट्रीय उत्पन्न वाढत असल्याने तसेच परकीय चलन मिळत असल्याने सरकारही शहराच्या सुशोभीकरणासाठी निधी पुरवते. त्यामुळे त्या शहराची आंतरराष्ट्रीय स्तरावर प्रतिमा उजळली जाते. त्या शहराला जागतिक स्तरावर प्रसिद्धी मिळते.

४) पर्यटनाचे सामाजिक घटकांवरील अनुकूल परिणाम (Positive Impact of Tourism on Social Factors)

अ) जागतिक सामाजिक ऐक्य (World Social Unity) **:** पर्यटनामुळे विविध धर्म, जाती, संस्कृती, भाषा असणारे लोक एकत्र येतात. त्यांच्यात विचारांची देवाणघेवाण होते. स्थानिक, राष्ट्रीय व आंतरराष्ट्रीय पातळीवरील प्रश्नांवर चर्चा घडून येतात. मते व्यक्त केली जातात. विविध क्रीडास्पर्धांचे आयोजन जगातील विविध देशांमध्ये वर्षभर होतच असते. वर्ल्ड कप क्रिकेट, फूटबॉल स्पर्धा, विम्बल्डन, फ्रेंच ओपन, अमेरिकन ओपन, आशियाई क्रीडास्पर्धा या निमित्ताने लोक विविध देशांना जातात व तेथील पर्यटनस्थळांना भेटी देतात. त्यामुळे अनेक देशांचे लोक एकत्र येतात. एकमेकांचे निरीक्षण करतात, नवीन गोष्टी जाणून घेतात, समस्यांची चर्चा करतात, एकमेकांकडून चांगल्या गोष्टी शिकण्यास उत्तेजन मिळते व सर्वांत महत्त्वाचे म्हणजे सामाजिक ऐक्य निर्माण होते.

ब) भाषेचा विकास (Development of Languages) **:** पर्यटनस्थळी विविध राज्यातून आणि विविध देशातून लोक येतात, त्यांच्या भाषा वेगवेगळ्या असतात; पण स्थानिक लोक पर्यटकांची भाषा शिकण्याचा प्रयत्न करतात तर पर्यटकही स्थानिक भाषेतील काही नेहमी वापरले जाणारे शब्द शिकून घेतात. उदा. बरेच युरोप व अमेरिकेतील लोक 'नमस्कार', 'छान आहे' हे शब्द शिकतात व वापरतात.

स्थानिक लोकही पर्यटकांचे शब्द त्यांच्याशी बोलताना वापरून पर्यटकांना आनंद मिळवून देतात. अनेक ग्रामीण भागात काम करणारे टुरिस्ट गाईड किंवा परदेशी गिर्यारोहकांना वाट दाखवणारे टुरिस्ट गाईड सॅक, टेन्ट, हायकींग, ट्रेकींग, रिव्हर राफ्टिंगइ. इंग्रजी शब्द वापरतात. अेक पर्यटनस्थळी परदेशी पर्यटक जेव्हा खरेदीला जातात तेव्हा त्यांनी खरेदी केल्यावर अगदी अशिक्षित दुकानदार 'थँक्यू' म्हणतोच. महाराष्ट्रातील

पर्यटक जेव्हा गुजरात, राजस्थान, दिल्ली येथे जातात तेव्हा तेथील दुकानदार दोन-चार मराठी शब्द वापरून ग्राहकाला खूश करतात. पर्यटनामुळे स्थानिक लोकांच्या तसेच पर्यटकांच्याही नव्या भाषेतील शब्दांचा विकास होतो.

क) नवीन वस्तीचा विकास (Development of New Settlements) : एखाद्या नैसर्गिक सौंदर्य असणाऱ्या ठिकाणी पर्यटक वारंवार भेट देऊ लागल्यावर तेथे पर्यटकांना सुविधा पुरवण्यासाठी लोकवस्ती वाढू लागते व वस्तीचा विकास होतो. लोणावळ्याच्या बाजूला असलेले किल्ले, डोंगर, झरे, धबधबे, डोंगरउतारावरची झाडी, हिरवळ इ. सुंदर देखावा बघायला लोक सकाळी येऊन संध्याकाळी जात; पण आता तेथे लोक मुक्कामाला येत असतात. त्यामुळे हॉटेल्स, सॅनिटोरियम्स विकसित झाली व लोणावळा शहराचा विकास झाला. ब्रिटिश लोक भारतावर राज्य करत होते तेव्हा उन्हाळा असह्य झाल्याने ते उन्हाळ्यात सिमला, कुलू-मनाली, दार्जिलिंग, मसुरी इ. ठिकाणी १-२ महिने रहायला जात. तेथे त्यांनी स्वतःचे बंगले बांधले होते; पण आज सिमला, कुलू-मनाली, मसुरी, दार्जिलिंग येथे लोकवस्ती वाढून ही शहरेच झाली आहेत.

५) पर्यटनाचे सांस्कृतिक घटकावरील अनुकूल परिणाम (Positive Impact of Tourism on Cultural Factors)

अ) सांस्कृतिक वारसा आणि स्मारके जतन (Cultural Heritage / Monuments Conservation) : प्रत्येक देशात सांस्कृतिक वारसा असणारी किंवा इतिहास दर्शवणारी पर्यटनस्थळे असतात व त्यातून देशाची संस्कृती प्रतीत होत असते. त्यामुळे अशी पर्यटनस्थळे बघण्यासाठी जगभरातून पर्यटक येतात. पर्यटकांनी आपला सांस्कृतिक वारसा जतन करणाऱ्या किंवा ऐतिहासिक वास्तूबद्दल चांगली इमेज मनात घेऊन जावी व इतर देशातही त्या स्थळांची ख्याती पोहोचावी म्हणून ही पर्यटनस्थळे स्वच्छ ठेवण्याचा व त्याच्या आजूबाजूच्या परिसराची निगा राखण्याचा सर्व देश प्रयत्न करतात. भारताचा सांस्कृतिक वारसा आग्रा येथील ताजमहाल याच्या समोर जी बाग आहे तिची योग्य निगा राखली जाते, बागेत साफसफाई रोज केली जाते. कारंजी व दिवे व्यवस्थित चालतात याची दक्षता घेतली जाते. महाराष्ट्रातील बऱ्याच ऐतिहासिक किल्ल्यांवर पर्यटनाला अनुकूल सोई-सुविधा वाढवण्यासाठी व ते सुशोभित करण्यासाठी महाराष्ट्र सरकारने निधी मंजूर केला आहे. पुण्याजवळील सिंहगड किल्ला, रायगड जिल्ह्यातील कर्नाळा किल्ला येथे प्लॅस्टिक बाटल्या व इतर कचरा टाकण्यास बंदी केली आहे व कचरा केल्यास दंड भरावा लागतो. सांस्कृतिक वारसा जतन करणारी व ऐतिहासिक ठिकाणे येथे पर्यटक जात असल्यामुळेच त्यांचे जतन केले जाते.

६) पर्यटनाचे राजकीय घटकांवरील अनुकूल परिणाम (Positive Impact of Tourism on Political Factors)

अ) राजकीय शांतता (Political Peace) : पर्यटनस्थळी व एकूणच देशात शांतता असेल तरच पर्यटक मोठ्या संख्येने येतात. पर्यटनस्थळी किंवा देशातील इतर ठिकाणी राजकीय अस्थिरता किंवा संघर्षाची स्थिती असल्यास दंगली, मोर्चे, बंद इ. प्रकाराला घाबरून पर्यटक त्या स्थळांकडे पाठ फिरवतात. त्यामुळे शक्यतो देशात राजकीय शांतता व स्थैर्य ठेवण्याचा प्रत्येक देशाचा प्रयत्न असतो. उदाहरणार्थ, दहा वर्षांपूर्वी जम्मू-काश्मीर राज्यात अतिरेकी हल्ले सतत होत असत त्यामुळे जम्मू-काश्मीर हे भारताचे नंदनवन असूनही देशातील व परदेशातील पर्यटकांची संख्या इतकी कमी झाली होती की, जवळजवळ पर्यटन व्यवसाय बंदच पडला होता; पण गेल्या दहा वर्षांपासून दहशतवाद कमी झाल्याने पुन्हा पर्यटनाला चालना मिळाली आहे व सध्या काश्मीरमधील पर्यटकांची संख्या वाढली आहे. पर्यटनावर विपरीत परिणाम होऊ नये म्हणून सर्वच देशात राजकीय शांतता व स्थैर्य राखण्याचे प्रयत्न केले जातात.

ब) सर्व देशांशी सलोख्याचे संबंध (Friendly Relations with all Countries) : प्रत्येक देश हा पर्यटनासाठी दुसऱ्या देशावर अवलंबून असतो, तरच परकीय चलन मिळू शकते. त्यामुळे प्रत्येक देश इतर देशांशी सलोख्याचे संबंध ठेवण्याचा प्रयत्न करतो. जर दोन देशांत सलोख्याचे संबंध नसतील किंवा तणावाचे संबंध असतील तर संबंधित देशाचे पर्यटक त्या देशांमध्ये जाण्याचे टाळतात. भारत व पाकिस्तान या दोन्ही देशांतील संबंध नेहमीच तणावाचे असल्याने भारताचे पर्यटक पाकिस्तानात किंवा पाकिस्तानचे पर्यटक भारतात जात नाहीत. त्यामुळे पर्यटन वाढावे म्हणून प्रत्येक देश जगातील सर्व देशांशी सलोख्याचे संबंध ठेवण्याचा जाणीवपूर्वक प्रयत्न करतात.

क) आंतरराष्ट्रीय सामंजस्य (International Co-ordination) : पर्यटनासाठी लोक जेव्हा वेगवेगळ्या देशात जातात तेव्हा ते त्या देशातील संस्कृती, रूढी, परंपरा, संस्कार, जीवनपद्धती, ऐतिहासिक पार्श्वभूमी इ. समजून घेतात. ते एकमेकांच्या संस्कृतीचा मान राखतात. ते ज्या देशात जातात तेथील धर्माचा आदर करतात. लोक सांस्कृतिक महोत्सव, सण-समारंभांना जातात तेव्हा दुसऱ्या देशातील संस्कृतीचा त्यांना जवळून परिचय होतो. काही पर्यटक तर दुसऱ्या देशातील कला म्हणजे नृत्य, गायन-वादन इ. शिकतात व आपल्या देशात जाऊन शिकवतात. त्यामुळे परस्परांबद्दल आदर निर्माण होतो. लोक सकारात्मक दृष्टीने दुसऱ्या देशाची संस्कृती व धर्म याकडे बघू लागतात. एकमेकांमध्ये विचारांची व संस्कारांची देवाणघेवाण होते व सामंजस्याची भावना वाढीस लागते.

महाराष्ट्रात गणेशोत्सवातील आरास बघण्यासाठी, पुण्यातील भव्यदिव्य गणेशोत्सव अनुभवण्यासाठी; म्हैसूरचा शाही दसरा अनुभवण्यासाठी; राजस्थानातील पतंग महोत्सवाची मौज लुटण्यासाठी; दहीहंडीची मजा अनुभवण्यासाठी अनेक पर्यटक युरोप, अमेरिका, चीन, जपान येथून भारतात येतात, ते केवळ आंतरराष्ट्रीय सामंजस्यामुळेच.

ड) पर्यटनातून राष्ट्रीय एकात्मता (National Unity through Tourism) : पर्यटनाच्या विकासामुळे जागतिक सामाजिक ऐक्य तर निर्माण होतेच; पण राष्ट्रीय एकात्मतेचासुद्धा विकास होतो जो राष्ट्राच्या प्रगतीसाठी व राष्ट्रात शांती, सुख प्रस्थापित होण्यासाठी आवश्यक असतो. भारतात तर अनेक धर्म, जात, वंशाचे लोक आहेत तसे जगातील अनेक देशातही भिन्न वंशाचे, धर्माचे, जातीचे लोक आहेत. या विविध जाती, धर्माच्या लोकांमधील वंशभेद, वर्णभेद, द्वेष या भावना नष्ट होऊन एकात्मता वाढण्यास निश्चितच पर्यटनाची मदत झाली आहे.

पर्यटनस्थळी येणारा पर्यटक हा तेथील स्थानिक जनतेसाठी देवच असतो. 'अतिथी देवो भव!' या भावनेने त्यांची सोय बघितली जाते, त्यांचे वास्तव्य सुखद व्हावे, त्याने परत या पर्यटनस्थळी यावे, त्याने आपल्या पर्यटनस्थळाची माहिती व कौतुक चार लोकांपर्यंत पोहोचवून, प्रसिद्धी मिळवून द्यावी या हेतूने स्थानिक लोक पर्यटकांना जास्तीत जास्त चांगली सेवा देतात. त्यांच्याशी अत्यंत नम्रतेने वागतात व पर्यटकांना खूश ठेवतात. त्यामुळे पर्यटनस्थळी असणारे हॉटेल चालक, वाहतूक सेवा पुरवणारे, गाईड, हॉटेलमधील कर्मचारी, दुकानदार, विक्रेते इ. कोणत्याही जातीधर्माचे असले तरी प्रेमाने वागतात. पर्यटकही त्यांच्याबद्दल जातीधर्माचा आकस न ठेवता त्यांच्या सेवांचा उपभोग घेतात; एवढेच नव्हे तर त्यांच्या चालीरिती, धर्माची तत्त्वे, पर्यटनस्थळांचा इतिहास, खाद्यपदार्थांची वैशिष्ट्ये इ. जाणून घेण्यात रस दाखवतात. त्यामुळे देशाच्या कोणत्याही कोपऱ्यातून आलेल्या पर्यटकांचे पर्यटनस्थळी सौदार्हाचे, जिव्हाळ्याचे संबंध प्रस्थापित होतात. पर्यटकांना मिळालेल्या उत्तम सेवेमुळे भारावून काही पर्यटक तर स्थानिक लोकांना आपल्या शहरात, घरी येण्याचे निमंत्रणही देतात, अशा प्रकारे राष्ट्रीय एकात्मता वाढते.

भारतातील हिंदू पर्यटक अजमेरचा दर्गा, दिल्लीची जामा मशीद, गोव्यातील चर्चेस, गया येथील स्तुप, शीख लोकांचे सुवर्ण मंदिर, नांदेडचा सचखंड, गुरुद्वारा येथे आवर्जून व कौतुकाने भेटी देतात. एरवी भारतातल्या हिंदूना मुसलमानांबद्दल व मुसलमानांना हिंदूंबद्दल मनात आकस असूनही जम्मू-काश्मीर राज्यात पर्यटनाला गेल्यावर तेथील मुसलमान पर्यटकांचे उत्तम आदरातिथ्य करतात व सन्मानाने प्रेमाने वागवतात. गोव्यावर पोर्तुगीजांनी राज्य केल्याने गोव्यातील ख्रिश्चन जनतेच्या मनात गोवा स्वतंत्र झाल्यावर सुरुवातीच्या वर्षात भारतीयांबद्दल खूप अढी होती; पण आता गोव्यात पर्यटनाचा खूप

विकास झाल्याने गोव्यात भारतातील सर्व राज्यातील पर्यटकांना उत्तम वागणूक मिळते व ही सामंजस्याची भावना केवळ गोव्याच्या पर्यटनाचा विकास झाल्यामुळेच झाली आहे.

सराव प्रश्न

१) पर्यटनाचे देशी व परदेशी अर्थव्यवस्थेवरील अनुकूल परिणाम स्पष्ट करा.

२) पर्यावरणीय घटकावर होणारे पर्यटनाचे अनुकूल परिणाम स्पष्ट करा.

३) पर्यटनाच्या सामाजिक घटकांवरील अनुकूल परिणामांचा आढावा घ्या.

४) पर्यटनाचे सांस्कृतिक घटकांवरील अनुकूल परिणाम विशद करा.

५) पर्यटनाचे राजकीय घटकांवरील अनुकूल परिणामांचे विश्लेषण करा.

६) टिपा लिहा -

अ) पर्यटन व राष्ट्रीय उत्पन्न

ब) पर्यटन एक अदृश्य निर्यात

क) पर्यटन आणि परकीय चलन

ड) पर्यटन व रोजगार

इ) पर्यटन व विकास

फ) पर्यटन व वन्यप्राणी संवर्धन

ग) पर्यटन व राजकीय शांतता

ह) पर्यटन व आंतरराष्ट्रीय सांमजस्य

१२ | पर्यटनाचे प्रतिकूल परिणाम

(Negative Impacts of Tourism)

१) प्रस्तावना (Introduction)

२) पर्यटनाचे नैसर्गिक घटकांवर होणारे प्रतिकूल परिणाम (Negative Impact of Tourism on Natural Factors)

   अ) वन्य प्राणी जीवनावर व त्यांच्या अधिवासावर होणारा परिणाम

   ब) नैसर्गिक वनस्पतींचा ऱ्हास

   क) पर्यटनाचा भूरुपांवर होणारा

   ड) समुद्रकिनारा व समुद्री जीवांवर होणारे परिणाम

   इ) बेटांवर होणारे परिणाम

   ई) पर्यावरणीय प्रदूषण – वायू प्रदूषण, जल प्रदूषण, ध्वनी प्रदूषण

   उ) सौंदर्याचे प्रदूषण

३) पर्यटनाचे सामाजिक घटकांवरील प्रतिकूल परिणाम (Negative Impact of Tourism on Social Environment)

   अ) स्थानिक लोक व पर्यटक यांच्या राहणीमानातील तुलना

   ब) गुन्हेगारी व समाजविघातक वृत्ती

   क) मद्यपी व अमली पदार्थांच्या अमलाखालील लोकांचा त्रास

   ड) बालमजुरांची समस्या

   इ) स्थानिक लोकांशी मतभेद व संघर्ष

४) पर्यटनाचे सांस्कृतिक घटकांवरील प्रतिकूल परिणाम (Negative Impact of Tourism on Cultural Factors)

   अ) पारंपरिक कलांचे व्यापारीकरण

ब) संस्कृतीचे प्रदूषण

क) सांस्कृतिक संभ्रमावस्था

ड) नितिमत्तेचा ऱ्हास

५) **पर्यटनाचे आर्थिक घटकांवरील विपरित परिणाम** (Negative Impact of Tourism on Economic Factors)

अ) जमिनीच्या वापरातील बदल

ब) स्थानिक लोकांचे विस्थापन

क) जमिनीच्या किमतीत अवाजवी वाढ

ड) ऋतूमानानुसार पर्यटन

इ) उत्पन्नाची गळती व तात्पुरत्या नोकऱ्या

---

१) प्रस्तावना (Introduction)

एखाद्या ठिकाणी पर्यटन व्यवसाय सुरू झाला की, देश-विदेशातील पर्यटक तेथे आकृष्ट होतात. बरीचशी पर्यटनस्थळे अनुकूल नैसर्गिक घटकांमुळे म्हणजे सुंदर हिरवेगार डोंगर, विस्तीर्ण समुद्रकिनारा, दाट जंगल, अभयारण्ये, राष्ट्रीय उद्याने, सुंदर बेटे, वन्यप्राणी जीवन, उत्कृष्ट हवामान इ. मुळे विकसित होतात. पण जेव्हा पर्यटनस्थळे प्रसिद्ध झाल्याने पर्यटकांची संख्या खूप वाढते तेव्हा अनुकूल नैसर्गिक घटकांवर ताण पडू लागतो व त्यांच्यावर प्रतिकूल परिणाम होतात. तसेच सामाजिक, सांस्कृतिक व आर्थिक घटकांवरही प्रतिकूल परिणाम होऊ लागतो. त्यांची घडी विस्कटते व स्वास्थ्य हरपते.

२) पर्यटनाचे नैसर्गिक घटकांवर होणारे प्रतिकूल परिणाम (Negative Impact of Tourism on Natural Environment)

अ) वन्य प्राणी जीवनावर व त्यांच्या अधिवासावर होणारे परिणाम (Impact on Wild Animals and their Habitat) : नैसर्गिक वातावरणात फिरणारे वन्य प्राणी बघणे, हा पर्यटकांचा आवडता छंद आहे. त्यामुळे अभयारण्ये, राष्ट्रीय उद्याने, जंगले इ. ठिकाणी पर्यटक मोठ्या संख्येने गर्दी करतात. त्यामुळे वन्य प्राणी जीवनावर विपरीत परिणाम होतात. त्यांच्या अधिवासात पर्यटकांचा वावर वाढल्याने शांतताभंग, सुव्यवस्थाभंग होऊन त्यांच्या जीवनात अस्वस्थता निर्माण होते -

वन्य प्राणी जीवनावर पर्यटनाचे प्रतिकूल परिणाम खालील कारणांमुळे होतात -

i) शिकारक्षेत्र मर्यादित (Limitation on Hunting Area) : राष्ट्रीय उद्याने किंवा अभयारण्यात कुंपण घातलेले असते; तसेच त्यात शिकारक्षेत्र, पर्यटकांना फिरण्याचे क्षेत्र असे विभाग असतात, त्यामुळे वन्य प्राणी जरी नैसर्गिक वातावरणात राहत असले

तरी त्यांचे शिकारक्षेत्र मर्यादित राहते. कुंपण घातलेले असल्याने त्यांच्या स्थलांतरणास बंदी येते. प्राणी, पक्षी विशिष्ट ऋतूत स्थलांतर करत असतात; पण इथे त्यांच्या या नैसर्गिक वृत्तीस आळा बसतो.

ii) ध्वनी प्रदूषण (Noise Pollution) : वन्य प्राणी बघायला जाणे हा एक राष्ट्रीय उद्याने वा अभयारण्यातील महत्त्वाचा कार्यक्रम असतो. लोक हत्तीवरून, जीपमधून जंगलात जातात. जीपमधून जाताना वाहनांचा होणारा आवाज व पर्यटकांचा गोंगाट यामुळे वन्य प्राण्यांच्या खाण्याच्या वेळा, सवयी, प्रजोत्पादन, मिलन इ. मध्ये अडथळा येतो. ध्वनी प्रदूषणामुळे प्राणी व पक्ष्यांच्या हार्मोन्सवर विपरीत परिणाम होतो. अभ्यासातून असे सिद्ध झाले आहे की, गुजरातमधील गीर अभयारण्यातील सिंहाची संख्या कमी होण्याचे कारण पर्यटकांची अति गर्दी हेच आहे. मध्यप्रदेशातील कान्हा राष्ट्रीय उद्यानात दररोज २५० जीप्स पर्यटकांना वन्य प्राणी दाखवण्यास घेऊन जातात. एवढ्या वाहनांचे आवाज व पर्यटकांचा गोंगाट यामुळे वन्य प्राणी भेदरलेले असतात; अस्वस्थ असतात. बरेचदा जीपमधून वन्य प्राण्यांचा पाठलाग केला जातो, जीपमध्ये उभे राहून पर्यटक प्राण्यांचे फोटो काढतात. फोटो काढण्यासाठी वाहने अगदी प्राण्यांच्या जवळ नेतात, त्यामुळे तृणभक्षक प्राणी घाबरून पळतात, झुडपात लपतात. त्यांना गवत खाता येत नाही; कारण सगळीकडेच माणसे असतात. तृणभक्षक प्राणी लपल्याने मांसभक्षक प्राण्यांनासुद्धा अन्न मिळत नाही. त्यामुळे सर्वच प्राण्यांची उपासमार होते. खरं म्हणजे पर्यटक त्यांना नैसर्गिक वातावरणात बघायला म्हणून जातात; पण त्याचे नैसर्गिक वातावरणच पर्यटक बिघडवून टाकतात. वाहनातून पाठलाग केल्याने प्राणी जोरात पळतात, त्यांच्या हृदयाचे ठोके वाजवीपेक्षा वाढून काही प्राणी मरण पावतात. घाबरल्याने त्यांच्या हार्मोन्सवर परिणाम होतो, त्यांचे मानसिक संतुलन बिघडते व त्यांच्या तब्येतीवर विपरीत परिणाम होतात.

पर्यटकांच्या भरधाव वाहनांमुळे वन्य जीवांना अपघात होतात. काही प्राणी मृत्युमुखी पडतात. अनेकदा अभयारण्यात जनावरे खाद्य शोधत रस्त्यावर येतात व अपघाताला बळी पडतात. तृणभक्षक जनावरे मेल्याने, मांसभक्षक जनावरांचे अन्न कमी झाल्याने, ते अस्वस्थ होतात व विचित्र वर्तन करू लागतात. त्याचा त्यांना व पर्यटकांनाही त्रास होतो. टांझानिया देशात ग्रेट रुआहा या राष्ट्रीय उद्यानात केलेल्या पाहणीत असे आढळले. पूर्व आफ्रिकेत मोठ्या प्रमाणात पर्यटकांची वर्दळ सुरू झाल्याने हत्तींना मोठ्या प्रमाणात त्रास होऊ लागला. त्यामुळे हत्तींनी राष्ट्रीय उद्यानात स्थलांतर केले. तेथे त्यांना पुरेशी शिकार मिळेनाशी झाल्याने ते झाडे उपटू लागले, जंगलात थैमान घालू लागले, त्यामुळे झाडांचे नुकसान होऊ लागले व झाडावर अवलंबून असणारे प्राणी व पक्षी यांचा अन्न व आसरा हिरावून घेतल्याने त्यांची उपासमार होऊ लागली. पर्यटकांच्या वाजवीपेक्षा जास्त

वावरण्याने, वर्दळीने वन्य प्राण्यांचे जीवन विसकळीत होते.

पर्यटकांच्या आवाजामुळे, वर्दळीमुळे पक्ष्यांच्या प्रजोत्पादनात घट होते. पक्ष्यांच्या घरट्याजवळ पर्यटकांची वर्दळ वाढली की, पक्षी घरट्याबाहेर येतात. अंडी उबवू शकत नाहीत, त्यांची अंडी इतर मोठे पक्षी पळवतात. काही पक्ष्यांची पिल्ले घरट्यात असतात. त्यांना पक्ष्यांची आई थोडे थोडे खाद्य आणून भरवत असते, पण पक्षी आवाजामुळे बाहेर आल्यावर पिल्लांना भरवले जात नाही, त्यांची योग्य वाढ होत नाही, कुपोषणाने ते मरतात किंवा इतर पक्षी त्यांची शिकार करतात. सतत पर्यटकांचा त्रास होत असल्यास पक्षी कायमस्वरूपी स्थलांतर करतात. गॅलापेलॉस बेटावरील समुद्री पक्ष्यांची संख्या पर्यटक वाढल्याने कमी होत आहे.

पाण्यातील क्रीडाप्रकार म्हणजे सर्फींग बोटींग, राफ्टिंग इ. मुळे ध्वनिप्रदूषण होऊन नवजात प्राण्यांवर परिणाम होतो. युगांडा येथील संशोधन केंद्राच्या अभ्यासानुसार मगरींची घरटी बघायला पर्यटक बोटीतून जातात व घरट्याजवळ बोट जाताच मगर बाहेर येते, घरट्याचे दार उघडे राहते त्यामुळे लिझार्ड घरट्यात शिरून मगरींची अंडी पळवतात.

iii) पर्यटकांकडून वन्य प्राण्याला देण्यात येणारा त्रास (Harassment to Wild Animals by Tourists) : वन्य प्राण्यांचे फोटो काढणे, त्यांचा पाठलाग करणे, त्यांना डिवचणे, त्यांच्याभोवती गर्दी करणे, त्यांच्या शरीरास घातक असे पदार्थ खाऊ घालणे इ. पर्यटकांच्या वागणुकीमुळे वन्य प्राण्यांच्या दैनंदिन दिनक्रमात फरक पडतो. ते चिडचिडे होतात. केनिया येथील अम्बोसेली राष्ट्रीय उद्यानात चित्ते पर्यटकांपासून दूर पळतात व त्यांना टाळतात असा अनुभव येत आहे.

iv) वन्य प्राण्यांपासून बनवलेल्या वस्तूंच्या वाढत्या व्यापारासाठी चोरटी शिकार (Poaching for the Trade of Products made from parts of Wild Animals) : वन्य प्राण्यांपासून फरचे कोट, हस्तिदंतावर कोरीव काम करून बनवलेल्या शोभेच्या वस्तू, वाघाच्या कातडीचे गालिचे, सापाच्या कातडीचे पट्टे, पर्सेस इ. वस्तूंना आंतरराष्ट्रीय बाजारात प्रचंड मागणी आहे व भावही चांगला मिळतो. अशा व्यापारातून एक कोटी डॉलरचा व्यवहार वर्षभरात होतो. निरनिराळ्या जनावरांची निरनिराळ्या कारणांसाठी शिकार केली जाते व त्यातून लोकांना भरपूर उत्पन्न मिळते. उदा. काळ्या अस्वलाच्या यकृताची आंतरराष्ट्रीय बाजारपेठेतील किंमत २००० डॉलर आहे. अशा अवाजवी किमती मिळत असल्याने लोकांना प्राण्यांची शिकार करण्याचा मोह होतो.

वर्ल्डवाईड फंड फॉर नेचर (WWF) यांनी सर्वाधिक धोक्यात असलेल्या काही प्रजातींची यादी प्रसिद्ध केली आहे. ती खालीलप्रमाणे -

- वाघ : कातडी, नखे, पंजे, रक्त, हाडे इ. अवयवांसाठी.

- हत्ती : हस्तिदंताला मागणी असल्याने हस्तिदंताची शिकार.
- एकशिंगी गेंडा : शिंगाचा औषधात वापर करण्यासाठी.
- गोरिला, चिंपाझी व ओरांगउटांग : मांसासाठी चोरटी शिकार

काही पर्यटक शिकारीच्या इराद्याने राष्ट्रीय उद्याने व अभयारण्यात शिकारीसाठी येतात. एका वाघाची आंतरराष्ट्रीय बाजारपेठेत किंमत ३७ लाख रु. आहे. आसाममधील काझीरंगा अभयारण्यात गेल्या वर्षी शिकाऱ्यांनी २३ एकशिंगी गेंडे मारले त्यामुळे आता अभयारण्याभोवती व आतमध्ये संरक्षक दलाचे लोक पहारा देणार आहेत.

v) पर्यटकांनी फेकलेल्या कचऱ्याचा वन्य प्राण्यांना त्रास (Garbage Thrown by Tourists Troublesome to Wild Animals) : पर्यटक बऱ्याच खाण्याच्या अन्नाच्या रिकाम्या प्लॅस्टीक पिशव्या, गुटख्याची पाकिटे, सिगारेट पाकिटे, उरलेले खाद्यपदार्थ इ. जंगलात टाकून देतात. हा सर्व कचरा जनावरांच्या तब्येतीस घातक असतो. काही जंगलात कॅमेऱ्याला लागणाऱ्या बॅटऱ्या फेकल्याने त्यातील झिंक पोटात जाऊन हत्ती मेलेले आहेत.

ब) नैसर्गिक वनस्पतींचा ऱ्हास (Degradation of Natural Vegetarion)

नैसर्गिक वनस्पतींमुळे केवळ राष्ट्रीय उद्याने किंवा अभयारण्येच नव्हे तर जंगले, थंड हवेची ठिकाणे इ. ठिकाणीसुद्धा पर्यटनाचा विकास होतो. परंतु पर्यटकांमुळे नैसर्गिक वनस्पतींचा नाश खालील कारणांमुळे होत आहे -

i) लाकूड जमा करण्यासाठी वृक्षतोड (Deforestation to Collect Wood) : पर्यटक जेव्हा जंगलात, किल्ल्यांवर, डोंगरांवर पर्यटनाला जातात तेव्हा तेथे अन्न शिजवण्यासाठी, रात्री कॅम्प फायर करण्यासाठी तसेच तंबू लावण्यासाठी आजूबाजूच्या झाडांची लाकडे गोळा करतात, त्यासाठी मोठ्या प्रमाणावर झाडांच्या फांद्या तोडतात व मोठ्या प्रमाणावर जंगलतोड होते.

ii) पर्यटकांमुळे लागणाऱ्या आगी (Forest Fire due to Tourists) : जंगलात पर्यटक फिरताना पेटती सिगरेट फेकून देतात किंवा कॅम्प फायर केल्यावर किंवा जेवण लाकडावर शिजवल्यावर विस्तव पूर्णपणे न विझवता तसाच ठेवून जातात. जळता विस्तवाचा तुकडा किंवा जळती सिगरेट यामुळे जंगलात आग लागण्याच्या घटना अनेक ठिकाणी बघायला मिळतात. त्यामुळे झाडाची फळे जळतात व बियांचे नुकसान होते. झाडांचीमुळे जळतात.

महाराष्ट्रातील 'व्हॅली ऑफ फ्लॉवर्स' म्हणून नावाजलेले व वर्ल्ड हेरिटेज साईट म्हणून ज्याची निवड झाली अशा सातारा येथील कास पठारावर पश्चिम घाटातील अत्यंत दुर्मीळ फुले ऑगस्ट व सप्टेंबर महिन्यात फुलतात. त्यामुळे पर्यटकांची संख्या वाढली

आहे, पर्यटक त्या फुलांच्या झाडांवरून चालतात, कचरा टाकतात म्हणून आता दररोज ठरावीक गाड्यांनाच पठारावर सोडले जाते व प्लॅस्टीकलाही पूर्ण बंदी केली आहे. त्यामुळे झाडांची वाढ खुंटते.

iii) पर्यटकांमुळे वनस्पतींचे नुकसान (Damage to Plants by Tourists) : बरेच पर्यटक जंगलात फिरताना पाने, फुले, बिया, फळे, बुरशी इ. गोळा करताना ओरबडतात. त्यामुळे त्या ठिकाणच्या वनस्पतींच्या स्वरूपात बदल होतात. जंगलामध्ये जंगल परिसंस्था असते तिला पर्यटकांमुळे अडथळे निर्माण होतात व नैसर्गिक वनस्पतींचे नुकसान होते. हिमालयातील गढवाल 'व्हॅली ऑफ फ्लॉवर्स' संबोधल्या जाणाऱ्या या पर्यटनस्थळी खूप पर्यटक जात असल्याने नैसर्गिक वनस्पतींचे नुकसान होत आहे. 'व्हॅली ऑफ फ्लॉवर्स' येथे ऑगस्ट-सप्टेंबर महिन्यात फुलांच्या झाडांना खूप फुले येतात. पर्यटक त्या फुलांच्या झाडांवरून चालतात, घोड्यांवरून फिरतात त्यामुळे घोड्यांच्या पायाखाली फुलांची झाडे तुडवली जातात. घोड्यांची विष्ठा पडल्याने अनेक जंगली वनस्पती व तण उगवतात व पोषण त्यांना जाते. जवळजवळ ५०,००० पर्यटक दोन महिन्यात तेथे येतात. त्यामुळे आता फुलांचे प्रमाण कमी व्हायला लागले आहे.

पर्यटक जेव्हा जंगलात पर्यटनाला जातात तेव्हा ते पायवाटा सोडून इतर ठिकाणीही जातात; त्यामुळे गवत, वेली, झुडपे इ. पायाखाली तुडवले जातात. अनेक छोटे किटक चिरडले जातात. जंगल परिसंस्थेवर त्याचे विपरीत परिणाम होतात. जंगलात रस्ते नसणाऱ्या भागातून बेदरकारपणे वाहने चालवल्याने वनस्पतींच्या मुळांना धक्का लागतो, इजा होते व त्यांची वाढ खुंटते. त्यामुळे जसजशी पर्यटकांची संख्या वाढत जाते तसतशी जंगलांची वाढ खुंटते व ते विरळ होऊ लागते.

iv) पर्यटनस्थळांच्या विकासासाठी वृक्षांची कत्तल (Cutting of Trees to Development of Tourist Places) **:** हॉटेल्स, रिट्स, रस्ते, विमानतळ इ. पायाभूत सुविधांचा विकास पर्यटनस्थळी सतत चालू असतो. त्यासाठी अनेक वृक्षांची कत्तल मोठ्या प्रमाणावर केली जाते. बरेचदा पर्यटक वाहने घेऊन जंगलात जातात व फांद्यांचा नाश होतो. पर्यटनस्थळाच्या विकासासाठी केवळ झाडांच्या फांद्या तोडल्या जात नाहीत; तर मोठ्या प्रमाणावर जागा उपलब्ध करून देण्यासाठी जंगलतोड मोठ्या प्रमाणावर केली जाते. महाबळेश्वर येथील अनेक झाडांची संपूर्ण कत्तल करून त्या ठिकाणी हॉटेल्स उभारली आहेत. त्यामुळे महाबळेश्वरची झाडी कमी होऊन उन्हाळ्यातील तापमान वाढले आहे. पर्यटनाच्या विकासासाठी जंगलसंपत्तीवर अतिक्रमण करण्यात येते.

v) कचरा (Garbage) **:** जंगलात पर्यटक जातात तेव्हा तेथे खाद्यपदार्थांची दुकाने जवळपास नसल्याने खूप खाण्याचे पदार्थ, प्लॅस्टीकच्या वेष्टणातील पाकिटे, सिगारेट

पाकिटे, मधाच्या बाटल्या, थर्माकोल प्लेट्स, ग्लास इ. नेतात व खाणे झाल्यावर सर्व कचरा तेथेच फेकतात त्यामुळे उरलेले फेकलेले अन्न सडते, त्याची दुर्गंधी सुटते. प्लॅस्टीक बाटल्या यांचे ढीग साठतात. जंगलाचे सौंदर्य कमी होते. तेथील मातीमध्ये नको असलेले घटक मिसळले जातात व जमिनीची सुपीकता कमी होऊन जंगलाच्या वाढीवर विपरीत परिणाम होतो.

क) पर्यटनाचा भूरूपांवर होणारा प्रतिकूल परिणाम (Negative Impact of Tourism on Land Forms)

पर्वत, टेकड्या, बेटे, किनारपट्टीचे प्रदेश इ. वरही पर्यटनाचा प्रतिकूल परिणाम होतो; कारण अशा ठिकाणी पर्यटक वारंवार जातात, तेथे कचरा करतात, ध्वनीप्रदूषण करतात, तेथील वन्यजीवांच्या अधिवासावर आक्रमण करतात इ. प्रकारे नुकसान करतात.

पर्वत व डोंगरावर होणारे परिणाम (Impact on Mountains) **:** पर्वतावरचे पर्यटन हे अगदी अनादि काळापासूनच चालू आहे. गिर्यारोहण, डोंगरावरील ऐतिहासिक किल्ले, जंगलसंपत्ती, बर्फाच्छादित शिखरे इ. चे आकर्षण असल्याने दिवसेंदिवस पर्वतावर जाणाऱ्या पर्यटकांची संख्या वाढतच चालली आहे.

i) अमर्याद वृक्षतोड (Unlimited Deforestation) **:** पर्यटकांमुळे पर्वतावर खालील कारणांमुळे प्रतिकूल परिणाम होतात. गिर्यारोहकांची संख्या वाढत असल्याने डोंगर-उतारावरील झाडांचा नाश होत आहे. गिर्यारोहक डोंगरमाथ्यावर किंवा किल्ल्यावर मुक्काम करतात. तेथे अन्न शिजवण्यासाठी, शेकोटी पेटवण्यासाठी, तंबू ठोकण्यासाठी, जंगलातील झाडांच्या फांद्या तोडतात व लाकडे जमा करतात. त्यामुळे नैसर्गिक वनस्पतींचा नाश होत आहे. हिमालयातील अन्नपूर्णा शिखराजवळ गेल्या ३० वर्षांत गिर्यारोहकांचे प्रमाण खूप वाढल्याने जंगलाचा नाश होत आहे. अन्नपूर्णा आणि त्याच्या परिसरात खूप जैवविविधता आहे. भारतातील एकूण पर्यटकांच्या ५९ टक्के पर्यटक अन्नपूर्णा पर्वतावर जातात. त्यामुळे पर्यटकांना गरम पाणी तसेच चहा करण्यासाठी जवळच्या जंगलातून खूप लाकूड जमा करावे लागते.

पर्वतावर गिर्यारोहकांची संख्या वाढल्याने त्यांना राहण्यासाठी लाकडाच्या केबिन्स, लॉजेस बनवावे लागतात. लाकूड उष्णतेचा मंद वाहक असल्याने लाकडाची घरे, केबिन्स, लॉजेस बनवण्यासाठी रस्त्यासाठी मोठ्या प्रमाणात जंगलतोड होते. बऱ्याच टेकड्यांवर जेथे थंड हवेची पर्यटनस्थळे आहेत तेथे म्हणजे नैनिताल, मसुरी, सिमला, माऊंट अबू इ. ठिकाणी रस्ते व हॉटेल बांधणीसाठी बरीच जंगलतोड झाली आहे.

बऱ्याचशा डोंगरावरच्या पर्यटनस्थळी स्केटिंग व स्किईंगची सुविधा पर्यटकांना

उपलब्ध असते. किंबहुना त्याची मजा लुटण्यासाठीच जगातील पर्यटक अशा पर्यटनस्थळी येतात. बऱ्याच पर्यटनस्थळी स्किईंग व स्केटिंगसाठी उतार तयार करताना उतारावरील झाडे काढून टाकली जातात. स्किईंग व स्केटिंग स्टेशन, रेस्टॉरंट, स्किईंग, स्केटिंग सामान पुरवणारी दुकाने इ. बांधण्यासाठी पुन्हा वृक्षतोड होते. त्यामुळे प्राण्यांना स्थलांतर करावे लागते. वन्य प्राण्यांच्या जीवनक्रमात ढवळाढवळ होते.

ii) दरडी कोसळणे किंवा भूमिपात (Landslides) **:** डोंगरउतारावरील वृक्षांची तोड मोठ्या प्रमाणावर झाल्याने मुरूम व माती सुटे होतात. वृक्षांची मुळे मातीला घट्ट धरून ठेवतात, पण वृक्ष तोडल्याने माती सुटी होते. दोन खडकातील माती वाहून जाते व खडक सुटे होतात; असे सुटे झालेले खडक, मुरूम, माती गुरुत्वाकर्षणामुळे उतारावर घसरत जाऊन पायथ्याशी पडतात व भूस्खलन होते; नेपाळमध्ये गिर्यारोहकासाठी लागणाऱ्या लाकडासाठी होणाऱ्या वृक्षतोडीमुळे दरडी कोसळण्याचे प्रमाण वाढत आहे त्यामुळे गिर्यारोहकाच्या मार्गात अडथळे येत आहेत. स्वित्झर्लंडमध्ये दरडी कोसळण्याचे व भूस्खलनाचे प्रमाण खूप जास्त आहे.

iii) घनकचरा (Solid Waste) **:** पर्वतावर, डोंगरावर व टेकड्यांवर पर्यटकांचे प्रमाण दिवसेंदिवस वाढतच आहे. शुद्ध हवा, झाडे, सुंदर देखावे, धबधबे, झरे, पक्षी, प्राणी इ. मुळे पर्यटक तिकडे आकर्षित होतात. परंतु माणसांची वर्दळ वाढल्याने आता पर्वत-उतार, डोंगरमाथे, किल्ले इ. ठिकाणी पर्यटकांनी टाकलेले प्लॅस्टीक, खाद्यपदार्थांची रिकामी पाकिटे, सिगारेटची किंवा गुटख्याची रिकामी खोकी, उरलेले अन्नपदार्थ, पेयांचे रिकामे डबे, रिकाम्या पाण्याच्या बाटल्या इ. कचरा मोठ्या प्रमाणात जमा होत आहे. एव्हरेस्ट बेस कॅम्पच्या पायथ्याशी अनेक गिर्यारोहक जातात. तसेच हिमालयातील इतरही सर्वच पर्वतांच्या बेसकॅम्पला कचरा आढळतो; त्यामुळे तेथील सौंदर्यात बाधा येते.

iv) अभ्यासकांचा उपद्रव (Menace of People on Study Tour) **:** बरेच भूगर्भशास्त्रज्ञ, भूगोलतज्ज्ञ व इतरही शास्त्रज्ञ पर्वतरांगांवरील खडक, हिमनद्या, भूमिपात, वितळण्याचे प्रमाण इ. अभ्यासासाठी पर्वतांवर, डोंगरावर जातात. तेथे ते खडकांचे अवशेष जमा करतात, त्यासाठी खडक फोडतात. खडकांवर स्वत:ची नावे कोरतात. जीवावशेष शोधण्यासाठी उत्खनन करतात. त्यामुळे खडक फुटतात, मृदा सुटी होते, भूमिपातास अनुकूल परिस्थिती निर्माण होते. काही वनस्पतीशास्त्राचा अभ्यास करणारे शास्त्रज्ञ पाने, फुले, फळे गोळा करतात व वृक्षांना हानी पोहोचवतात.

v) जलप्रदूषण (Water Pollution) **:** सांडपाण्याची विल्हेवाट लावण्याची सोय नसल्याने, शौचालये व्यवस्थित बांधलेली नसल्याने सांडपाणी व मैला पाण्याबरोबर

वाहत जातात. तसेच कचराही पाण्याबरोबर वाहत जाऊन जलप्रदूषण होते. प्रदूषित पाण्यामुळे पर्यटकांच्या आरोग्याचे प्रश्न नेहमीच बद्रिनाथ, केदारनाथ, अमरनाथ इ. यात्रेला जाणाऱ्या पर्यटकांबाबतीत आढळतात.

ड) समुद्रकिनारा व समुद्री जीवांवर होणारे परिणाम (Impact on Coastline and Marine Organisms)

● **प्रवाळ कीटक व प्रवाळभित्तीवर होणारे परिणाम** (Impact on Corals and coralreefs)

i) बांधकामासाठी किनारपट्टीचा वापर (Construction on Coastline) : किनारपट्टी वरील अनेक हॉटेल, रिसॉर्ट्स यांच्या बांधकामासाठी लोक प्रवाळभित्ती तोडून त्याचा वापर बांधकाम साहित्य म्हणून करतात. श्रीलंका, मालदीव, समोआ, टोंगा, इ. बेटांवर प्रवाळभित्तीचे बांधकामासाठी नुकसान होते. किनारपट्टीलाच बांधकाम करत असल्याने बांधकाम करतानाची धूळ, दगडाचे कण, तुकडे इ. सर्व वाहत जाऊन प्रवाळभित्तीवर पडते; त्यामुळे प्रवाळभित्तींना धोका निर्माण झाला आहे.

ii) पर्यटक व स्थानिक लोकांकडून प्रवाळ खडकांचे नुकसान (Destruction of Coral Rocks by Tourists and Local People : पर्यटक जेव्हा प्रवाळभित्ती बघण्यासाठी बोटीतून जातात तेव्हा बोटी प्रवाळभित्तीजवळून नेण्यास सांगतात, दोन प्रवाळ भित्तींमधून बोटी न्यायला लावतात त्यामुळे प्रवाळभित्तींचे नुकसान होते. पर्यटक प्रवाळभित्तींना स्पर्श करतात, त्यांच्यावर चालतात त्यामुळे प्रवाळांना इजा होते.

iii) पाणवनस्पतीची वाढ (Growth of Water Plants) : समुद्रकिनारी राहणे पर्यटकांसाठी पर्वणीच असते. त्यामुळे अनेक हॉटेल्स, रेस्टॉरंट्स समुद्रकिनारी बांधली जातात व त्यातून वाहून येणारा व प्रकिया न केलेला मैला समुद्रकिनारी पाण्यात मिसळतो, त्यामुळे पाणवनस्पतीची जोमाने वाढ होते. पाणवनस्पतींचा विळखाच प्रवाळभित्तीला पडतो त्यामुळे त्यांना प्राणवायू मिळत नाही. हवाई बेटसमूहातील ओहू या बेटावरील हॉटेलमधील मैला किनाऱ्याजवळील पाण्यात वाहत गेल्याने पाणवनस्पतीची वाढ होऊन बऱ्याचशा प्रवाळभित्तींचा नाश झाला आहे. ऑस्ट्रेलियाच्या किनाऱ्याजवळ पाण्याच्या प्रदूषणामुळे मासे मरत आहेत व स्टार माशांचे खाद्य हे मासेच असल्याने खाद्यपुरवठा कमी झाल्यामुळे स्टार मासे प्रवाळभित्तीचा नाश करत आहेत. आता प्रवाळभित्ती हेच त्यांचे खाद्य आहे.

स्थानिक लोक प्रवाळभित्ती कापून रंगीबेरंगी प्रवाळांचे तुकडे वापरून इअरिंग,

माळा, अंगठ्या इ. दागिने बनवून पर्यटकांना विकतात. पर्यटकांची अशा आगळ्यावेगळ्या व सर्वत्र न मिळणाऱ्या दागिन्यांसाठी खूप मागणी असते. त्यामुळे अधिकाधिक प्रवाळभित्ती तोडून पैसे करण्याकडे स्थानिकांचा कल असतो. इटलीतील काप्री, संयुक्त संस्थानाच्या बहामा बेटाजवळ मिळणाऱ्या काळ्या, गुलाबी, हिरव्या, नारिंगी कोरलच्या माळा इथे मोठ्या प्रमाणात विकायला असतात.

• **कचऱ्यामुळे होणारे जलप्रदूषण** (Water Pollution by Garbage) : पर्यटकांसाठी समुद्रकिनारी निवासस्थाने किंवा रिसॉर्ट्स बांधली जातात. परंतु तेथील प्रक्रिया न करता सोडलेले सांडपाणी, मैला समुद्राच्या पाण्यात मिसळून पाणी प्रदूषित होते. याशिवाय निवासस्थाने, हॉटेल, रेस्टॉरंट येथे उरलेले अन्न समुद्रकिनारी टाकले जाते; ते कुजल्याने दुर्गंधी सुटते. तेल शुद्धिकरण कारखाने नेहमीच समुद्रकिनारी बंदराजवळ असतात; कारण दुसऱ्या देशातून वाहून आणलेल्या अशुद्ध तेलावर प्रक्रिया करून ते शुद्ध करायचे असते. तेल शुद्धीकरण कारखान्यातील विषारी द्रव्ये जवळच्या समुद्रात सोडली जातात. त्यामुळे पाण्यावर तेलकट थर येतो व प्रदूषण होते. चेन्नई येथे तेल शुद्धीकरण कारखाना आहे; तसेच मथुरा येथेपण आहे. त्यामुळे पाण्याचे प्रदूषण होते. लोकांना पाण्यात उतरता येत नाही, पोहता येत नाही व बरेचदा समुद्रातील घाण किनाऱ्याला येऊन पडते व किनारा पाय न ठेवता येईल इतका अस्वच्छ होतो. कारखान्यातील रासायनिक पदार्थ पाण्यात मिसळल्याने ते पाणी स्नानास योग्य राहत नाही. पाण्यात बॅक्टेरिया व इतर जंतू तयार होऊन रोगराईस आमंत्रण मिळते.

• **कचऱ्यामुळे सागरी जीवांना त्रास** (Menace to Marine Organisms due to Garbage) : समुद्रकिनारी फिरायला जाणे, ही तर पर्यटकांची पर्वणीच असते. त्यामुळे समुद्रकिनारी पर्यटकांची खूप गर्दी असते त्यामुळे अनेक खाद्यपदार्थविक्रेते तेथे गाड्या लावतात. पर्यटक काही खाद्यपदार्थ घेऊन समुद्रावर जातात व खाऊन तेथेच कचरा टाकतात. त्यामुळे अनेक समुद्रकिनारे कचराकुंड्या झाले आहेत. समुद्रकिनाऱ्यावर प्लॅस्टीक, आइसक्रीमचे कोन, भेळेचे कागद, थर्माकोल प्लेट्स, प्लॅस्टीकचे चहाचे ग्लास, रिकाम्या पाण्याच्या बाटल्या इ. विघटन न होणारा कचरा व उरलेले खाद्यपदार्थ, सांडलेले खाद्यपदार्थ इ. कुजणारा कचरा जमा होतो. कुजणाऱ्या कचऱ्यामुळे दुर्गंधी सुटते, रोगराईचा प्रसार होतो. गेल्या वर्षी स्वयंसेवकांनी मुंबईच्या समुद्रकिनाऱ्यावर १२ टन कचरा गोळा केला.

विघटन न होणारा कचरा समुद्रात वाहून गेल्यावर तो मासे, खेकडे व इतर जलचर प्राण्यांच्या पोटात जाऊन ते मरतात. भारतातील अनेक समुद्रकिनाऱ्यावर विशेषत: गोवा, मुंबई, कोकणकिनाऱ्यावर ही समस्या गंभीर आहे.

• **ध्वनी प्रदूषण** (Noise Pollution) : अनेक समुद्रकिनाऱ्यांच्या पर्यटनस्थळी गर्दी होते. समुद्रकिनाऱ्यावरील शुद्ध हवा, सूर्यास्ताचे विहंगम दृश्य, पाण्यात आणि वाळूत खेळण्याची मजा, लाटांची मनोहारी हालचाल इ. मुळे संपूर्ण जगातच समुद्रकिनारी पर्यटकांची प्रचंड गर्दी असते. समुद्रकिनारी येणारे पर्यटक तणावरहित मन:स्थितीत असतात त्यामुळे मौजमजा करणे हाच त्यांचा एकमेव उद्देश असतो. त्यामुळे मोठ्याने ओरडणे, किंचाळणे, गप्पागोष्टी इ. चालू असते. खाद्यपदार्थ विक्रेत्यांच्या आरोळ्यांची त्यात भर पडते. फुगेवाले, पिपाणीवाले, कुल्फीवाले, चणेवाले इ. ओरडत असतात. घोडागाड्या किंवा घोडेवाले यांचेही आवाज असतात. त्याचा परिणाम म्हणजे प्रचंड ध्वनी प्रदूषण. या ध्वनी प्रदूषणाचा समुद्री जीवांवर वाईट परिणाम होतो. त्यांच्या हार्मोन्सवर परीणाम झाल्याने पुनरुत्पादनावर विपरीत परिणाम होऊन त्यांची संख्या वाढत नाही.

• **सौंदर्याला बाधा** (Spoiling Beauty) : समुद्रकिनाऱ्यावर पडलेले प्लॅस्टीक, कागद, सिगारेट, गुटख्याची रिकामी पाकिटे इ. मुळे समुद्रकिनाऱ्याच्या सौंदर्याला बाधा येते. बऱ्याच समुद्रकिनाऱ्यांवर खडक आहेत. तेथे खडकांवर लाटा आपटून झीज झाल्याने सुंदर आकार तयार होतात; पण पर्यटक तेथे खडकांवर स्वत:ची नावे कोरतात. काही ठिकाणी तर लोक आपल्या उत्पादनाची जाहिरात खडकांवरच रंगवतात. त्यामुळे त्या खडकांचे सौंदर्य कमी होते. हरिहरेश्वर येथे लाटांमुळे खडकांवर सुंदर नक्षी तयार झाली आहे, पण तेथे त्या खडकांवर लोकांनी स्वत:ची नावे कोरली आहेत.

• **समुद्रकिनाऱ्यावरील अधिवासांना धोका** (Danger to Habitats of Marine Organisms of Coastal Area) : समुद्रकिनाऱ्यावर लोक शुद्ध हवेत फिरतात. समुद्रकिनाऱ्यावरच्या वाळूत खेकडे, गोगलगायी, कासवे, शिंपल्यातील जीव इ. असतात. समुद्रकिनाऱ्यावर लोक पायी किंवा घोड्यावरून किंवा घोडागाडीतून फिरताता तेव्हा त्याखाली हे छोटे जीव चिरडून मरतात. विशेषत: ओहोटीच्या वेळी बीचवर फिरण्यास खूप मोठा पट्टा मिळतो, त्या वेळी नकळतपणे हे जीव मारले जातात. ओहोटीच्या वेळी या जीवांची घरटी उघडी पडतात व माणसे चालल्याने किंवा घोड्यांमुळे, घोडागाडयांमुळे ती घरटी तुटतात, त्यांची अंडी फुटतात किंवा अंड्यातून बाहेर पडलेले छोटे जीव तर मरतात. लक्षद्वीप बेटाच्या किनाऱ्यावर, गोव्याच्या किंवा कोकणकिनाऱ्यावर हे नेहमीच घडत असते.

इ) पर्यटन बेटांवर होणारे प्रतिकूल परिणाम (Negative Impacts of Tourism on Islands)

i) नैसर्गिक संपत्तीचा तुटवडा (Shortage of Natural Resources) : सर्वसाधारणपणे बेटांवर जागा कमी असते व नैसर्गिक संपत्तीसुद्धा मर्यादित असते. विशेषत:

बेटांवर गोड्या पाण्याची टंचाई असते. पर्यटक पाण्याचा सढळ हाताने वापर करतात. शॉवर, फ्लश टँक, स्विमिंग टँक, बागबगीचा यासाठी हॉटेलमध्ये भरपूर वापर होतो. त्यामुळे स्थानिक लोकांना पाण्याचा तुटवडा जाणवतो. पर्यटकांची संख्या वाढल्यास बेटांवर पिकवलेले अन्नधान्य, फळे पुरत नाहीत व अन्नधान्य, फळे आयात करावी लागतात व स्थानिकांना अधिक किंमतीने घ्यावी लागतात.

ii) जमिनीच्या वापरातील बदल (Changes in Usage of Land) : पर्यटकांमुळे मुळातच कमी असलेल्या जागेचा वापर प्रामुख्याने पर्यटकांच्या सोई विकसित करण्यासाठी केला जातो. पर्यटकांसाठी हॉटेल्स, रेस्टारंट्स, लॉजेस विकसित केली जातात. त्यासाठी करमणुकीचे हॉल, जीम, गोल्फ कोर्स, टेनिस कोर्ट, पोहण्याचा तलाव इ. करता एक-एक हॉटेलला भरपूर जागा लागते. पर्यटनालाच बेटावरील बरीचशी जागा वापरल्याने स्थानिक लोकांना जागेचा तुटवडा तर भासतोच; पण त्याचे उदरनिर्वाहाचे व्यवसाय म्हणजे मासेमारी, समुद्रातील इतर जीव पकडणे इ. बंद करावे लागतात; कारण हॉटेल मालकांनी समुद्रकिनाऱ्यावर अतिक्रमण केलेले असते. फिलिपाईन्समधील बोराके बेटावर केवळ १/४ जागेवर स्थानिक लोक राहत आहेत व त्यांना पाण्याच्या टंचाईला तोंड द्यावे लागते. इंडोनेशियाच्या बाली बेटावर हॉटेल मालकांनी शेतीच्या जागेवर अतिक्रमण करून हॉटेल्स बांधली व त्यामुळे स्थानिकांना पुरेसे पाणी उपलब्ध नाही. इंडोनेशियातील जावा बेटावरील पॅनगॅन्डरन या समुद्रकिनाऱ्यावर चालणारे पारंपरिक व्यवसाय म्हणजे बोटीचे रिपेअरिंग, मासेमारीसाठी जाळी तयार करणे, दुरुस्त करणे इ. उदरनिर्वाहाचे व्यवसाय बंद पडलेत. समुद्रकिनारी एकत्रपणे सण साजरे करण्यासाठी असलेल्या रिकाम्या मैदानावरही पंचतारांकित हॉटेल मालकांनी अतिक्रमण केले आहे.

iii) किनारपट्टीच्या पर्यावरणावर होणारा परिणाम (Impact on Environment of Coastline) : बेटावर हॉटेल्स, रेस्टॉरंट्स बांधल्याने पर्यटकांची संख्या किनारपट्टीवर वाढल्याने नैसर्गिक पर्यावरणाचे नुकसान होते. जे म्हणजे किनारपट्टीच्या मृदेची धूप, पाण्याचे वहन, किनारपट्टीचे खडक फुटणे इ. बरेचदा हॉटेल मालक पर्यटकांना आकृष्ट करण्यासाठी बेटाजवळ समुद्रात नवीन बेट तयार करतात, त्यावर हॉटेल बांधतात, बोटींना किनाऱ्याला लावण्यासाठी व पर्यटकांची बोटीत चढ-उतार करण्यासाठी डॉक बांधण्याची सोय करतात ज्यामुळे किनारपट्टीच्या नैसर्गिक पर्यावरणाला धोका पोहोचतो.

iv) बोटींमुळे जलप्रदूषण (Water Pollution by Boating) : अनेक मोठ्या बेटांभोवती छोटी छोटी बेटे असतात. त्यामुळे मोठ्या बेटांवरून छोट्या बेटांवर पर्यटकांना नेण्यासाठी बोटींचा उपयोग करतात. या बोटीत डिझेल वापरतात आणि कधी त्या डिझेलची

गळती होते, ते सांडते व समुद्राच्या पाण्याशी रासायनिक प्रक्रिया होऊन विषारी पदार्थ तयार होतात. ते पदार्थ सागरी जीवांच्या पोटात जाऊन ते मरतात. प्रवाळ कीटकांसाठी तर हे सांडलेले तेल अत्यंत घातक असते. पाण्यावर तेलाचा थर आल्यावर ते माशांच्या कल्ल्यावर जमा होऊन, कल्ले बंद होतात व पाणी शरीरात न घेता आल्याने मासे प्राणवायू शोषू शकत नाहीत व मासे मरतात. मुरूड-जंजिरा या पर्यटनस्थळी पर्यटकांना बोटीने मुरूडजवळील जंजिरा हा सागरी किल्ला बघायला नेतात. या बोटींमुळे त्या मार्गातील मासे व वन्यजीव यांच्यावर विपरीत परिणाम होतो.

ई) पर्यावरणीय प्रदूषण (Environmental Pollution)

सर्वच पर्यटनस्थळी आता तुफान गर्दी असते व त्यामुळे पर्यावरणाचा ऱ्हास होत आहे. मोठ्या प्रमाणात वायू, जल व ध्वनिप्रदूषण होत आहे.

- **वायू प्रदूषण** (Air Pollution) : पर्यटनस्थळी असणारी विमानवाहतूक, मोटारींची वाहतूक, हॉटेल, बांधकाम इ. मुळे प्रदूषण होते व त्याचा वनस्पती, पशुपक्षी, माणसे तसेच सांस्कृतिक वारसा असलेली ठिकाणे इ. वर परिणाम होतो.

i) वाहतुकीचा परिणाम (Impact of Traffic) : पर्यटनस्थळी पोहोचण्यासाठी विमान वाहतूक व मोटार वाहतूक याचाच जास्त वापर केला जातो. बेटांच्या पर्यटनस्थळी विमान वाहतुकीचा जास्त वापर होतो. तसेच आंतरराष्ट्रीय पर्यटनात विमान वाहतुकीशिवाय पर्याय नसतो; तर देशांतर्गत पर्यटनात मोटार वाहतुकीचा वापर मोठ्या प्रमाणात होतो.

- **विमान वाहतुकीचा परिणाम** (Impact of Air Transport) : एका अभ्यासानुसार विमान वाहतुकीमुळे दर प्रवाशी तुलनेने जास्त प्रमाणात प्रदूषण होते. जगात जितका कार्बन डाय-ऑक्साईड हवेत सोडला जातो त्यात ३ टक्के प्रमाण विमान वाहतुकीचे आहे. तसेच विमान वाहतुकीमुळे हवेतील एकूण नायट्रोजन ऑक्साईडच्या २-३ टक्के नायट्रोजन ऑक्साईड हवेत सोडला जातो. १९५० सालापासून पर्यटकांना विमान वाहतूक वापरण्याकडे कल वाढला आहे. दरवर्षी ५ ते ६ टक्क्यांनी विमान प्रवाशांचे प्रमाण वाढतच आहे. कार्बन-डाय ऑक्साईड व नायट्रोजन ऑक्साईड हे दोन्ही घातक वायू विमान आकाशात उड्डाण घेताना व उतरताना बाहेर सोडले जातात. त्यामुळे ओझोनचा थर विरळ होत आहे तसेच नायट्रोजन ऑक्साईडमुळे अनेक ठिकाणी स्मॉगचा धोका असतो. व्हाईटलेग यांच्या अभ्यासानुसार न्यूयॉर्कमधील केनेडी विमानतळावर सर्वांत जास्त वायू प्रदूषण होते. शिकागोच्या विमानतळावर हवेच्या प्रदूषणामुळे विषारी कण पसरतात व त्याचा परिणाम म्हणजे शिकागो विमानतळाजवळ राहणाऱ्या लोकांमध्ये कॅन्सरचे प्रमाण सर्वांत जास्त आहे.

• **मोटार वाहतुकीचा परिणाम** (Impact of Car Traffic) : बहुतेक सर्वच पर्यटनस्थळी मोटार वाहतुकीचा भरपूर वापर होतो. युरोपमध्ये तर आंतरराष्ट्रीय व देशांतर्गत दोन्ही पर्यटनांसाठी मोटार वाहतूकच वापरतात; कारण देश छोटे व जवळजवळ आहेत. उन्हाळ्यात युरोपातील लोक स्वत:च्या गाडीने फ्रान्स, जर्मनी, स्वित्झर्लंड, नेदरलँड, डेन्मार्क येथून भूमध्य समुद्रकिनारी असणाऱ्या पर्यटनस्थळी जातात. आशियाई देशातही मोटार वाहतुकीचा वापर पर्यटनासाठी जास्त करतात. मोटार वाहतुकीचा अतिरेक झाल्यास रस्त्यावर गाड्या जमा होतात व भरपूर कार्बन मोनॉक्साईड, नायट्रस ऑक्साईड, शिशाचे कण इ. हवेत सोडले जातात. खरं म्हणजे पर्यटनस्थळी लोक शुद्ध हवेचा लाभ घेण्यासाठी जातात; पण आता लोकसंख्या व गाड्यांची संख्या वाढल्याने वायू प्रदूषणाची समस्या पर्यटनस्थळीसुद्धा जाणवते. महाबळेश्वर, लोणावळा येथे सीझनमध्ये दररोज ट्रॅफीक जाम व प्रदूषण असते. रोहतांग पास हे मनालीतील सर्वांत उंच ठिकाण आहे. तेथे बर्फावर खेळण्यासाठी दररोज दोन हजार वाहनातून पर्यटक जातात व हवेचे प्रदूषण होते.

ii) पर्यटनस्थळी लाकडे जाळणे (Burning Wood at Tourist places) : विशेषत: डोंगराळ भागात, जंगलात पर्यटनाला गेलेले लोक आजूबाजूच्या जंगलातून लाकडे गोळा करतात व चूल पेटवून अन्न शिजवतात. रात्री शेकोटी पेटवतात, कॅम्प फायर करतात. लाकूड जाळल्यामुळे कार्बनडाय-ऑक्साईड हवेत सोडला जातो व वायू प्रदूषण होते.

iii) बांधकामाची धूळ (Dust of Construction Work) : पर्यटनस्थळी मोठमोठी, हॉटेल्स, रेस्टॉरंट, नाईट क्लब्ज इ. चे बांधकाम सतत चालू असते. बांधकामाची धूळ सर्वत्र वातावरणात भरून राहते व हवेचे प्रदूषण होते. माल्टा बेटावर जुन्या बिल्डिंग पाडून नव्या बिल्डिंगचे बांधकाम सुरू केल्याने भरपूर धूळ वातावरणात भरून राहते.

iv) वायू प्रदूषणाचा सांस्कृतिक वारसा आणि पुतळ्यांवर होणारा परिणाम Impact of Air Pollution on Cultural Monuments and Statues) : वायू प्रदूषणाचा संगमरवर, निरनिराळे धातू यांच्यावर परिणाम होतो. प्रदूषित हवेत सल्फरडाय-ऑक्साईड व नायट्रस ऑक्साईड यांचे भरपूर प्रमाण असल्याने त्यांचा हवेतील पाण्याच्या वाफेशी संयोग होऊन सल्फ्युरिक आम्ल व नायट्रीक आम्ल तयार होऊन त्याचा विपरीत परिणाम पुतळे, ऐतिहासिक वास्तू, सांस्कृतिक वारसा जतन करणाऱ्या वास्तू इ. वर होतो. रोम या ऐतिहासिक शहरात चौकाचौकांत भव्य धातूचे पुतळे आहेत त्यावर आम्लाचा परिणाम होऊन ते हिरवे होतात. संगमरवरी इमारतींवर प्रदूषित हवेचा परिणाम होऊन त्या पिवळ्या होतात. ताजमहालवर वायू प्रदूषणाचा परिणाम होऊन तो पिवळसर होत आहे.

v) पर्यटकांच्या वर्दळीमुळे कलात्मक गुहा, वास्तूवर परिणाम (Impact of Tourists on Artistic Caves and Buildings) **:** पर्यटनस्थळी पर्यटकांची गर्दी होते व त्यामुळे कलात्मक वास्तू खराब होतात. अनेक गुहांमध्ये कोरीव काम व भिंतीवर केलेले पेंटिंग असते. तेथे अनेक पर्यटकांनी गर्दी केल्याने त्यांच्या उच्छ्वासाबरोबर बाहेर पडणारा कार्बनडाय-ऑक्साईड, वाढणारी गरम हवा, तसेच पर्यटकांना कलात्मकतेचा आस्वाद घेता यावा म्हणून लावलेले 'स्पॉट लाईट' यामुळे पेंटिंगचा दर्जा खालावतो. लोक पेंटिंगला हात लावतात, शिल्पांना हात लावतात त्यामुळे पेंटिंग्जचे रंग फिके होतात. शिल्पे गुळगुळीत होतात. गुहेत पर्यटकांमुळे वाढलेल्या उष्णतेने अनेक बॅक्टेरिया वाढतात त्यांचाही परिणाम पेंटिग्जवर होतो. महाराष्ट्रातील अंजठा व वेरूळ या गुहा पेंटिंग व शिल्पकला यांचा अद्भुत नमुना आहेत पण तेथे वर्षभर अनेक पर्यटक जात असल्याने बऱ्याच भिंतींवरील चित्रे फिकट झाली आहेत. त्यांचे रंग गेलेत व शिल्पे तुटली आहेत व गुळगुळीत झाली आहेत. त्यामुळे त्यांचे सौंदर्य कमी होते. इंग्लिश टुरिस्ट बोर्ड आणि एम्प्लॉयमेंट डिपार्टमेंट ग्रुपच्या अभ्यासानुसार इंग्लंडमधील 'वेस्ट मिन्स्टर ॲबी' या प्रेक्षणीय सभागृहात वर्षाला ३० लाख लोक भेट देतात. त्यामुळे तेथील इंटिरिअर खराब झाले आहे.

vi) नैसर्गिक वनस्पतींवर व पशुपक्ष्यांवर वायू प्रदूषणाचा परिणाम (Impact of Air Pollution on Natural Vegetation and Wild Animals and Birds) **:** वायु प्रदूषणाचा विपरीत परिणाम नैसर्गिक वनस्पतींवरसुद्धा होतो. वायु प्रदूषणाचा परिणाम पक्ष्यांवर होतो. त्यांच्या प्रजननक्षमतेवर परिणाम होतो, नवजात पिल्लांमध्ये व्यंग निर्माण होतात. ते अशक्त बनतात. त्यामुळे बरेचसे पक्षी पर्यटनस्थळाकडून दुसरीकडे स्थलांतर करतात.

हवेतील प्रदूषके पानांच्या छिद्रातून पानात प्रवेश करतात. त्यामुळे पाने पिवळी पडतात. जर्मनीतील जगप्रसिद्ध 'ब्लॅक फॉरेस्ट' या दाट जंगलाच्या प्रदेशाला आता 'येलो फॉरेस्ट' नाव पडले आहे आणि तेथील पर्यटकांचे प्रमाण कमी झाले आहे. फुलांच्या झाडांवरही विपरीत परिणाम होतो, कळ्या गळतात, फुलांच्या पाकळ्यांचे रंग बदलतात, झाडांवर रोग पडतात.

कार्बन मोनोक्साईडमुळे प्राण्यांच्या शरीरात ऑक्सिजनचे प्रमाण कमी होते. वाहनातून बाहेर पडणाऱ्या शिशांचे प्राण्यांच्या मज्जासंस्थेवर वाईट परिणाम होतात. फ्लोराईड गवतावर साठून ते गवत प्राण्यांसाठी हानिकारक ठरते. आम्ल पर्जन्याचा प्राण्यांवर वाईट परिणाम होतो.

• **जलप्रदूषण** (Water Pollution) **:** समुद्रकिनाऱ्यांवर वाढत्या लोकसंख्येमुळे बीचवर घनकचऱ्याचे प्रमाण वाढले आहे. हॉटेलची संख्या वाढल्याने मलमूत्र विसर्जनाची सोय पुरेशी नाही. त्यामुळे केवळ किनारपट्टीलाच नव्हे तर जलाशयाजवळच्या किंवा नद्यांजवळच्या सर्वच पर्यटनस्थळी जलप्रदूषण वाढले आहे व एक गंभीर समस्या बनली आहे.

i) प्लॅस्टीक कचरा (Garbage of Plastic) **:** मरीन कॉन्झर्वेटिव्ह सोसायटीच्या अभ्यासानुसार प्लॅस्टीकचा कचरा हा जलजीवांसाठी फारच घातक आहे. ग्रेट ब्रिटनमध्ये ७५ देशातील १७० बीचेसचा कचऱ्याचा अभ्यास करण्यासाठी सर्व्हे घेतला होता; तेव्हा अभ्यासांती असे आढळले की बीचवरचा प्लॅस्टीकचा कचरा पर्यटकांकडूनच केला जातो. सरासरी १९१३ प्लॅस्टीकचे तुकडे किंवा अवशेष दर कि.मी. आढळले. देशातील ४० टक्के कचरा हा फक्त बीचवरच होता. हे प्लॅस्टीक जलचर प्राण्यांसाठी प्राणघातक ठरते. ते त्यांच्या पोटात जाते किंवा त्यांच्याभोवती गुंडाळले जाऊन त्यांना गुदमरायला होते. प्रसंगी गळफास लागतो. प्लॅस्टीकचे विघटन होण्यास २०० ते ४०० वर्षे लागतात. त्यामुळे ते वर्षानुवर्षे प्राण्यांसाठी घातक ठरते.

ii) सांडपाणी व पर्यटकांचे मलमूत्र यामुळे होणारे जल प्रदूषण : वाढत्या पर्यटकांच्या संख्येमुळे नदीकिनारी, समुद्रकिनारी, सरोवराच्या काठावर असलेल्या पर्यटनस्थळी हॉटेल्सूमधून बाहेर पडणारे सांडपाणी व मलमूत्र यांची विल्हेवाट लावण्याची यंत्रणा कोलमडलीय. त्यामुळे त्यावर कोणतीच प्रक्रिया न करता ते पाण्यात सोडले जाते. त्यामुळे पाण्याचे प्रदूषण होते. असे प्रदूषित पाणी जलचर तसेच पर्यटकांसाठीही अहितकारक आहे. उदयपूर शहरातील सरोवराचे पाणी प्रदूषित झाले आहे. मैलामिश्रित पाण्यात पाणवनस्पती मोठ्या प्रमाणात वाढतात व जलचर प्राण्यांना ऑक्सिजन कमी पडतो व त्यांच्या हालचालींना अडथळा येतो. जम्मू-काश्मीर राज्यातील श्रीनगर शहरातील दल सरोवराचे आजचे पाणी ५० वर्षांपूर्वी जेवढे होते त्याच्या अर्धे दिसते; कारण प्रदूषित पाण्यामुळे जलपर्णी वाढली आहे. राजस्थानातील उदयपूर येथील तलावातपण प्रदूषित पाणी आहे. प्रदूषित पाण्यामुळे होणारे रोग म्हणजे जुलाब, गॅस्ट्रो, कावीळ, टॉयफॉईड इ. चा प्रार्दुभाव होतो. १९८८ साली दूषित पाण्यामुळे स्पेनच्या किनाऱ्यावरील पर्यटनकेंद्रात टॉयफॉईडची साथ पसरली होती. त्यामुळे पुढील वर्षी पर्यटकांचे प्रमाण ७० टक्क्यांनी कमी झाले.

iii) खते व कीटकनाशकांचा परिणाम (Impact of Fertilizers and Pesticides) **:** बऱ्याच पर्यटनस्थळी बागा विकसित करतात, हॉटेलचे बगिचे असतात, गोल्फ कोर्सवर हिरवळ असते. हे बगिचे, गोल्फ कोर्स हिरवेगार रहावेत म्हणून खतांचा व

कीड लागू नये म्हणून कीटकनाशकांचा वापर करतात. पण पावसाने खते व कीटकनाशके यांचे अंश जवळच्या तळ्यात, सरोवरात, नद्यांमध्ये, समुद्रात वाहून जातात व पाण्याचे प्रदूषण होते. श्रीनगरमधील दल सरोवरात चार चिनार या नावाने एक बगिचा विकसित केलाय. तेथे अनेक गुलाबाच्या व इतर फुलांच्या बागा आहेत. त्यासाठी वापरण्यात येणारे खत पावसाने दल सरोवरात वाहून नेले जाते. त्यामुळे चार चिनारभोवती सतत पाणवनस्पतींची वाढ होते व ती काढण्यासाठी खर्च करावा लागतो.

iv) पर्यटकांकडून होणारे प्रदूषण (Pollution by Tourists) :
धार्मिक पर्यटनस्थळी लोक धार्मिक विधी करून काही वस्तू पाण्यात सोडतात. गंगेच्या पाण्यात कणकेचे दिवे अनेक पर्यटक रोज सोडतात. नदीकिनारी किंवा तळ्याजवळच्या देवळात जाण्यापूर्वी लोक नदीत किंवा तळ्यात स्नान करतात. त्यामुळे जलप्रदूषण होते. नदीत किंवा सरोवरात बोटिंगला जाणारे पर्यटक बरोबर खाद्यपदार्थ घेऊन जातात व कचरा पाण्यात टाकतात. नैनिताल येथील तळ्यांमध्ये पर्यटक रोज खूप कचरा फेकतात.

मोटारबोटीतून पर्यटक नद्या, तलाव, सरोवरे यातून विहारास जातात. मोटारबोटमध्ये डिझेल वापरतात. त्याची गळती झाल्याने जलप्रदूषण होते व ते जलजन्य प्राण्यांसाठी घातक ठरते.

● **ध्वनी प्रदूषण** (Noise Pollution) : पर्यटक पर्यटनस्थळी जातात ते शांतता लाभावी म्हणूनच; पण आता सर्व पर्यटनस्थळी पर्यटकांची संख्या वाढल्यामुळे, विमान वाहतूक तसेच मोटार वाहतुकीमुळे, हॉटेल्स, रेस्टॉरंट, रस्ते यांच्या बांधकामांच्या आवाजामुळे ध्वनी प्रदूषण वाढतच चालले आहे.

i) वाहतुकीमुळे ध्वनी प्रदूषण (Noise Pollution due to Traffice) :
आंतरराष्ट्रीय पर्यटनस्थळांवर व विशेषत: बेटांच्या पर्यटनस्थळांवर विमान वाहतुकीचे प्रमाण जास्त असते. विमान जमिनीवर उतरताना तसेच आकाशात उड्डाण करताना भरपूर आवाज होतो. विशेषत: विमानतळाजवळ असणाऱ्या हॉटेलमध्ये विमानांचा भरपूर आवाज ऐकू येतो. देशांतर्गत पर्यटनात मोटार वाहतुकीचा वापर होतो व पर्यटनस्थळी मोटार वाहतूक वाढल्याने गाड्यांचे आवाज, हॉर्नचे आवाज यामुळे ध्वनी प्रदूषण होते. सरोवरात किंवा नदीत किंवा तळ्यात पर्यटकांना जलविहारासाठी नेणाऱ्या मोटारबोटीसुद्धा खूप आवाज करतात. अभयारण्यात वाहने जोरात चालवल्याने खूप आवाज होतो. एकूणच पर्यटनस्थळी कोणत्या ना कोणत्या वाहतुकीच्या साधनांमुळे ध्वनी प्रदूषण होतच असते.

ii) बांधकामामुळे ध्वनी प्रदूषण (Noise Pollution by Construction Work) : पर्यटकांना सोयी-सुविधा पुरवण्यासाठी पर्यटनस्थळी हॉटेल, रोप-वे, रस्ते, अम्युजमेंट पार्क असे कशाचेतरी बांधकाम सतत चालू असते. बांधकामासाठी जी यंत्रे वापरतात, त्यामुळे ध्वनीप्रदूषण होते.

iii) पर्यटकांमुळे ध्वनी प्रदूषण (Noise Pollution by Tourists) **:** पर्यटनस्थळी डिस्को बार, नाईट क्लब्ज इ. करमणूक असल्यास लोक रात्रभर गाड्या फिरवत असतात. रस्त्यावर मोठ्याने ओरडत, किंचाळत फिरतात. बारमधून बाहेर पडणारे लोक मोठ्या आवाजात बोलत असतात. रेडिओ, म्युझिक सिस्टिम, गाण्यांच्या भेंड्या इत्यादिंचा वापर करून उघड्यावर, मैदानात कॅम्प फायर करून मजा करतात. त्यामुळे खूप ध्वनी प्रदूषण होते. संयुक्त संस्थानातील नेवाडा राज्यातील लास व्हेगास या पर्यटनस्थळी लोक रात्रभर अमली पदार्थांच्या आहारी जाऊन हिंडत असतात. जुगार खेळण्यासाठी वेगवेगळ्या हॉटेल्समध्ये फिरत असतात व गोंगाट करतात. भूमध्य समुद्रकिनारी अनेक हॉटेल्स आहेत तेथे पर्यटक डिस्को आणि बारमध्ये रात्रभर फिरत असतात.

उ) सौंदर्याचे प्रदूषण (Aesthetic Pollution)

पर्यटक पर्यटनस्थळी नैसर्गिक सौंदर्य, इमारतींचे सौंदर्य, समुद्रकिनाऱ्यांचे सौंदर्य इत्यादींचा आस्वाद घेण्यासाठी येतात; पण पर्यटनस्थळी पर्यटकांना आकर्षित करण्याच्या प्रयत्नात बऱ्याच पर्यटनस्थळांचे सौंदर्यच हरवून जाते.

i) नैसर्गिक सौंदर्यास बाधा (Obstacle to natural beauty) **:** किनारपट्टीच्या पर्यटनस्थळी भरपूर पर्यटकांना निवासाची सोय करून नफा मिळवण्याकडे हॉटेल मालकांचा कल असतो. त्यामुळे ते किनारपट्टीजवळ मोठमोठे व उंच हॉटेल्स बांधतात व त्यामुळे सर्व ठिकाणांहून किनाऱ्याचा देखावा किंवा सूर्यास्ताचा देखावा दिसत नाही. भूमध्य समुद्रकिनारी खूप हॉटेल्स विकसित केल्याने समुद्रकिनाऱ्याच्या सौंदर्याचे प्रदूषण झाले आहे. डोंगरांवर किंवा टेकड्यांवर नियोजन न करता हॉटेल्स बांधल्याने डोंगर व टेकड्या यांच्या सौंदर्याला बाधा येते. सिमला येथे डोंगरउतारावर अनेक हॉटेल्स बांधल्याने वृक्षतोड झाल्याने नैसर्गिक सौंदर्यास बाधा येते. नैनिताल येथे सरोवरच्या कडेच्या डोंगरउतारांवर अत्यंत दाटीवाटीने हॉटेल्स् बांधल्याने डोंगरउतारांवरील नैसर्गिक सौंदर्य नष्ट झाले आहे.

ii) इमारतींच्या सौंदर्यास बाधा (Obstacle to Beauty of Buildings) : अनेक पर्यटनस्थळे तेथील इमारतींच्या वास्तुशैलीसाठी प्रसिद्ध आहेत. काही ठिकाणी विशिष्ट प्रकारचे बांधकाम साहित्य म्हणजे संगमरवर, ढोलपूर दगड इ. वापरून इमारती बांधल्या आहेत; पण आता पर्यटनसंस्था वाढल्याने वास्तूशैलीचा विचार न करता उंच

उंच हॉटेल्सच्या इमारती बांधून त्या पर्यटनस्थळांच्या इमारतीच्या सौंदर्यास बाधा आणली आहे. बऱ्याच पर्यटनस्थळी आता हॉटेलबांधणीवर बंधने घातली आहेत. मॉरिशसमध्ये वास्तुशैली व बांधकामाचे सामान याचा हॉटेल बांधणीसाठी वापर करताना काही नियमावली आहे. त्या नियमानुसारच ते बांधावे लागते. काही देशात हॉटेल्सची उंची झाडाच्या उंचीपेक्षा जास्त नसावी, असे बंधन घातलेले असते. आज हवाई बेटांवर तसेच स्पेनमध्येसुद्धा, जेथे पर्यटक फार मोठ्या प्रमाणात भेट देतात अशा ठिकाणी हॉटेल्सच्या उंच इमारती बांधल्या आहेत. त्यात पारंपरिक वास्तुशैलीचा मागमूसही सापडत नाही.

३) पर्यटनाचे सामाजिक घटकांवरील प्रतिकूल परिणाम (Negative Impact of Tourism on Social Factors)

अ) स्थानिक लोक व पर्यटक यांच्या राहणीमानातील तुलना : स्थानिक लोक हे नोकर, वेटर, माळी इ. कनिष्ठ स्वरूपाची कामे करत असतात. त्यामुळे त्यांच्यात न्यूनगंड असतो. त्यांचे पगार कमी असतात. त्यांचे राहणीमान साधे असते; पण पर्यटनस्थळी येणारे पर्यटक मात्र सुस्थितीतील असतात. ते मौजमजा व आराम करण्यासाठी आलेले असतात. त्यामुळे ते सढळ हाताने पैसे खर्च करतात. कधी कधी ते नेहमी करत नाहीत त्यापेक्षा जास्त पैसे पर्यटनस्थळी खर्च करतात. पर्यटकांची छानछौकीची राहणी पाहून स्थानिक तरुणांमध्ये न्यूनगंड निर्माण होतो. ते पर्यटकांचे अनुकरण करायला बघतात. त्यासाठी घरून पैसे मिळावेत ही त्यांची अपेक्षा असते. त्यामुळे कुटुंबात दोन पिढ्यांमध्ये कलह सुरू होतो. कुटुंबातील वयस्कर मंडळींना त्यांचे पारंपरिक राहणीमान पसंत असते तर तरुणांना नवीन चैनीचे राहणीमान स्वीकारायचे असते. नेपाळमध्ये किंवा लडाखमध्ये आलेल्या पर्यटकांचे अनुकरण म्हणून आता तेथील तरुण आपला पारंपरिक पोशाख सोडून जीन पँट, गॉगल, वॉकमन, महागडे मोबाईल इ. चा वापर करू लागले आहेत. त्यातून कौटुंबिक स्वास्थ बिघडत चालले आहे.

जेव्हा स्थानिक लोक पर्यटकांच्या राहणीमानाचे स्वत:ची आर्थिक परिस्थिती चांगली नसल्याने अनुकरण करू शकत नाहीत; तेव्हा ते पर्यटकांचा राग राग करतात. कधी कधी त्यांच्यात तणावाचे प्रसंग निर्माण होतात. संयुक्त संस्थानातील आफ्रिकन लोकांचे शिक्षण कमी असल्याने ते स्थानिक अमेरिकन लोकांसारखे चैनीत राहू शकत नाहीत; त्यामुळे काळे व गोरे यांच्यात तेथे संघर्ष चालू असतो. गोरे लोक काळ्या लोकांपासून चार हात लांब असतात; त्यातून सामाजिक तणाव निर्माण होतो.

ब) गुन्हेगारी व समाजविघातक वृत्ती (Crime and Antisocial Elements): असे म्हणतात की, पर्यटनामुळे गुन्हेगारीला चालना मिळते. पर्यटन व गुन्हेगारी यांचा परस्परसंबंध आहे. अनेक पर्यटनस्थळी गुन्हेगारीचा प्रत्यय येतो. पर्यटकांमुळे गुन्हेगारी

सुरू होण्याचे महत्त्वाचे कारण म्हणजे बरेचसे पर्यटक अनेक महागड्या वस्तू म्हणजे कॅमेरा, किमती दागिने, व्हिसा, पासपोर्ट व भरपूर कॅश घेऊन पर्यटनस्थळी फिरत असतात. तसेच पर्यटनाला आलेले लोक हे तणावरहित मन:स्थितीत असतात, ते मजेच्या मूडमध्ये असतात, स्वत:च्या वस्तूंची घ्यावी तेवढी काळजी ते घेत नाहीत. हल्ली पर्यटनस्थळी गर्दी पण खूप असते. त्यामुळे गर्दीचा फायदा घेऊन, गहाळ व महागड्या वस्तू घेऊन फिरणाऱ्या पर्यटकांना लुटणे सोपे जाते. पाकिटमार, बॅगा पळवणे, व्हिसा, पासपोर्ट पळवणे, दागिने चोरणे इ. प्रकार स्थानिक गुन्हेगार सहजपणे करू शकतात. इटली देशात व्हिसा, पासपोर्ट, पैसे चोरणे इ. प्रकार नेहमीच घडतात. संयुक्त संस्थानातील डेट्राइट या शहरात पर्यटकांचा सीझन असताना अनेक पर्यटक गुन्हेगारांची शिकार होतात. जमैका व संयुक्त संस्थानातील फ्लोरिडा राज्यात १९८० ते १९९० च्या दशकात पर्यटकांबाबत झालेल्या अनेक गुन्ह्यांची नोंद आढळते.

बऱ्याच पर्यटनस्थळी हॉटेल्समधील वेटर, वॉचमन, इतर स्टाफ, टॅक्सीवाले, साफसाफाई कामगार इ. कडून चोरीचे गुन्हे होतात. ब्राझीलमधील रिओ दी जानेरिओ या समुद्रकिनारी असलेल्या शहरात पंचतारांकित हॉटेलमधील लोक बीचवर फिरायला आल्यावर त्यांना लुटण्याचे प्रसंग घडतात. त्यामुळे तेथे आता मशिनगन घेऊन गस्त घालणारे सुरक्षारक्षक वाढवले आहेत.

स्थानिक लोक व पर्यटक यांच्यात आर्थिक विषमता असल्याने स्थानिक लोक पर्यटकांना लुबाडण्याचे मार्ग शोधतात. भारतात विमानतळावर प्रवास करून आलेल्या परदेशी प्रवाशांना टॅक्सीवाले रात्रीच्या वेळी अवाजवी भाडे मागतात व लुबाडतात.

अशा प्रकारची गुन्हेगारी केवळ आंतरराष्ट्रीय पर्यटन केंद्रावरच नव्हे तर देशांतर्गत पर्यटन केंद्रावरही वाढते आहे, याचे प्रमुख कारण म्हणजे पर्यटन केंद्रावर होणारी गर्दी. तिरुपती, पंढरपूर, रामेश्वर, हरिद्वार, वाराणसी इ. धार्मिक पर्यटनस्थळी काही विशिष्ट काळात खूप गर्दी होते तेव्हा पाकीटमारी, खिसे कापणे, दागिने हिसकावणे, पैसे चोरणे इ. प्रकार चालतात. पुण्यात गणेशोत्सवात दहा दिवस लोक गणपतीची आरास बघायला येतात तेव्हा गर्दीचा फायदा घेऊन अनेक चोर आपला कार्यभाग साधतात.

क) मद्यपी व अमली पदार्थांच्या अमलाखालील लोकांचा त्रास (Menace of Drunkers and Drug Addicts) : पर्यटनस्थळी अति मद्यप्राशन केलेल्या लोकांचा स्वत:वर ताबा रहात नाही. आपण काय बोलतोय, कुणाशी बोलतोय याचे भान त्यांना नसते; त्यामुळे अशा मद्यपींमध्ये शुल्लक कारणावरून बाचाबाची होते, मारामारी होते, बंदुकांचे वार होतात व गोष्टी खुनापर्यंत पोहोचतात.

पर्यटक व स्थानिक लोक यांच्यात आर्थिक विषमता असल्याने लोक निराश होतात,

पैसे मिळवण्याचा सोपा मार्ग म्हणून अमली पदार्थांची विक्री सुरू करतात. अमली पदार्थांच्या आहारी जातात. मद्यपी लोक रस्त्याने जाणाऱ्या महिलांची छेड काढतात, स्थानिक मद्यपी परदेशी महिलांचा विनयभंग करतात, बलात्कार करतात. अशा प्रकारे समाजविघातक कृत्यांना सुरुवात होते. गोव्यात स्थानिक तरुणांनी परदेशी महिलांवर बलात्कार करण्याच्या ४-५ केसेस गेल्या पाच वर्षांत घडल्या. गोव्यात मद्यपींची संख्या भरपूर आहे व त्यामुळे गुन्हे घडत असतात. तेथे अमली पदार्थांच्या आहारी गेलेले अनेक 'हिप्पी' पर्यटक बीचवर असतात.

ड) बालमजुरांची समस्या (Problem of Child Labour) : बहुतेक पर्यटनस्थळी अनेक कामांसाठी पंधरा वर्षांखालील मुलांना ठेवले जाते. ते कमी पगारावर कोणतेही प्रशिक्षण न घेता अनेक तास तक्रार न करता काम करतात. विकसित व अविकसित देशातही हे बालकामगार हॉटेल्स, रेस्टॉरंट इथे मदतनीस, करमणुकीच्या शोमध्ये इ. ठिकाणी काम करतात. त्यांच्यासाठी खूप कडक नोकरीच्या अटी नसतात. जगात पर्यटन व्यवसायात एकूण २० लाख मुले दारिद्र्यरेषेच्या खालची आहेत.

इ) स्थानिक लोकांशी मतभेद व संघर्ष (Conflicts and Difference of Opinion with Local People) : बऱ्याच धार्मिक पर्यटनस्थळी लोक त्या धर्माबद्दल फारशी सहानुभूती नसतानाही ते पर्यटन क्षेत्र प्रसिद्ध असल्याने जातात. अनेक हिंदू अजमेरचा दर्गा बघण्यास जातात, शिखांचे सुवर्ण मंदिर बघण्यास जातात. प्रत्येक धर्माच्या लोकांचे काही धार्मिक विधी, रीतीरिवाज असतात; पण त्यांचे पालन पर्यटक करतातच असे नाही. कधी कधी पर्यटकांना ते माहीत नसतात तर काही पर्यटकांचा विश्वास बसत नाही म्हणून ते पालन करत नाहीत. काही धर्मांनुसार धार्मिक स्थळी महिलांना प्रवेश करायला परवानगी नाही. काही धार्मिक स्थळी वेशभूषेचे बंधन असते, ते जर पर्यटकांनी पाळले नाही तर स्थानिक लोक व पर्यटकांमध्ये वाद होतात. स्थानिक लोकांना पर्यटकांचे हे वर्तन आवडत नाही. गाम्बिया येथे मुसलमान वस्ती आहे, तेथे पर्यटकांनी पूर्ण बाह्यांचे शर्टच घालावेत व महिलांनी स्कर्ट, तंग कपडे वापरू नयेत असा नियम आहे. मुसलमानांच्या दर्ग्यात किंवा शिखांच्या गुरुद्वारात जाताना लोकांनी डोके रुमालाने किंवा ओढणीने झाकावे असा रिवाज आहे. परंतु पर्यटकांनी रिवाज न पाळल्यास स्थानिक लोकांना आवडत नाही. शाब्दिक चकमकी होतात किंवा कधीकधी मारामाऱ्या होतात.

कोणत्याही पर्यटनस्थळी पर्यटनाचा अतिरेक झाल्यास स्थानिक लोकांच्या अडचणी वाढतात. पाणीटंचाई, विजेची टंचाई, ट्रॅफीक जाम इ. अडचणी वाढू लागतात. पावसाळ्यात दर शनिवारी व रविवारी पुणे जिल्ह्यातील लोणावळा या पर्यटनस्थळी पर्यटकांची खूप गर्दी असते. त्यामुळे दोन्ही दिवस ट्रॅफीक जाममुळे स्थानिक पर्यटकांच्या

फिरण्याला मर्यादा येतात. गोव्यातील ताज व फोर्ट ॲग्वा या दोन्ही पंचतारांकित हॉटेलात चोवीस तास पाणी असते; पण जवळच्या खेड्यात मात्र २-३ ताससुद्धा पाणी नसते. गोव्यातील अनेक खेड्यात वीज व पाण्याची टंचाई भासते; कारण एका पंचतारांकित हॉटेलात पाच खेड्यात लागणारे पाणी व प्रत्येक घरात वापरल्या जाणाऱ्या विजेच्या पंचवीसपट वीज वापरली जाते. त्यामुळे स्थानिक लोकांचे पर्यटकांच्या अशा वारेमाप वापरासाठी विरोध करणारे गट तयार झालेत. 'गोवा फाउंडेशन' हा पर्यावरण ग्रुप यावर आवाज उठवत आहे. या ग्रुपचे कार्यकर्ते पर्यटकांबद्दल राग व्यक्त करतात.

४) पर्यटनाचे सांस्कृतिक घटकांवरील प्रतिकूल परिणाम (Negative Impact of Tourism on Cultural Factors)

अ) पारंपरिक कलांचे व्यापारीकरण (Commercialisation of Traditional Art) **:** पर्यटनस्थळी खरेदी करणे ही पर्यटकांची अत्यंत आवडती गोष्ट आहे. प्रत्येक पर्यटनस्थळी त्या त्या ठिकाणच्या पारंपरिक कलाकुसरीनुसार बनवलेल्या वस्तू विकायला असतात व त्या अस्सल स्वरूपात फक्त जेथे बनतात तेथेच मिळतात. उदा. काश्मीरी गालिचे, शाली, कटक येथील चांदीवर कोरीव काम केलेल्या वस्तू, येवल्याची पैठणी या ठिकाणी पर्यटनस्थळी पर्यटकांची गर्दी झाल्याने या पारंपरिक कलात्मक वस्तूंना प्रचंड मागणी असते. ही पर्यटकांची मागणी वेळेत पूर्ण करण्यासाठी स्थानिक लोक अस्सल कच्चा माल न वापरता, कलाकुसर करण्यास फारसा वेळ न देता, पारंपरिक कलात्मक वस्तूंसारख्या दिसणाऱ्या नकली वस्तू झटपट बनवून विकतात. त्यामुळे पारंपरिक कलेचे व्यापारीकरण होते. महाबळेश्वर येथे पूर्वी लेदरच्या चपला बनवत; पण आता रेक्झिन वापरून चपला बनवतात. दिसायला त्या लेदरच्या दिसतात; पण त्या लेदरच्या नसतात. ऑस्ट्रेलियात वाळूच्या साहाय्याने पेंटिंग बनवतात व त्याला जगभर मागणी आहे; पण ते बनवण्यास खूप वेळ लागतो म्हणून वाढत्या मागणीनुसार पुरवठा करण्यासाठी आता तेथील लोकांनी ॲक्रेलिक पेंट वापरून पेंटिंग बनवायला सुरुवात केली आहे. वाढत्या मागणीनुसार जलद गतीने उत्पादन करण्यासाठी काही कारागिरांनी मशिनचा वापर करायला सुरुवात केली. आता जम्मू-काश्मीरमध्ये बरेच गालिचे मशिनने बनवतात. पूर्वी ते हाताने बनवत व एका गालिच्यासारखा दुसरा बनत नसे. जम्मू-काश्मीरच्या शाली, साड्या, पंजाबी सूट, काश्मीरी रेशमांच्या धाग्याने कारागीर पूर्वी हाताने भरतकाम करून बनवत; पण आता मशिनच्या साहाय्याने भरतकाम केले जाते. त्यामुळे पर्यटनस्थळी पारंपरिक कलांचे व्यापारीकरण झाले आहे.

ब) संस्कृतीचे प्रदूषण (Pollution of Culture) **:** पर्यटनस्थळी स्थानिक लोकांचे अगत्य, संस्कृतीनुसार वागणे, प्रामाणिकपणा, राष्ट्रप्रेम इ. कमी होत चालले आहे. स्थानिक

लोक लोकनृत्ये, लोकसंगीत व इतर कला पारंपरिक स्वरूपात सादर न करता पर्यटकांना जशा हव्या तशा सादर करतात. त्यामुळे पारंपरिक वेशभूषा न करता ते आधुनिक वेशभूषा वापरतात. आफ्रिकेच्या कलहारी वाळवंटातील बुशमेन हे विशिष्ट वेशभूषा करून पर्यटकांसाठी त्यांचे नृत्य सादर करत असत. परंतु आता ते रंगीबेरंगी टी शर्ट घालून नृत्य करतात. अनेक पर्यटनस्थळी नृत्य, लोकगीत, पेंटिंग, हस्तकला, पारंपरिक सण यांचा व्यापारी दृष्टिकोनातून विकास करण्याचा प्रयत्न चालू असतो. त्यामुळे संस्कृतीचे प्रदूषण होत चालले आहे.

प्रत्येक पर्यटनस्थळी स्वत:ची संस्कृती असते. त्यानुसार लोकांची वेशभूषा, केशभूषा, बोलण्याच्या पद्धती, शिष्टाचार, दृष्टिकोन, विचारसरणी ठरतात. जेव्हा संस्कृती नसलेल्या देशातील लोक संस्कृतीचे जतन करणाऱ्या देशात जातात तेव्हा स्थानिक लोक पर्यटकांचे अनुकरण करू लागतात व स्वत:ची संस्कृती विसरतात. त्यामुळे संस्कृतीचे प्रदूषण होते. केनियामधील मुसलमान मुली जेव्हा बिकिनीत वावरणाऱ्या पाश्चिमात्य देशातील मुलींना बघतात तेव्हा त्यांनाही बिकिनी घालावीशी वाटते. परंतु त्यांच्या संस्कृतीनुसार सर्व अंग व डोकेसुद्धा कपड्यांनी झाकावे लागते. लोक हळूहळू पर्यटकांकडून संस्कृतीविरोधी गोष्टी शिकू लागतात. फास्ट फूडचे वेड भारतीयांना पाश्चात्यांमुळेच लागल्याने भारतीय खाद्य पदार्थांच्या दुकानापेक्षा जास्त 'मॅकडोनाल्ड' जागोजागी दिसतात. चायनीज खाद्यपदार्थात काही आरोग्यास अहितकारक घटक असतात. तरीसुद्धा भारतीयांना चायनीज पदार्थांच खूप आवडतात.

क) सांस्कृतिक संभ्रमावस्था (Cultural Shock) : प्रत्येक पर्यटनस्थळावर त्या देशाच्या संस्कृतीचा पगडा असतो. तेथील लोक पारंपरिक प्रथा, सवयी, रीतीरिवाज, वेशभूषा, केशभूषा इ. चे पालन करत असतात; पण जेव्हा पूर्णपणे वेगळी संस्कृती असलेले पर्यटक अशा पर्यटनस्थळी येतात तेव्हा त्यांच्या सवयी, शिष्टाचार, वेशभूषा, केशभूषा, प्रथा पूर्णपणे वेगळ्या असल्याने स्थानिक लोकांना ते पाहून धक्का बसतो. जम्मू-काश्मीर राज्यात जेव्हा कमीत कमी कपड्यातले 'हिप्पी' लोक यायला सुरुवात झाली तेव्हा तेथील लोकांसाठी तो सांस्कृतिक धक्का होता. गोव्याच्या किनाऱ्यावर जे परदेशी पर्यटक मोठ्या संख्येने येऊ लागले तेव्हा सनबाथ घेण्यासाठी बिकिनीतील किंवा कमीतकमी कपड्यातील स्त्रिया बघून स्थानिक महिलांना सांस्कृतिक धक्का बसला. गल्फ देशांमध्ये विशेषत: सौदी अरेबियामध्ये महिला नखशिखान्त कपडे घालून मगच रस्त्यावर येतात. बुरखा पद्धतीमुळे त्यांचे नखसुद्धा कोणाला दिसत नाही; पण त्याच सौदी अरेबियाच्या रस्त्यावर युरोप-अमेरिकेतील स्कर्ट, स्लीवलेस टॉप, जीन्स इ. घातलेल्या महिला बघून सौदी अरेबियातील लोकांना सांस्कृतिक धक्का बसला.

अशा प्रकारे कमी कपड्यातील महिला बघून तरुण व पौंगडावस्थेतील मुलांच्या मनावर विपरीत परिणाम होतात. त्यांच्या मनात संभ्रमावस्था निर्माण होते. त्यातूनच परदेशी महिलांची छेडछाड, विनयभंग, बलात्कार अशा केसेस होतात. म्हणूनच गोवा सरकारने आता परदेशी पर्यटकांच्या वेशभूषेवर बंधने घातली आहेत. अंजुना बीचवर कमी कपड्यात वावरण्यास परवानगी नाही. गोव्यातील सर्वच बीचवर बिकिनी (Swimming Costume) घालायला बंदी केली आहे.

ड) नीतिमत्तेचा ऱ्हास (Degradation of Ethical Values)

i) जुगार : काही पर्यटनस्थळी पर्यटक भरपूर पैसे घेऊन येत असल्याने जुगार, नाईट क्लब्ज डिस्को बार, मद्याचे बार, वेश्याव्यवसाय इ. नीतिमत्तेचा ऱ्हास होणाऱ्या बाबींची वाढ होत आहे. लोकांकडे पैसे असल्याने व लोकांची मागणी असल्याने अनेक हॉटेल्समध्ये लेडी वेटर काम करतात. डान्स करण्यासाठी मुलींची सोय केली जाते. बऱ्याच पर्यटनस्थळी हॉटेल्समध्ये जुगार खेळण्यासाठी मशिन लावलेले आहेत. भरपूर पैसा घेऊन आलेले पर्यटक जुगार, मद्य व वेश्या यांवर पैसा उधळतात. संयुक्त संस्थानातील लास व्हेगास या शहरात प्रत्येक हॉटेलमध्ये जुगार खेळण्याची सोय आहे. लास व्हेगासला 'जुगाराची राजधानी' म्हणतात. संयुक्त संस्थानातील न्युजर्सी, अटलांटा, मॉन्ट कार्लो इ. शहरात जुगारासाठी मोठ्या संख्येने पर्यटक येतात. पर्यंटकांबरोबर स्थानिक लोकसुद्धा जुगाराच्या मोहाला बळी पडतात व समाजाच्या नीतिमत्तेचा ऱ्हास होतो.

ii) वेश्याव्यवस्था (System of Prostitues) **:** काही पर्यटनस्थळे वेश्याव्यवसायासाठीच प्रसिद्ध आहेत. अशा पर्यटनस्थळी मसाज पार्लर, सेक्स शोज, योगा बार, हेल्थ क्लब इ. नावाने व्यवसाय केले जातात; पण त्याचा मूळ हेतू सेक्स वर्कर पुरवणे व लोकांच्या लैंगिक गरजा भागवणे हाच असतो. अशी पर्यटनस्थळे 'सेक्स टुरिझम' साठी प्रसिद्ध आहेत. एकोणिसाव्या शतकात सेक्स टुरिझमचा विकास अशियाई देशात सुरू झाला. व्हिएतनाम, थायलंड, हाँगकाँग, नेपाळ, श्रीलंका इ. आग्नेय आशियाई देशात त्याचा प्रसार फार झपाट्याने झाला. थायलंडमधील पटाया शहर सेक्स टुरिझमसाठी प्रसिद्ध आहे. युरोपीय देशातील ॲमस्टरडॅम व हॅम्बर्ग तसेच अमेरिकेतील लास व्हेगास ही शहरे सेक्स टुरिझमसाठी जगप्रसिद्ध आहेत.

भारतात सेक्स टुरिझमचा विकास झाला नव्हता; पण आता भारतातील परदेशी पर्यटकांच्या मागणीनुसार दार्जिलिंग, गोवा व जम्मू-काश्मीर राज्यातील पर्यटनस्थळे येथे सेक्स टुरिझम सुरू झाले आहे. या ठिकाणी मागणीनुसार कॉल गर्ल्स पुरवल्या जातात. टॅक्सीवाले, हॉटेलातील वेटर इतर कामगार कॉलगर्ल पुरवण्याचा व्यवसाय करतात; अशा प्रकारे पर्यटकांमुळे अनेक पर्यटनस्थळी नीतिमत्तेचा ऱ्हास होत आहे.

सेक्स टुरिझममुळे एड्सचा प्रसार झपाट्याने होतो, त्यामुळे अशियाई देशांना एड्सचा धोका आहे.

५) पर्यटनाचे आर्थिक घटकांवरील विपरित परिणाम (Negative Impact of Tourism on Econoimic Factors)

अ) जमिनीच्या वापरातील बदल (Changes in Land usage) : पर्यटनाचा विकास करण्यासाठी जंगले, शेतीची जमीन, मासेमारीचे क्षेत्र इ. वर अतिक्रमण होते. पर्यटन विकास करताना हॉटेल्स, रस्ते, रोप-वे, विमानतळ, गोल्फ क्लब इ.चा विकास करावा लागतो व त्यासाठी खूप मोठ्या प्रमाणावर जागा लागते. त्यामुळे जंगले, शेतीची जागा वापरावी लागते; त्यामुळे भूमिउपयोजनात बदल होतात व या बदलामुळे पर्यावरणाचे प्रदूषण होते. विमानतळ बांधण्यासाठी शेतीची खूप मोठी जागा घ्यावी लागते. जम्मू-काश्मीर राज्यातील लडाख या प्रसिद्ध पर्यटनस्थळी पर्यटकांच्या सोयीसुविधांसाठी शेतीची खूप मोठी जागा वापरण्यात आली. त्यामुळे शेतीवर गदा आली. केरळ राज्य हे भारतात सध्या पर्यटनासाठी प्रथम क्रमांकावर आहे, त्यामुळे किनारपट्टीवर व बॅकवॉटरजवळ पर्यटनाचा विकास झाला; हॉटेल्स, रस्ते, रेस्टॉरंट्स बांधले गेले आणि कोळी लोकांचा मासेमारीचा व्यवसाय बंद पडला. गोव्यातही किनारपट्टीच्या भूमी उपयोजनात भरपूर बदल झाले ते पर्यटन विकसित करण्यासाठीच. भूमी उपयोजनातील बदलांमुळे लोकांची उदरनिवार्हाची साधने नष्ट झाली.

ब) स्थानिक लोकांचे विस्थापन (Displacement of Local People) : पर्यटनाच्या विकासासाठी जागा हवी म्हणून बरेचदा स्थानिक लोकांना बाहेर जावे लागते; कारण त्यांची जागा पर्यटनासाठी वापरायला घेतात व त्या जागेवर चालणारे उदरनिर्वाहाचे व्यवसाय बंद होतात. मग स्थानिक लोक नोकरीच्या शोधत तेथून बाहेर पडतात. हवाई बेटावरील होनोलुलू येथे मकाऊ बीचवर पार्क तयार करण्यासाठी ३०० लोकांना तेथून हलवले. म्यानमारमध्ये १९९६ साली 'व्हिजीट म्यानमार इयर' म्हणून वर्ष घोषित केले होते. पर्यटनात वाढ करणे हा त्याचा हेतू होता. त्या वर्षी अनेक गरीब लोकांना घरे रिकामी करायला लावली व तेथे हॉटेल बांधली. १९९६ साली ग्वेनमाला येथे ३०० कुटुंबीयांना सरकारी जमीन खाली करून द्यावी लागली; कारण तेथे टुरिस्ट कॉम्प्लेक्स बनवण्यात आला. केनियात अभयारण्याचा विकास करण्यासाठी मसाई जमातीच्या लोकांना स्थलांतर करावे लागले. विशेषत: अत्यंत गरीब, स्वत:चे घर किंवा जमीन नसलेले व जे कायद्याचा लढा देण्यास असमर्थ आहेत अशा लोकांचे अनेक पर्यटनस्थळांचा विकास करण्यासाठी विस्थापन झाले आहे. काही देशांमध्ये 'गोल्फ क्लब' स्थापित

करण्यासाठी शेतीच्या जागेवर अतिक्रमण करण्यात आले. नेपाळमधील चितवन नॅशनल गेम रिझर्व्हचा विकासही चितवनच्या जंगलातील आदिवासींना घालवूनच करण्यात आला.

क) जमिनीच्या किमतीत अवाजवी वाढ (Exorbitant Increase in Land Value) **:** पर्यटनस्थळी सतत हॉटेल्स, रस्ते, करमणुकीची केंद्रे इ. स्वरूपाचा विकास होत असतो. पर्यटनस्थळ प्रसिद्ध झाल्यावर तर बाहेरच्या राज्यातूनसुद्धा लोक तेथे गुंतवणूक करण्यास येतात; नवीन प्रकल्प सुरू करतात त्यामुळे जमिनीची मागणी मोठ्या प्रमाणात वाढते. मागणी वाढल्यामुळे स्थानिक लोक त्यांच्या जमिनींची किंमत वाढवतात व गुंतवणूकदारांना भविष्यातील फायदा दिसत असल्याने ते वाढत्या किमतीला विकत घेतात. उदा. लोणावळ्याच्या आजूबाजूच्या गावातील, मुळशीच्या परिसरातील जागांच्या किमती खूप वाढल्या आहेत. कोकणात लोकांनी मोठ्या किमतीला जमिनी विकल्या.

ड) ऋतूमानानुसार पर्यटन (Tourism Related to Seasons) : पर्यटन व्यवसाय हा विशिष्ट ऋतूतच चालत असल्याने त्या ऋतूत आर्थिक उत्पन्न मिळते परंतु काही ऋतूत हवामानामुळे पर्यटन पूर्णपणे बंद असते. त्यामुळे लोकांना रोजगार नसतो. विशिष्ट ऋतूत मिळणारे उत्पन्न वर्षभरासाठी पुरेसे नसेल तर स्थानिक लोकांना उदरनिर्वाहाचा प्रश्न निर्माण होतो. काही पर्यटनस्थळी हॉटेल्स विशिष्ट ऋतूत बंदच ठेवावी लागतात. उदा. माथेरान या थंड हवेच्या ठिकाणी पावसाळ्यात चार महिने वाहतूक करणे अवघड असल्याने व दरडी कोसळण्याचा धोका असल्याने हॉटेल व पर्यटनावर आधारित इतर व्यवसाय बंदच ठेवावे लागतात.

इ) उत्पन्नाची गळती व तात्पुरत्या नोकऱ्या (Leakage of Income and Temporary Jobs) : अनेक पर्यटनस्थळी परदेशी गुंतवणूक असते. विशेषत: हॉटेल्स परदेशी व्यक्तींनी बांधलेले असतात, त्यामुळे हॉटेल व्यवसायातून मिळणारा नफा बराचसा परदेशात पाठवला जातो. त्यामुळे देशात आर्थिक उत्पन्न बेताचेच मिळते.

परदेशी गुंतवणूक करणारे लोक स्थानिक लोकांनाच रोजगार देतात; परतु त्या नोकऱ्या तात्पुरत्या व कमी पगाराच्या असतात. विशिष्ट ऋतूत पर्यटन चालू असेल तेव्हाच नोकरी असते. मॅनेजर किंवा सुपरवायझर अशा उच्च पदाच्या नोकऱ्या न देता फक्त कष्टाची कामे देऊन कमी वेतन दिले जाते.

सराव प्रश्न

१) 'पर्यटकांचा वन्य प्राण्यांना त्रास होतो' हे विधान स्पष्ट करा.

२) जंगलसंपत्तीच्या ऱ्हासास पर्यटक कसे जबाबदार असतात, ते सोदाहरण स्पष्ट करा.

३) पर्यटनाचा विविध भूरचनेवरील प्रतिकूल परिणाम स्पष्ट करा.

४) पर्यटनाचा अतीविकास झाल्यामुळे किनारपट्टीचे पर्यटन व सागरी जीव यांवर कसा प्रतिकूल परिणाम होतो, ते सोदाहरण स्पष्ट करा.

५) 'पर्यटनाच्या विकासामुळे बेटांवरील नैसर्गिक पर्यावरणात आमूलाग्र बदल झाले आहेत' हे विधान स्पष्ट करा.

६) पर्यटनाचा नैसर्गिक पर्यावरणावर कसा प्रतिकूल परिणाम होतो ?

७) पर्यटनाच्या विकासाच्या सामाजिक घटकावर होणाऱ्या परिणामांचे वर्णन करा.

८) पर्यटनाच्या विकासामुळे स्थानिक संस्कृतीवर कसा प्रतिकूल परिणाम होतो ते स्पष्ट करा.

९) एखाद्या प्रदेशाच्या अर्थव्यवस्थेवर पर्यटनाचा होणारा प्रतिकूल परिणाम स्पष्ट करा.

१०) टिपा लिहा -

अ) पर्यटन व वन्य प्राणी जीवन

ब) पर्यटन व बेटे

क) पर्यटन व हवेचे प्रदूषण

ड) पर्यटन व जलप्रदूषण

इ) पर्यटन व ध्वनी प्रदूषण

फ) पर्यटन व स्थानिक लोक

ग) पर्यटन व कला आणि संस्कृतीचे व्यापारीकरण

ह) पर्यटन व सांस्कृतिक संभ्रमावस्था

ज) पर्यटन व जमिनीच्या वापरातील बदल

क) पर्यटन व नीतिमूल्यांचा ऱ्हास

ल) पर्यटनाचा विकास व भरूपे

१३ | पर्यावरणविषयक कायदे व पर्यटन

(Environmental Laws Related to Tourism)

१) **पर्यावरणविषयक कायद्यांची पार्श्वभूमी** (Background of Environmental Laws)

२) **पर्यटनाशी संबंधित पर्यावरणविषयक कायदे** (Environmental Laws related to Tourism)

अ) वन्य प्राणी संरक्षक कायदा ब) जलप्रदूषण नियंत्रण व प्रतिबंध कायदा क) वायू प्रदूषण नियंत्रण कायदा ड) ध्वनी प्रदूषण कायदा इ) भारत जैवविविधता कायदा

३) **पर्यावरणविषयक कायद्यांची पर्यटनस्थळी अंमलबजावणी** (Implementation of Environmental Laws at Tourist Places)

४) **विविध देशातील महत्त्वाचे पर्यटनविषयक कायदे** (Important Environmental Laws in different Countries)

५) **अनेक देशांनी एकत्र येऊन केलेले करार** (Treaties formed by many Countries Unitedly)

अ) अंटार्क्टिका करार ब) ध्रुवीय अस्वल करार क) रॅमसन अधिवेशन

६) **पर्यावरणीय प्रभाव परीक्षण** (Environmental Impact Assessment)

---

१) पर्यावरणविषयक कायद्याची पार्श्वभूमी (Background of Environmental Laws)

प्राथमिक अवस्थेत मानव होता तेव्हा आदिवासी समाजात निसर्गाबद्दल प्रेम होते. निसर्गच आपल्याला अन्न व आसरा देतो ही जाणीव असल्याने 'जगा व जगू द्या'

या विचाराने आदिवासी स्वत:च्या स्वार्थासाठी निसर्गाला हानी पोहचेल असे वागत नसत. त्यांचे काही अलिखित नियम होते. उदा. विणीच्या हंगामात पशुपक्ष्यांची शिकार न करणे, राखीव जंगल म्हणून देवराई असत, तेथे झाडे तोडण्यास मनाई असे. पण जशी जशी लोकसंख्या वाढली, तसतसा निसर्गाला ओरबाडण्याचा प्रकार सुरू झाला.

सध्या पर्यटनाचा अत्यंत अनियोजितपणे व वारेमाप विकास होत आहे व नैसर्गिक पर्यटनाला हानी पोहचत आहे. पर्यटक व गिर्यारोहकांकडून जंगलांचा नाश होत आहे. नद्या, सरोवरे यांचा बोटींगसाठी वापर वाढल्याने जलचर प्राण्यांना जलप्रदूषण व ध्वनी प्रदूषणाचा त्रास होत आहे. अभयारण्यात पर्यटकांकडून ध्वनी प्रदूषण, जलप्रदूषण व वायू प्रदूषण झाल्याने वन्य प्राण्यांना त्रास होत आहे. किनाऱ्यावरील पर्यटनाचा विकास झाल्याने जलप्रदूषण वाढत आहे. त्यामुळे पर्यटनस्थळीसुद्धा पर्यावरणाच्या कायद्यांची अंमलबजावणी होणे आवश्यक आहे.

भारतात वन्य प्राणी व जंगले यांचा मोठ्या प्रमाणावर विनाश झाला. त्यामुळे इंग्रज राजवटीत १८९३ मध्ये मद्रास प्रांतात 'मद्रास गजसंवर्धन' कायदा अस्तित्वात आला. अशा प्रकारचे कायदे बंगाल व मुंबई येथे करण्यात आले; पण पर्यावरणविषयक कायद्यांचा विकास मात्र १९७२ सालानंतरच झाला. १९७२ साली स्टॉकहोम येथे झालेल्या जागतिक पर्यावरणविषयक परिषदेत नैसर्गिक संपत्तीचे जतन करण्यासाठी कायदे करायला हवेत असा निर्णय झाला. प्रत्येक देशाने आपापल्या देशाच्या गरजेनुसार कायदे करावे असे ठरले. त्या वेळच्या प्रंतप्रधान श्रीमती इंदिरा गांधी यांनी त्यासाठी विशेष लक्ष घातले. त्यांनी संविधानाच्या कलमात सुधारणा सुचवल्या. घटनेच्या कलमात सुधारणा करण्यासाठी घटनेतील ५१ अ (९) हे कलम वाढवले; त्यानुसार, 'सर्व सजीवांबद्दल दया असणे आणि नैसर्गिक पर्यावरणातील जंगल, तळी, नद्या, वन्य पशू इ. चे संरक्षण करणे हे प्रत्येक नागरिकाचे कर्तव्य आहे.'

घटनेतील कलम ४८ अ (९) नुसार, 'प्रत्येक राज्याने पर्यावरणाची काळजी घेऊन जंगल व वन्यप्राण्यांना संरक्षण दिले पाहिजे.'

२) पर्यटनाशी संबंधित पर्यावरणविषयक कायदे (Environmental Laws related to Tourism)

१९७० साली भारताने पर्यावरणविषयक कायदे बनवण्याचे ठरवले, त्यासाठी वेगळा विभाग स्थापन केला. आज भारतात २०० केंद्रीय व राज्य पातळीवरील पर्यावरणाचे संरक्षण करणारे कायदे आहेत. त्यापैकी संबंधित कायदे पुढीलप्रमाणे आहेत -

अ) वन्य प्राणी संरक्षण कायदा (१९७२) (Wild Life Protection Act)

वन्यप्राणी व पक्षी यांना संरक्षण देण्यासाठी 'वन्य प्राणी संरक्षण कायदा' ९ सप्टेंबर १९७२ रोजी पास करण्यात आला. हा भारतातला पहिला पर्यावरण विषयक कायदा. या कायद्यानुसार वन्य पशुपक्षी यांची शिकार करणे व त्यांच्या अवयवांचा व शरीराच्या भागांचा व्यापार करणे यावर बंदी घालण्यात आली. या कायद्यात देशातील दुर्मीळ व ज्यांचे अस्तित्व धोक्यात आले आहे किंवा येऊ पाहत आहे अशा वन्य जीवजातींची सूची करण्यात आली. या धोक्यात आलेल्या जातींचे जतन व संरक्षण करण्याच्या योजना बनवण्यात आल्या. १९९१ मध्ये त्यात सुधारणा करून राष्ट्रीय उद्याने व अभयारण्यांची स्थापना करण्याचे ठरवले. त्यामुळेच आज भारतात जवळजवळ ५०० अभयारण्ये, १०० राष्ट्रीय उद्याने व २५ व्याघ्र प्रकल्प आहेत. वन्य प्राणी संरक्षण कायद्याचे उल्लंघन करणाऱ्यांवर तुरुंगवास व दंडात्मक कारवाई केली जाते.

२००२ साली वन्य प्राणी संरक्षण कायद्यात पुन्हा सुधारणा करण्यात आल्या; त्यानुसार राष्ट्रीय उद्याने व प्राणी संग्रहालयाच्या कुंपणाच्या मर्यादा ओलांडण्यास परवानगी नाही. तसे केल्यास तीन वर्षांचा कारावास तसेच कमीतकमी १०,००० रु. दंड भरावा लागतो. पुन्हा दुसऱ्यांदा तोच गुन्हा केल्यास ३ ते ७ वर्ष कारावास व २५,००० रु. दंड भरावा लागतो, असे कायद्यात नमूद केले आहे.

ब) जलप्रदूषण नियंत्रण व प्रतिबंध कायदा (Water Pollution Control and Prevention Act)

१९७४ साली केंद्र सरकारने हा कायदा केला. याचा मुख्य हेतू पाण्याचे प्रदूषण न होऊ देणे किंवा होणाऱ्या प्रदूषणावर नियंत्रण ठेवणे हाच आहे. या कायद्याचा हेतू म्हणजे कारखाने, शेती, घरातील हॉटेल्समधील त्याज्य पदार्थ इ. पाण्यात टाकून त्याचे प्रदूषण होऊ न देणे. प्रदूषित पाण्याचे स्रोत असलेले विहिरी, नद्या, नाले, समुद्र इ. मध्ये हे पदार्थ टाकण्यास मनाई करणे. पर्यटक समुद्रकिनारी, नदीच्या किनारी, सरोवराच्या किनारी फिरायला जातात व पाण्यात कचरा टाकतात. समुद्रकिनारी असणारी हॉटेल्स, विश्रामगृहे इ. सर्वच ठिकाणांहून वाहून येणाऱ्या कचऱ्यामुळे पाण्याचे प्रदूषण करतात; त्यामुळे पर्यटनस्थळी हा कायदा लागू होतो.

क) वायू प्रदूषण नियंत्रण कायदा (Air Pollution Control Act)

१९८१ साली हवेचे प्रदूषण नियंत्रण कायदा करण्यात आला. या कायद्यानुसार केंद्रीय व राज्य स्तरावर प्रदूषण नियंत्रण मंडळाची स्थापना केली. या कायद्यानुसार विशिष्ट मर्यादेपलीकडे घातक वायू किंवा कणरूप द्रव्ये वाहनातून किंवा कारखान्यातून सोडणे

यासाठी शिक्षेची तरतूद आहे. पर्यटनामुळे लोक जंगलात वाहने नेतात किंवा पर्यटनस्थळी अभयारण्यात नेण्यासाठी रोज जीप किंवा तत्सम वाहने कार्बन मोनॉक्साईड, कार्बनडाय-ऑक्साईड, शिशाचे कण, इ. बाहेर सोडतात. या कायद्यानुसार हवेत सोडण्यात येणाऱ्या प्रदूषकांच्या मर्यादा व मानके निश्चित करण्यात आली आहेत व त्यापेक्षा जास्त प्रदूषके सोडण्यावर बंधने आहेत व ती सोडल्यास दंड व शिक्षेची तरतूद आहे.

ड) ध्वनी प्रदूषण कायदा (Noise Pollution Act)

२००० साली ध्वनीची पातळी किती असावी याबाबतचे नियम हा कायदा सांगतो. पर्यटकांकडून जंगलांमध्ये, अभयारण्यांमध्ये किंवा राष्ट्रीय उद्यानात ओरडणे, किंचाळणे, टेपरेकॉर्डरवर गाणी लावणे, गोंगाट, वाहनांचे आवाज, बोटींचे आवाज इ. मुळे ध्वनी प्रदूषण होते; त्याचा वन्य प्राणी, पक्षी यांच्या वाढीवर, प्रजोत्पादनावर अत्यंत विपरीत परिणाम होतो; म्हणूनच हा कायदासुद्धा पर्यटनक्षेत्री लागू होतो.

इ) भारत जैवविविधता कायदा (India Biodiversity act)

भारत जैवविविधतेच्या दृष्टीने एक संपन्न देश आहे. आंतरराष्ट्रीय जैवविविधता करारावर भारताने सही केलेली असल्याने जैवविविधतेचे संरक्षण व संवर्धन करण्यास भारत कटिबद्ध आहे. या कायद्यानुसार गावपातळीपासून ते राष्ट्रीय पातळीपर्यंत जैवविविधता मंडळे स्थापित करून सर्वेक्षण, उपयोग यांचे संकलन व संवर्धन याविषयी हा कायदा मार्गदर्शन करतो. जंगलातील वृक्ष, फुलांची झाडे, वन्य प्राणी, पक्षी यांचे संरक्षण करणे हे पर्यटकांचे कर्तव्य आहे; अन्यथा या कायद्यानुसार त्यांना शिक्षा होऊ शकते.

३) पर्यावरणविषयक कायद्याची पर्यटनस्थळी अंमलबजावणी (Implementation of Environmental Acts at Tourist Places)

पर्यावरणविषयक कायदे हे पर्यावरणाच्या संरक्षणासाठी केलेले आहेत. त्यामुळे वाढत्या पर्यटनामुळे होणारी पर्यावरणाची हानी कमी करण्यासाठी या कायद्यांची अंमलबजावणी करणे आवश्यक ठरते; पण कायद्यांची अंमलबजावणी करण्यात विकसनशील देशात खालील अडचणी येतात -

i) कुठलाही कायदा असो वा नियम असो तो लोकांसाठी असतो व तो लोकांनीच पाळायचा असतो. पण विकसनशील देशात साक्षरतेचे प्रमाण कमी असल्याने लोकांमध्ये पर्यटनस्थळी पर्यावरणाच्या संरक्षणाची जाणीव-जागृतीच नसते. उदा. पर्यटनस्थळी जाताना लोक पाण्याच्या बाटल्या, थर्माकोल प्लेट्स, खाद्यपदार्थांची रिकामी पाकिटे इ. फेकून देतात व जनावरांच्या पोटात प्लॅस्टीक गेल्याने त्यांना त्रास होतो. जंगलात गोंगाट केल्याने पक्षी घाबरतात, स्थलांतर करतात; त्यांच्या प्रजोत्पादनावर विपरीत परिणाम होतो.

प्राण्यांच्या हार्मोन्समध्ये बदल होतो याची पर्यटकांना पर्वा नसते. ध्वनी प्रदूषणाचा कायदा असूनही तो लोक पाळत नाहीत.

ii) पर्यावरणासंबंधित कायद्याची पर्यटनस्थळी काटेकोरपणे अंमलबजावणी होण्यासाठी कायद्याचे उल्लंघन केल्यास कडक व तत्पर कारवाई व्हायला हवी; पण विकसनशील देशात न्यायव्यवस्था सुस्तपणे काम करत असल्याने कारवाई होण्यास अनेक वर्षांचा कालावधी जातो. उदा. वन्य पशु-प्रतिबंधक कायद्यानुसार वन्य प्राण्यांची शिकार करणे हा गुन्हा आहे व त्यासाठी तुरुंगवासाची शिक्षा आहे; पण विकसनशील देशात कोर्टात केस दाखल केल्यावर निकाल लागेपर्यंत दहा ते बारा वर्षांचा कालावधी जातो. भारतात अनेक चित्रपट अभिनेत्यांवर वन्य पशुहत्येसाठी खटला भरला आहे; पण १९-२० वर्षे होऊनही निकाल लागत नाही.

iii) विकसनशील देशात पर्यावरण संरक्षणासाठी केलेल्या कायद्याची अंमलबजावणी न होण्याचे महत्त्वाचे कारण म्हणजे भ्रष्टाचार व निष्काळजीपणा. उदा. वनसंरक्षण कायद्यानुसार परवानगीशिवाय झाडे तोडणे हा गुन्हा आहे व त्यासाठी शिक्षेची तरतूद आहे; पण गिर्यारोहणाला जाणाऱ्या लोकांना पाणी गरम करण्यासाठी, शेकोटी पेटवण्यासाठी, चुलीवर अन्न शिजवण्यासाठी डोंगरउतारावरील जंगलाची कत्तल करून लाकडे पुरवली जातात. काही जंगलात वाहने सोडण्यास परवानगी नसताना केवळ लाच देऊन वाहनांना प्रवेश दिला जातो. त्यामुळे कायदे असूनही पर्यटनस्थळी त्याची अंमलबजावणी होत नाही.

४) विविध देशातील महत्त्वाचे पर्यावरण विषयक कायदे (Important Environmental Laws in different Countries)

अ) केनिया : परवाना असलेल्या लोकांना शिकारीची परवानगी होती. त्यामुळे तेथे हत्तीचे दात काढणे सुरू होते. हस्तिदंताच्या वस्तूंना आंतरराष्ट्रीय बाजारपेठेत खूप मोठी मागणी आहे. हस्तिदंत काढताना इजा होऊन अनेक हत्ती मरत असत. कासवाच्या किंवा सापाच्या कातडीपासून पर्सेस, पट्टे बनवत त्यामुळे त्यांची इतकी शिकार होऊ लागली की ते नामशेष होण्याचा धोका निर्माण झाला. त्यामुळे १९७७ साली केनिया सरकारने शिकारीवर तसेच प्राण्यांपासून बनवण्यात आलेल्या वस्तूंवर बंदी आणणारा कायदा केला.

ब) बाली : सांस्कृतिक पर्यटनाचा मोठा विकास झाला आहे. सांस्कृतिक पर्यटनाच्या बरोबरच नैसर्गिक सौंदर्य, दाट जंगले, सेक्स टुरिझम यांच्या आकर्षणाने अनेक पर्यटक बाली देशात येऊ लागले. त्यामुळे नवीन हॉटेल्स, रस्ते बांधण्यात आले. दरवर्षी ७०० हेक्टर जागा हॉटेल्स, रिसॉर्ट्स, रस्ते इ. बांधण्यासाठी वापरली जाऊ लागली.

पर्यटकांचा ओघ वाढल्याने दरवर्षी १३ टक्के जास्त मोटारगाड्या रस्त्यावर धावू लागल्या. दररोज १३,००० क्युबीक मीटर घनकचरा समुद्रात फेकला जाऊ लागला. ही सर्व पर्यावरणाची हानी थांबवण्यासाठी बाली सरकारने २०११ साली गर्दीच्या विभागात नवीन हॉटेल्स, रिसॉर्ट्स, बांधण्यास मनाई केली. समुद्रकिनाऱ्यापासून १५० मीटरच्या पट्ट्यात रिसॉर्ट्स बांधण्यास बंदी केली. समुद्रकिनाऱ्यापासून ५ कि.मी. अंतरापर्यंत उंच इमारती असलेली हॉटेल्स बांधण्यास मनाई केली.

क) चीन : २०१३ साली एक वेगळाच कायदा करण्यात आला. तो कायदा पर्यटनामुळे होणाऱ्या सामाजिक व सांस्कृतिक दुष्परिणामांशी संबंधित होता. पर्यटनाचा विकास करताना लोकांची मते विचारात घ्यावीत; सामाजिक नीतिमत्तेचा व संस्कृतीचा ऱ्हास होणार नाही याची काळजी घ्यावी; लोकांच्या धार्मिक भावना व प्रथा, चालीरिती यांचा मान ठेवावा; अशा स्वरूपाची बंधने कायद्याद्वारे घालण्यात आली.

ड) संयुक्त संस्थान : 'सागरी सस्तन प्राणी संरक्षण' कायदा करण्यात आला आहे. संयुक्त संस्थानातील सस्तन प्राण्यांची शिकार करणे; त्यांची छळवणूक करणे; त्यांच्या अवयवांचा व्यापार करणे इ.वर कडक बंदी घालण्यात आली. पर्यटकांना सस्तन प्राण्यांपासून बरेच अंतर लांब राहण्यास सांगितले जाते. सस्तन प्राण्यांना त्रास होईल असे वर्तन करणाऱ्यांना भरपूर दंड केला जातो.

संयुक्त संस्थानात सागरी संरक्षण कायदापण केला गेला आहे. या कायद्यानुसार समुद्रात विषारी द्रव्ये किंवा धातुचे तुकडे, कण, वस्तू इ. समुद्रजीवांना हानिकारक वस्तू टाकण्यास परवानगी नाही; म्हणून या कायद्याला 'ओशन डम्पींग ॲक्ट' असेही म्हणतात.

इ) म्यानमार : म्यानमारमध्ये समुद्रकिनारी बांधण्यात येणाऱ्या रिसॉर्ट्ससाठी कडक कायदा करण्यात आला आहे. त्या कायद्यानुसार दोन मजल्यांपेक्षा जास्त उंच हॉटेल्सची इमारत बांधण्यास परवानगी नाही. उधाणाच्या भरतीच्या मर्यादेपासून ५ कि.मी. अंतरापर्यंत हॉटेलच्या बांधकामास परवानगी नाही. म्यानमार सरकारने 'हॉटेल आणि टुरिस्ट' हा नवा कायदा केला आहे. त्यानुसार हॉटेल मालकांनी हॉटेल बांधताना पर्यावरणाचे संवर्धन, स्थानिक लोकांच्या रोजगाराची काळजी घेणे या गोष्टींची जबाबदारी घ्यावी.

५) अनेक देशांनी एकत्र येऊन केलेले करार (Treaties Formed by many Countries Unitedly)

अ) अंटार्क्टिका करार (Antarctic Treaty) **:** १९५९ साली बारा देशांनी एकत्र येऊन करार केला की अंटार्क्टिकावर संशोधन करताना तेथील वनस्पती व प्राणी सुरक्षित राहतील ही काळजी घ्यावी. अंटार्क्टिकावर असणाऱ्या वनस्पती, पक्षी, सस्तन

प्राणी यांपैकी काहीही कोणत्याही देशातील लोक त्यांच्या देशात घेऊन जाणार नाहीत.

ब) ध्रुवीय अस्वल करार (Polar Bear Treaty) **:** कॅनडा, संयुक्त संस्थाने, नॉर्वे, डेन्मार्क व रशिया या पाच देशांनी ध्रुवीय अस्वलाबाबत करार केला आहे. या करारानुसार ध्रुवीय अस्वलांची शिकार करणे; त्यांना त्रास देणे, पकडणे; त्यांच्या भक्ष मिळण्याच्या जागेत आक्रमण करणे; त्यांच्या स्थलांतराच्या मार्गात अडथळे निर्माण करणे इ. प्रकारांना मनाई आहे. ध्रुवीय अस्वले सुरक्षित राहून त्यांची संख्या वाढवण्याचे प्रयत्न करावेत असेही या करारानुसार ठरले.

क) रॅमसन अधिवेशन (Ramson Assembly) **:** जगातील दलदलीच्या जागांचे संवर्धन करण्यासाठी रॅमसन अधिवेशन भरवले होते; कारण दलदलीच्या जागा म्हणजे कीटक, खेकडे, बेडूक, पक्षी, मगरी इ. चे अन्न व आसरास्थान. दलदलीच्या जागांची एक परिसंस्था असते; पण जगात अनेक देशात दलदलीच्या जागांवर भरणी करून हॉटेलच्या इमारती बांधल्या जात आहेत. पण या दलदली नैसर्गिक स्वरूपात राहिल्यास पर्यटकांना अनेक पक्षी व दलदलीत राहणारे जीव बघायला मिळतील, अन्यथा दलदलीचे प्रदेश संपले तर पक्षी कायमस्वरूपी स्थलांतर करतात; म्हणून दलदलीच्या जागांचे संवर्धन करण्याचा निर्णय या रॅमसन अधिवेशनात घेण्यात आला. रॅमसन अधिवेशनानंतर कॅनडामध्ये अनेक पक्ष्यांना संरक्षण मिळाले व त्यामुळे कॅनडात येणाऱ्या पर्यटकांच्या संख्येत वाढ झाली. ब्राझीलीय पॅन्टानल या जगातील सर्वात मोठ्या दलदलीच्या जागांपैकी एका जागेतही रॅमसन अधिवेशनानंतर पक्ष्यांना संरक्षण मिळाले व त्यांची संख्या वाढली. त्यामुळे एका वर्षात पर्यटकांची संख्या दुप्पट झाली.

६) पर्यावरणीय प्रभाव परीक्षण (Environmental Impact Assessment) **:** २००१ सालापासून पर्यावरणाचा कोणताही विकास प्रकल्प हाती घ्यायचा असेल तर त्याचा पर्यावरणावर होणारा परिणाम स्पष्ट करावा लागतो. पर्यटनस्थळाचे किंवा तेथील पायाभूत सुविधांचे नियोजन करताना त्याचा नैसर्गिक पर्यावरणावर काय परिणाम होतो, याचा विचार करूनच पर्यटनस्थळाचा किंवा तेथील पायाभूत सेवांचा विकास करण्यास मान्यता दिली जाते.

नियोजित अहवाल खालीलप्रमाणे सादर करावा लागतो -

अ) प्रकल्पविषयक हेतू निश्चित करणे (To Finalise Purpose of Project) **:** एखाद्या पर्यटनस्थळी रस्त्यांचा विकास करायचा असेल किंवा एखाद्या जंगलाचा भाग अभयारण्य म्हणून विकसित करायचा असेल; तर त्याचा पर्यटनाशी संबंधित हेतू पूर्णपणे स्पष्ट करावा लागतो.

ब) सर्वेक्षण, माहिती संकलन व परिणामांचा अंदाज (Survey, Compiling of Information and Prediction of Impact) **:** ज्या भागात पर्यटन क्षेत्र विकसित करायचे आहे तेथील आजूबाजूच्या भागांचे सखोल सर्वेक्षण करून त्याबाबतच्या माहितीचे लिखित संकलन करणे आवश्यक असते. माहिती संकलन केल्यावर प्रकल्पविकासाचा नैसर्गिक पर्यावरणावर काय परिणाम होईल याचा अंदाज व्यक्त करावा लागतो.

क) जनतेचा सहभाग (Participation of Public) **:** एखाद्या देशात अभयारण्य किंवा राष्ट्रीय उद्यान विकसित करताना तेथील जनतेला विश्वासात घेऊन त्यांच्या अडचणी समजून घेणेही महत्त्वाचे असते; कारण स्थानिक जनतेला तेथील पर्यावरणाचा जवळून परिचय असतो. अभयारण्य किंवा राष्ट्रीय उद्यानाला जाणारा रस्ता जर शेतातून किंवा खेड्यातून जात असेल तर तेथील शेतकरी, गावकरी, आदिवासी यांना या प्रकल्पाविषयी माहिती देणे हे कायद्याने बंधनकारक आहे. त्यासाठी ग्रामसभेत नियोजित प्रकल्पाचा अहवाल ठेवून स्थानिक लोकांना ग्रामसभेत बोलावून, त्यांचे म्हणणे ऐकून घेऊन; तसेच त्या क्षेत्रातल्या तज्ज्ञ व्यक्तींची मते जाणून घेऊन सभेमध्ये जनतेने मांडलेल्या मुद्यांवर विचार करून अहवालाचा आढावा घेऊन निर्णय घेतला जातो. प्रकल्पाचा सर्वांगांनी विचार करून, काही अटी घालून मान्यता दिली जाते.

सराव प्रश्न

१) भारतात पर्यावरणविषयक कायदे बनवण्यापूर्वीची पार्श्वभूमी स्पष्ट करा.

२) भारतातील पर्यटनाशी संबंधीत पर्यावरणविषयक कायद्यांची माहिती द्या.

३) पर्यावरणविषयक कायद्यांची अंमलबजावणी करण्यात विकसनशील देशात कोणत्या अडचणी येतात ?

४) जगातील विविध देशातील पर्यटनाशी संबंधीत पर्यावरणविषयक कायद्याची माहिती द्या.

५) जगात पर्यटनाशी संबंधित कोणते करार करण्यात आले आहेत ?

६) पर्यावरणीय प्रभाव परीक्षण म्हणजे काय ? त्याची अंमलबजावणी कशी केली जाते ?

७) टिपा लिहा -

अ) वन्य प्राणी संरक्षण कायदा

ब) हवा व ध्वनी प्रदूषण कायदे

क) पर्यावरणीय प्रभाव परीक्षण

ड) जगातील पर्यटनाशी संबंधित महत्त्वाचे करार

१४ । पर्यटनातील सध्याचा कल

(Recent Trend in Tourism)

१) पर्यटनातील सध्याचा कल (Recent Trend in Tourism)

२) जागतिक पर्यटनाचा आकृतीबंध (World Pattern of Tourism)

३) युरोपीय देशातील पर्यटन (Tourism in European Countries)

४) पर्यटनाच्या आकृतीबंधाचा आधुनिक कल (Recent Trend in World Pattern of Tourism)

५) आशियाई देशात जागतिक पर्यटनाचा वाटा वाढण्याची कारणे (Reasons for increase in share of World Tourism in Asian Countries)

६) पर्यटनातील अलीकडच्या काळात झालेले बदल (Recent Changes in Tourism)

अ) सामाजिक बदलाचा पर्यटनावरील परिणाम ब) तंत्रज्ञानातील प्रगतीचा पर्यटनावरील परिणाम क) आर्थिक बदलाचा पर्यटनावरील परिणाम ड) राजकीय बदलाचा पर्यटनावरील परिणाम इ) हवामानातील बदलाचा पर्यटनावरील परिणाम

७) परकीय गुंतवणूक व जागतिकीकरणाचा पर्यटनावर होणारा परिणाम (Impact of Foreign Capital and Globalisation of Tourism)

अ) अनुकूल परिणाम (Positive Impacts)

    i) देशांतर्गत पर्यटनाकडून आंतरराष्ट्रीय पर्यटनाकडे वाढ

    ii) देशाच्या उत्पादनात वाढ

    iii) स्पर्धा व दर्जात सुधारणा

iv) **मागणी व पुरवठा या दोन्हीवर परिणाम**

v) **इलेक्ट्रॉनिक तंत्रज्ञानाचा पर्यटन क्षेत्रात उपयोग**

vi) **हॉटेल व्यवसायावर परिणाम**

vii) **पर्यटकांच्या वागणुकीत बदल**

ब) **प्रतिकूल परिणाम** (Negative Impacts)

i) **वाढत्या रोजगारीचा स्थानिकांना लाभ न मिळणे**

ii) **आर्थिक गळती**

iii) **पर्यावरणावर घातक परिणाम**

iv) **पारंपरिक कुटिरोद्योगाची हानी**

v) **संस्कृतीचा ऱ्हास**

vi) **धार्मिक स्थळे व सांस्कृतिक वारशाचे व्यापारीकरण**

vii) **ज्ञानाची व माहितीची चोरी**

---

१) पर्यटनातील सध्याचा कल (Recent Trend in Tourism)

पर्यटनात लोकांच्या वयानुसार, आवडीनिवडीनुसार, देशाच्या आर्थिक परिस्थितीनुसार, अनुभवानुसार बरेच बदल होत आहेत. पर्यटनाचे सध्याचे कल वेगवेगळ्या देशात पुढीलप्रमाणे आढळतात -

i) बऱ्याच उद्योगव्यवसाय विकसित झालेल्या देशांमध्ये लोक एक दिवसासाठी उद्योगाच्या कामासाठी जेव्हा दुसऱ्या शहरात जातात; तेव्हा या लोकांना दुपारचे २-४ तास थांबण्यासाठी रूम देण्याची पद्धत आता हॉटेलवाल्यांनी सुरू केली आहे. त्याला ते 'मायक्रो स्टे' (Micro Stay) म्हणतात. दोन नियोजित भेटींच्या वेळेत अंतर असेल, दोन मीटिंगच्या वेळेत अंतर असेल, विमानाची वेळ ४-५ तासांनी असेल तर लोक आराम करण्यासाठी दुपारी २-४ तास हॉटेलची रूम भाड्याने घेऊ लागले आहेत.

ii) १८ ते ३० वर्षे वयाच्या तरुणांमध्ये पर्यटनाचे वेड वाढले आहे. ते ग्रुपमध्ये व संपूर्ण नियोजन करून पर्यटन करतात. समवयस्कांबरोबर मौजमजा करणे हा त्यामागचा मुख्य हेतू असतो. पावसाळ्यात लोणावळा, माळशेज येथे अनेक तरुणांचे गट पावसात भिजायला येतात. गिर्यारोहणाच्या निमित्ताने अनेक तरुण पर्यटन करतात. त्यामुळे पर्यटकांमध्ये तरुणांची संख्या वाढत आहे. पूर्वी पर्यटन धार्मिक पर्यटनापुरते मर्यादित होते. त्यामुळे प्रौढ व वयस्करांची संख्या जास्त होती.

iii) लक्झरी पर्यटनात दिवसेंदिवस वाढ होत आहे. पर्यटनस्थळी अत्यंत ऐशोरामात राहण्याच्या सोईंची अपेक्षा ठेवली जाते. जपान व अमेरिका या दोन्ही ठिकाणचे पर्यटक याची जास्त मागणी करतात. त्यांचे राहणीमान उच्च असल्याने त्यांना सर्व सुखसोयींनी युक्त अशी पर्यटनस्थळे आवडतात.

iv) दीर्घकालीन पर्यटनामध्ये सिनिअर सिटिझनचे प्रमाण वाढले आहे. वर्ल्ड ट्रॅव्हल बोर्डाच्या अभ्यासानुसार सिनिअर सिटिझन सध्या जगात खूप श्रीमंत आहेत व ते जास्त वेळा पर्यटनाला जातात. सिनिअर सिटिझन अत्यंत शांत व कमी गर्दीच्या पर्यटनस्थळी जास्त दिवसांसाठी पर्यटनाला जातात. परदेशात असणाऱ्या मुलांच्या देशात जाऊन पर्यटन करणारे अनेक सिनिअर सिटिझन आहेत.

v) युरोपात मंदी असल्याने व उत्पादनाचा वेग मंदावल्याने कमीतकमी पैशांत होणाऱ्या पर्यटनाकडे लोकांचा ओढा आहे. ते स्वस्तातील हॉटेल किंवा मोटेल व गाडीमधून सीट शेअरिंग करण्याचा मार्ग स्वीकारतात. युरोपमध्ये लग्न न झालेल्या, विधवा व मुले नसणाऱ्या महिलांचे पर्यटनाचे प्रमाण खूप वाढले आहे.

vi) चीनमध्ये सध्या क्रूझ पर्यटनाचा जोरदार बोलबाला आहे व लोकांना ते आवडत आहे. क्रूझ टुरिझमला भविष्यात मोठी मागणी असेल असा अंदाज बांधून त्याचा विकास करत आहेत. त्यामुळेच चीनमध्ये २०१३ हे वर्ष 'मरीन टुरिझम वर्ष' म्हणून घोषित केले होते.

vii) आफ्रिकेत नातवंडांना घेऊन सफारीला येणाऱ्या आजी-आजोबांचे प्रमाण वाढले आहे. पूर्वी जास्त करून तरुणवर्ग येथे येत असे; पण आता लहान मुले व त्यांचे आजी-आजोबा खूप आवडीने सफारीला भेट देतात; कारण तेथे वन्य प्राणीजीवन समृद्ध आहे व लहान मुले त्यात रमतात.

viii) भारतात देशांतर्गत पर्यटनाचा विकास झपाट्याने होत आहे त्याचे कारण मध्यमवर्गीयांकडे हल्ली आलेला पैसा व पर्यटनाबद्दल जागृती. त्यामुळे ऐतिहासिक, सांस्कृतिक, नैसर्गिक घटकांवर आधारित तसेच किनारपट्टीच्या ठिकाणचे पर्यटनही वाढले आहे.

भारतात आता सोशल मीडियाचा वापर पर्यटनाची जाहिरात करण्यासाठी तसेच पर्यटन व्यवसाय वाढवण्यासाठी मोठ्या प्रमाणावर होत आहे. तीन स्टार, चार स्टार व पंचतारांकित हॉटेलमध्ये सोशल मीडियाचा भरपूर वापर केला जात आहे. त्यामुळे लोकांना पर्यटनस्थळाची व वाहतुकीची माहिती मिळवण्यासाठी व बुकिंग करण्यासाठी सोईस्कर झाले आहे.

जागतिक पर्यटनाचा आकृतीबंध (World Pattern of Tourism)

जगात खालील सहा प्रकारचे पर्यटनाचे प्रमुख आकृतीबंध आहेत -

- थंड उत्तर युरोपातून भरपूर सूर्यप्रकाश असणाऱ्या दक्षिण युरोपातील भूमध्य समुद्राजवळच्या देशांमध्ये उन्हाळी पर्यटनासाठी पर्यटक जातात.
- उत्तर अमेरिकेकडून युरोपकडे ते धर्म व संस्कृती यांच्या साधर्म्यामुळे आकर्षित होतात.
- युरोपीय देशातून अमेरिकेकडे ते समृद्ध अमेरिका बघण्यासाठी उत्सुक असतात.
- उत्तर अमेरिकेतील देशातून भरपूर सूर्यप्रकाशाच्या कॅरेबियन देशांकडे सूर्यप्रकाश, वाळू आणि समुद्राचे आकर्षण म्हणून जातात.
- ईशान्य आशियाई देशांकडून आग्नेय आशियाई देशांकडे (North East Asia to South East Asia) बौद्ध धर्माच्या ओढीने पर्यटक जातात.
- ईशान्य व आग्नेय आशियाई देशांकडून उत्तर अमेरिकेकडे - समृद्ध देश बघण्यासाठी जातात.

जगातील एकूण आंतरराष्ट्रीय पर्यटकांपैकी ५५ टक्के आंतरराष्ट्रीय पर्यटक आजही युरोपीय देशात पर्यटनाला जातात. १६ टक्के आशियाई देशात जातात, तर १३ टक्के संयुक्त संस्थानात जातात. जगातील सर्वांत जास्त आंतरराष्ट्रीय पर्यटक ज्यांना भेट देतात ते देश आहेत- फ्रान्स, स्पेन, इटली, संयुक्त संस्थाने व चीन.

३) युरोपीय देशातील पर्यटन (Tourism in European Countries)

युरोपीय देशात जगातील एकूण आंतरराष्ट्रीय पर्यटकांच्या ५५ टक्के पर्यटक येण्याची कारणे खालीलप्रमाणे -

i) औद्योगिक क्रांतीची प्रथम सुरुवात युरोपीय देशात झाली. त्यामुळे युरोपीय देशांचा आर्थिक विकास झपाट्याने झाला व त्याबरोबरच पर्यटन क्षेत्रांचाही विकास झाला. वाहतूक व्यवस्था, हॉटेल्स रिसॉर्ट्स व पर्यटकांसाठी आवश्यक इतर पायाभूत सोयींचाही उत्तम विकास झाला; त्यामुळे पर्यटक येथे मोठ्या संख्येने येतात.

ii) सुरुवातीपासूनच आर्थिक विकास झाल्याने युरोपीय लोकांचे राहणीमान उच्च दर्जाचे आहे. त्यामुळे युरोपातील लोक जवळपासच्या युरोपीय देशात वर्षभर पर्यटनाला जात असतात. दर आठवड्याला पर्यटनासाठी पैसा खर्च करणे त्यांना परवडते.

iii) युरोपीय देशांचा राजकीय भूगोल असा आहे की, देशांचे आकार छोटे आहेत

व सर्व देश एकमेकांच्या जवळ आहेत. त्यामुळे युरोपीय देशात त्यांच्या आजूबाजूच्या देशातूनच आंतरराष्ट्रीय पर्यटक येतात. देश लहान व जवळ असल्याने मोटारनेच ते आजूबाजूच्या देशात अगदी दोन-चार दिवसांच्या सुट्टीतही फिरू शकतात. त्यामुळे पर्यटनाचे प्रमाण जास्त आहे.

iv) युरोपीयन युनियन असल्याने लोक आरामात शेजारच्या देशात फिरतात. ग्रेट ब्रिटन सोडून सर्व युरोपीय देशात एकच चलन म्हणजे 'युरो' चालते. पश्चिम युरोपीय देशांसाठी एकच व्हिसा म्हणजे शांगेन व्हिसा चालतो. त्यामुळे लोकांना युरोपीय देशात पर्यटन सोईस्कर वाटते.

v) सध्या अमेरिकेत स्थायिक झालेले अमेरिकन लोक मुळचे युरोपीय देशातीलच आहेत. त्यांचा धर्म व संस्कृती युरोपीय लोकांप्रमाणेच आहे; त्यामुळे ऐतिहासिक स्मारके, चर्चेस, कॅथेड्रल, म्यूझियम इ. बघण्यासाठी बरेच अमेरिकन दरवर्षी युरोपीय देशांना भेट देतात. अमेरिकन लोकांचे राहणीमान उच्च असल्याने त्यांना युरोपात पर्यटनाला येणे परवडते.

vi) युरोपात गेल्या पन्नास वर्षांत रस्ते व रेल्वे वाहतुकीचा उत्तम विकास झाला आहे. सर्वांत महत्त्वाचे म्हणजे ग्रेट ब्रिटन व युरोपचा मुख्य भूभाग यांना जोडणारा इंग्लिश चॅनेलखालून जाणारा भुयारी रेल्वेमार्ग. या भुयारी मार्गामुळे पर्यटक लंडन ते पॅरिस हे अंतर दोन तासात पार करतात. बरेचसे लोक लंडनहून सकाळी निघून पॅरिसमध्ये शॉपिंग करून व पर्यटनस्थळे बघून, रात्री लंडनला परत जातात. भुयारी रेल्वेतून कार नेण्यासाठी स्पेशल शटल सर्व्हिससुद्धा आहे. त्यामुळे लोक कार पॅरिसला नेऊन तेथे सोईस्करपणे फिरू शकतात.

युरोपीय देशातील पर्यटकांचा ओघ पुढीलप्रमाणे आहे -

अ) सर्वांत जास्त पर्यटकांचा ओघ उत्तर युरोपीय देशांकडून दक्षिण युरोपीय देशांकडे आहे. उत्तर युरोपात हिवाळे अत्यंत तीव्र असतात. त्यामुळे हिवाळ्यात उत्तर व मध्य युरोपातील लोक दक्षिण युरोपातील भूमध्य समुद्रकिनाऱ्यावरच्या स्पेन, फ्रान्स व इटली या देशात प्रामुख्याने जातात. या देशांमध्ये भरपूर सूर्यप्रकाश, समुद्रकिनाऱ्यावरचे रिसॉर्ट्स, हॉटेल्स्, बीचेस इ. मुळे सूर्यप्रकाशात न्हाऊन (Sun Bath) घेण्यासाठी पर्यटक येतात.

ब) दक्षिण युरोपीय देशात उन्हाळे तीव्र असतात. त्यामुळे उन्हाळ्यात दक्षिण युरोपातील लोक थंड हवामानाच्या उत्तर व मध्य युरोपीय देशात म्हणजे प्रामुख्याने ग्रेट ब्रिटन, डेन्मार्क, जर्मनी, नेदरलँड, नॉर्वे, स्वीडन व फिनलंड इ. देशात पर्यटनाला जातात.

क) युरोपीय देशात वर्षभर ऐतिहासिक पर्यटनासाठी, सांस्कृतिक पर्यटनासाठी तसेच उद्योग व्यवसायासाठी पर्यटकांची ये-जा मोठ्या प्रमाणावर चालू असते.

४) पर्यटनाच्या आकृतीबंधाचा आधुनिक कल (Recent Trend in World Pattern of Tourism)

हल्लीच्या काळात जागतिक पर्यटनाच्या कलात झालेला मुख्य बदल म्हणजे युरोप व अमेरिका खंडातील आंतरराष्ट्रीय पर्यटनाचा वाटा जगाच्या तुलनेत कमी झाला आहे; पण आग्नेय आशियाई व ईशान्य आशियाई देशातील म्हणजे भारत, चीन, जपान, मलेशिया, थायलंड, सिंगापूर, हाँगकाँग तसेच ऑस्ट्रेलिया इ. देशातील पर्यटनाचा वाटा वाढलाय. खालील सांख्यिकी माहितीवरून हा बदल लक्षात येतो.

जागतिक पर्यटनातील वाटा

खंडाचे नाव	१९६० सालातील पर्यटनाचा वाटा (टक्क्यांमध्ये)	२०१० सालातील पर्यटनाचा वाटा (टक्क्यांमध्ये)
युरोप	७०	५५
अमेरिका	२०	१२
आग्नेय व ईशान्य आशिया	०५	१५

वरील तक्त्यावरून स्पष्ट होते की, गेल्या पन्नास वर्षात युरोपचा जागतिक पर्यटनातील वाटा १५ टक्क्यांनी कमी झालाय, तर अमेरिकेचा जागतिक पर्यटनातील वाटा ८ टक्क्यांनी कमी झालाय; पण आग्नेय व ईशान्य आशियाई देशांचा जागतिक पर्यटनातील वाटा मात्र १० टक्क्यांनी वाढला आहे. आशियाई देशात चीन व भारत आघाडीवर आहेत. गेल्या दशकात ऑस्ट्रेलियातही पर्यटकांचे प्रमाण खूप वाढले आहे.

५) आशियाई देशात पर्यटनाचा जागतिक वाटा वाढण्याची कारणे (Reasons for Increase in Share of World Tourism in Asian Countries)

i) आशियाई देशात भरपूर सांस्कृतिक वैविध्य व सांस्कृतिक प्रकार आहेत; त्यामुळे जगातले लोक येथे येतात.

ii) जगात आढळणारे पर्यटनाचे सर्व प्रकार म्हणजे धार्मिक, सांस्कृतिक, समुद्रकिनाऱ्याचे, साहसी, क्रीडा, ऐतिहासिक इ. प्रकारचे पर्यटन विकसित

झालेली पर्यटनस्थळे आशियाई देशात आहेत. त्यामुळे सर्व प्रकारच्या पर्यटकांचे आकर्षण आशियाई देशात आहे.

iii) आशियाई देशातील लोकांचे राहणीमान मध्यम स्वरूपाचे असल्याने आशियाई देशात पर्यटन स्वस्तात करता येते.

iv) आशियाई देशात राजकीय शांतता असल्याने लोकांना तेथे पर्यटनाला जाण्यास सुरक्षित वाटते.

v) आशियाई देशातील हस्तकलेच्या तसेच कलात्मक वस्तूंचे पर्यटकांना आकर्षण वाटते.

vi) आशियाई देशातील पटायासारख्या शहरांनी सेक्स पर्यटनाचा विकास केल्याने त्याचेही काही पर्यटकांना आकर्षण आहे.

vii) काही आशियाई देशांनी खूप मेहनत घेऊन जाणीवपूर्वक पर्यटन क्षेत्रांचा विकास केला आहे व त्याची जाहिरातही उत्तमपणे केली, त्यामुळे पर्यटकांचा ओघ वाढला. उदाहरणार्थ, अनेक देशांनी पर्यटन वर्ष घोषित करून पर्यटकांना सवलती दिल्या. 'व्हिजिट थायलंड' १९८६, 'व्हिजिट इंडिया' १९९०, 'व्हिजिट मलेशिया' १९९०, 'व्हिजिट इंडोनेशिया' १९९१, 'व्हिजिट म्यानमार' १९९६ या प्रयत्नाला यश आले व आशियाई देशात पर्यटकांचा ओघ वाढला.

● **चीनमध्ये पर्यटन विकासाची कारणे** (Reasons for Development of Tourism in Asian Countries)

आशियाई देशात चीन पर्यटनात आघाडीवर आहे त्याची कारणे खालीलप्रमाणे -

i) जलद गतीने होणारा आर्थिक विकास.

ii) पर्यटकांवरची राजकीय बंधने कमी करण्याचे चीन सरकारचे धोरण.

● **ऑस्ट्रेलियातील वाढते पर्यटन (**Increasing Tourism in Australia)

ऑस्ट्रेलियात खाणकाम व्यवसायाच्या खालोखाल पर्यटनाचा दुसरा क्रमांक लागतो. ऑस्ट्रेलियात पर्यटन व्यवसाय वाढण्याची कारणे खालीलप्रमाणे

i) पर्यटन व्यवसायाला सरकारचा भरपूर पाठिंबा आहे.

ii) पर्यटन व्यवसायात गुंतवणूक करण्यास खासगी, परदेशी, स्थानिक, कॉर्पोरेशन इ. सर्व स्तरावरील गुंतवणूकदार तयार आहेत.

iii) पर्यटनाची जाहिरात करण्यासाठी नियोजित प्रयत्न केले जातात. सर्व प्रमुख देशात ऑस्ट्रेलियातील पर्यटनस्थळांची माहिती देणारी कार्यालये स्थापित केली आहेत.

iv) आर्थिकदृष्ट्या परवडणारे पर्यटन व अनेक पर्यटनस्थळी मोफत प्रवेश आहे.

v) भरपूर आंतरराष्ट्रीय साखळीस्पर्धा, महोत्सव व उत्सवांचे वर्षभर आयोजन केले जाते.

vi) जगातील सर्व देशातील पर्यटकांसाठी विविध खाद्यपदार्थांची उपलब्धता येथे आहे.

vii) पर्यटनास आवश्यक पायाभूत सेवा व इतर सेवांचा विकास झाला आहे.

viii) ऑस्ट्रेलियन संस्कृतीची व पर्यटनस्थळांची माहिती देणाऱ्या माहितीपत्रकांची देशातील पर्यटकांना जागोजागी उपलब्धता आहे.

ix) पर्यटनाच्या निर्णयप्रक्रियेत जनतेचा व विविध संघटनांचा मन:पूर्वक सहभाग असतो, त्यामुळे वेळोवेळी सूचनेनुसार पर्यटनस्थळी सुविधांचा विकास केला जातो. आवश्यक ते बदल केले जातात.

६) पर्यटनातील अलीकडच्या काळात झालेले बदल (Recent Changes in Tourism)

अलीकडच्या काळात लोकांच्या राहणीमानात, जीवनशैलीत, उत्पन्नात, तंत्रज्ञानात तसेच पर्यावरणात बदल झालेले असल्याने त्याचे प्रतिसाद आपल्याला पर्यटनक्षेत्रातही दिसतात. त्यामुळे अलीकडच्या काळात पर्यटनात झालेले बदल हे सामाजिक, आर्थिक, तंत्रज्ञानविषयक, राजकीय तसेच पर्यावरणाशी संबंधितसुद्धा आहेत.

अ) सामाजिक बदलांचा पर्यटनावरील परिणाम (Effect of Social Changes on Tourism)

i) वैयक्तिकरीत्या पर्यटन करण्याकडे लोकांचा कल वाढलेला आहे. फक्त स्वत:चे कुटुंबीयांबरोबर जसा वेळ मिळेल तसे फिरणे लोक पसंत करतात. पॅकेज टूरचे महत्त्व कमी होत आहे.

ii) कुटुंबव्यवस्थेत बदल झालेले आहेत. बऱ्याच कुटुंबात एकच मूळ असते. काहीजण लग्न न करता एकटे राहू इच्छितात, त्यामुळे लोकांना कधीही पर्यटनाला जाता येते. कौटुंबिक जबाबदारीची अडचण राहत नाही.

iii) युरोपमध्ये मध्यम वर्गीयांचे पर्यटनाचे प्रमाण कमी झाले आहे; तर आशियाई देशात मध्यम वर्गीयांकडे पैसा आल्याने पर्यटनाचे प्रमाण वाढले आहे.

iv) वयस्कर लोकांचा पर्यटनातील सहभाग सर्वत्र वाढतच आहे. आर्थिक स्थैर्य, जबाबदारीतून मुक्ती, वाढते आयुर्मान, भरपूर वेळ व उत्साह यामुळे वयस्कर लोकांचे पर्यटनाचे प्रमाण जास्त आहे.

v) आरोग्याबाबत जागरूकता वाढल्याने जेथे स्वच्छता नाही, शुद्ध पाण्याचा पुरवठा नाही, रोगराई पसरण्याची भीती आहे अशी पर्यटनस्थळे निवडली जात नाहीत.

ब) तंत्रज्ञानातील प्रगतीचा पर्यटनावरील परिणाम (Effect of Development of Technology)

i) तंत्रज्ञानातील प्रगतीमुळे प्रवास अधिक जलद व सुखद झाला आहे व पर्यटनाचे प्रमाण वाढले आहे.

ii) पर्यटनस्थळांची माहिती नेटवर उपलब्ध असल्याने लोकांची सोय झाली आहे. पर्यटनस्थळांचे फोटो, आजूबाजूच्या प्रेक्षणीय स्थळांची माहिती, वाहतुकीच्या सोयींची उपलब्धता, हॉटेल्सठी उपलब्धता इ. वेबसाईटवर उपलब्ध असल्याने पर्यटन अत्यंत सोईचे झाले आहे.

iii) जी.पी.एस. सारखी नवीन तंत्रप्रणाली विकसित झाल्याने लोकांना दिशेचे ज्ञान होते व पर्यटनस्थळे शोधून काढणे सोपे झाले आहे.

iv) क्रेडिट कार्ड सुविधेमुळे ऑनलाईन बुकिंग सोपे झाले आहे.

v) संगणकीय आरक्षणप्रणालीमुळे विमान, रेल्वे, बस इ.चे बुकिंग सोपे झाले आहे.

एकूणात तंत्रज्ञानातील प्रगतीमुळे पर्यटन सोपे व सोईस्कर झाले आहे, त्यामुळे पर्यटकांच्या संख्येत रोज वाढ होत आहे.

क) आर्थिक बदलांचा पर्यटनावरील परिणाम (Effect of Economic Changes on Tourism)

i) बऱ्याच देशात आर्थिक प्रगती झाल्याने लोकांचे राहणीमान सुधारले आहे. उत्पन्नात वाढ झाली आहे, जीवनमानात बदल झालाय; त्यामुळे पर्यटकांना आरामदायी, सुखद व सोईस्कर पर्यटन हवे आहे. त्यांची तडजोडीची तयारी नाही.

ii) पर्यटन क्षेत्रात भरपूर स्पर्धा असल्याने कमीत कमी पैशात जो जास्तीत जास्त सोई-सुविधा देईल त्याच्याकडे पर्यटक बुकिंग करतात.

iii) पर्यटकांचे जीवनमान सुधारल्याने अपेक्षासुद्धा खूप वाढलेल्या आहेत. नवीन पर्यटनस्थळांबाबत त्यांना उत्सुकता आहे. वाहतुकीच्या सोईमुळे व आर्थिक स्थिती चांगली असल्याने लोकांचा नवीन व एकांत मिळणाऱ्या पर्यटनस्थळांकडे ओढा आहे.

ड) राजकीय बदलाचा पर्यटनावरील परिणाम (Effect of Political Changes on Tourism)

पर्यटक नेहमी राजकीय शांतता व स्थैर्य असणाऱ्या पर्यटनस्थळी जाणे पसंत करतात. हल्ली दहशतवादी हल्ल्यांचे प्रमाण वाढल्याने सुरक्षिततेच्या दृष्टीने धोका न पत्करता लोक संभाव्य हल्ल्याच्या ठिकाणी पर्यटनाला जात नाहीत. जागतिकदृष्ट्या महत्त्वाचे भारतातील जम्मू व काश्मीर राज्य दहशतवाद्यांच्या छायेखाली असल्यामुळे सलग १४ वर्षे तेथे पर्यटन जवळजवळ बंदच पडले होते. ११ सप्टेंबरच्या वर्ल्ड ट्रेड सेंटरवरील दहशतवादी हल्ल्यानंतर अनेक पर्यटकांनी अमेरिकेची पर्यटनाची तिकिटे, बुकिंग रद्द केले होते.

इ) हवामानातील बदलाचा पर्यटनावरील परिणाम

पर्यटन व हवामान यांचा घनिष्ठ संबंध आहे. पर्यटनाच्या स्थळाची निवड, तेथे रहावयाचा कालावधी व त्या पर्यटनस्थळाचे महत्त्व हे सर्व हवामानावरच अवलंबून असते. हवामानातील बदलाचा पर्यटनावर होणारा परिणाम पुढीलप्रमाणे -

i) हिवाळी पर्यटनावरील परिणाम (Effect on Winter Tourism) **:** बऱ्याचशा हिवाळी पर्यटनासाठी प्रसिद्ध असणाऱ्या पर्यटनस्थळी हिमवृष्टीचे प्रमाण कमी झाले आहे, बर्फ वितळत आहे. त्यामुळे स्किईंग, स्केटिंग अशा क्रीडाप्रकारांचे प्रमाण कमी होत आहे. ग्लोबल वॉर्मिंगमुळे जम्मू व काश्मीर, स्वित्झर्लंड इ. ठिकाणचे तापमान १ ते २° सेल्सिअसने वाढल्याने हिवाळी क्रीडास्पर्धांवर मर्यादा आल्या आहेत व पर्यटकांची संख्या रोडावली आहे.

ii) प्रवाळभित्तीवरील परिणाम (Effect on Coral Reets) **:** तापमानातील बदलांबाबत प्रवाळ फार संवेदनशील असतात. वाढत्या तापमानामुळे, पाण्याच्या प्रदूषणामुळे प्रवाळभित्ती नष्ट होत आहेत. ऑस्ट्रेलियाची ग्रेट बॅरिअर रिफ बघण्यासाठी खूप पर्यटक दरवर्षी येतात; पण आता त्यांची झीज झाल्याने पर्यटकांची संख्या कमी झाली आहे. लक्षद्वीप येथील प्रवाळभित्तीचे प्रमाण कमी होत आहे.

iii) गिर्यारोहकावरील परिणाम (Effect on Muntaineers) हवामानातील बदलाचा त्रास गिर्यारोहकांना व साहसी पर्यटनाला होत आहे. डोंगरउतारावरील बर्फ वितळल्याने भूमिपात किंवा दरडी कोसळण्याचे प्रमाण वाढले आहे व त्याचा त्रास गिर्यारोहकांना होत आहे. प्रस्तरोहण, दोरी बांधून दरी ओलांडणे, पर्वतशिखरावर पोहोचणे इ. अवघड झाले आहे व त्याचा परिणाम साहसी पर्यटनावर होत आहे.

iv) किनाऱ्यावरील पर्यटनस्थळांवर परिणाम (Effect on Tourist Places of Coastal Areas) : समुद्रकिनारी असणारे सौंदर्य, वाळू, सूर्यप्रकाश यांमुळे

समुद्रकिनाऱ्यांचे पर्यटन जगात सर्वांत जास्त प्रमाणात चालते; परंतु ग्लोबल वॉर्मिंगमुळे बर्फ वितळून समुद्राच्या पाण्याची पातळी वाढत आहे व त्यामुळे समुद्रकिनाऱ्यावर असलेल्या व्हेनिस, इटली येथील पर्यटनस्थळांना धोका निर्माण झाला आहे. मालदीव बेटे पन्नास वर्षानंतर समुद्राच्या पाण्याखाली जातील असा शास्त्रज्ञांचा अंदाज आहे.

v) रोगराईचा प्रसार (Spread of Diseases) **:** ग्लोबल वॉर्मिंगमुळे तापमान वाढल्याने अनेक रोगजंतूच्या वाढीस पोषक वातावरण निर्माण होते व त्यामुळे पर्यटक तेथे येण्याचे टाळतात. भूमध्य समुद्रकिनारी आता डासांचे प्राबल्य वाढले आहे. एव्हरेस्ट बेस कॅम्पवर कचऱ्यामुळे माशा व डास दिसू लागले आहेत. त्याचा पर्यटनावर विपरीत परिणाम होतो.

vi) नैसर्गिक आपत्तींचे वाढते प्रमाण (Increase in Natural Disaster) **:** ग्लोबल वॉर्मिंगमुळे नैसर्गिक आपत्ती म्हणजे हिमवादळ, चक्रीवादळ, त्सुनामी इ. चे प्रमाण पूर्वीपेक्षा खूपच वाढले आहे. त्यामुळे पर्यटनावर विपरीत परिणाम झाला आहे. हवाई बेटावर त्सुनामी येऊन गेल्यावर तेथील हॉटेल्स चार महिने बंद होती. चक्रीवादळाच्या तडाख्याचा अमेरिकेच्या एव्हरग्लेड नॅशनल पार्कवर विपरीत परिणाम झाला. त्सुनामीमुळे अंदमान-निकोबार येथील पर्यटन कमी झाले होते.

vii) राजकीय परिणाम (Political Impact) **:** हल्ली अनेक देशात झालेल्या दहशतवादी हल्ल्यांमुळे लोकांना त्या देशात पर्यटनाला जाणे सुरक्षित वाटत नाही; त्यामुळे पर्यटक पर्यायी पर्यटनस्थळे शोधतात. अमेरिकेतील ११ सप्टेंबरच्या हल्ल्यानंतर लोकांनी अमेरिकेत पर्यटनाला जाणे कमी केले होते. तसेच जम्मू-काश्मीरमध्येही पर्यटन एकदम बंदच झाले होते. गेल्या दहा वर्षांपासून दहशतवाद्यांचा धोका कमी झाल्याने आता व्यवस्थित पर्यटन सुरू आहे.

७) परकीय गुंतवणूक व जागतिकीकरणाचा पर्यटनावर होणारा परिणाम (Impact of Foreign Capital and Globalisation on Tourism)

अ) अनुकूल परिणाम (Positive Impacts)

i) देशांतर्गत पर्यटनाकडून आंतरराष्ट्रीय पर्यटनाकडे वाढ (Increase From Domestic Tourism to International Tourism) **:** जागतिकीकरणामुळे जग जवळ आले. एका देशातून दुसऱ्या देशात जाणे सोपे झाले. त्यामुळे केवळ देशांतर्गत पर्यटनाचा विचार करणारे लोक आंतरराष्ट्रीय पर्यटनाकडे वळू लागले. जागतिकीकरणामुळे लोकांना इतर देशाची संस्कृती, रीती यांचा परिचय झाला. नवीन प्रदेशांची माहिती झाली, राजकीय बदलांचे ज्ञान झाले, तसेच राहणीमानही सुधारलेले असल्याने आंतरराष्ट्रीय पर्यटनात वाढ झाली.

ii) देशाच्या उत्पादनात वाढ (Increase in Country's Production) **:** परदेशी गुंतवणुकीस परवानगी मिळाल्याने सर्वच देशांच्या एकूण उत्पादनात वाढ झाली त्यामुळे लोकांचे राहणीमान सुधारले व त्याचा परिणाम म्हणजे पुन्हा पर्यटनात वाढ झाली.

iii) स्पर्धा आणि दर्जात सुधारणा (Competition and Increase in Quality) : जागतिकीकरणामुळे प्रत्येक देशातील पर्यटनस्थळांची इतर देशाच्या पर्यटनस्थळांबरोबर तुलना होऊ लागली आहे, कारण प्रत्येक पर्यटनस्थळी आंतरराष्ट्रीय पर्यटकांना आकर्षून घेण्याचा प्रयत्न चालू असतो. हॉटेल्स, विमानकंपन्या, त्यांनी दिलेल्या सुविधा, क्रेडिट कार्ड व पर्यटकांच्या इतर सोयी याबाबत स्पर्धा असल्याने प्रत्येकाला दर्जात सुधारणाच करावी लागते. उदाहरणार्थ, अमेरिकन एक्सप्रेस कंपनीचे एवढे मोठे नेटवर्क आहे की, ३२०० ट्रव्हल्स एजन्सींमधून पर्यटकांना क्रेडिट कार्ड व ट्रॅव्हलर चेक दिले जातात. त्यामुळे सर्व विमान कंपन्यांचा फायदा झाला व पर्यटनात वाढ झाली.

iv) मागणी व पुरवठा दोन्हींवर परिणाम (Effect on Demand and Supply) : परकीय गुंतवणूक तसेच जागतिकीकरण यामुळे मागणी व पुरवठा या दोन्ही पर्यटकांच्या बाजूंना फायदाच झाला आहे. पर्यटनाला पुरवठा करणारे घटक आहेत. संगणकावर उपलब्ध माहिती, संगणकावर आरक्षणाची सोय, विमानाचे कमी कमी होत गेलेले भाडे इ. महत्त्वाचे मागणीचे घटक आहेत- लोकांचे वाढते उत्पन्न व संपत्ती. दोन्ही घटकात वाढच होते.

v) इलेक्ट्रॉनिक तंत्रज्ञानाचा पर्यटन क्षेत्रात उपयोग : पर्यटन क्षेत्रात टेक्नॉलॉजीचा वापर सुरू झाल्याने पर्यटकाभिमुख पर्यटन सुरू झाले. ते खालील कारणांमुळे -

- संगणकीय माहिती व आरक्षणप्रणाली विकसित केल्याने पर्यटकांना बुकिंग करण्याची सुविधा प्राप्त झाली.
- टेक्नॉलॉजीचा फायदा व्हावा म्हणून पर्यटक नवनवीन सेवांची मागणी करू लागले व त्या विकसित झाल्या. उदाहरणार्थ, हॉटेल बुकिंग, वाहनाचे बुकिंग, इंटरनेटद्वारा व्हिडिओ, माहितीपत्रे, स्मार्ट कार्ड्स, इलेक्ट्रॉनिक फंड ट्रान्सफर यामुळे सेवांचा दर्जा सुधारला.
- इलेक्ट्रॉनिक टुरिझम मार्केटिंगला सुरुवात झाल्याने पर्यटनस्थळांहून मार्केटिंग करणे, बुकिंग घेणे, माहिती देणे इ. शक्य झाल्याने पर्यटन वाढले.
- अद्ययावत व परिपूर्ण वेबसाईटमुळे पर्यटकांना पर्यटनस्थळांची, हॉटेल्सची, वाहतुकीच्या सोई-सुविधांची माहिती मिळते व सर्व अभ्यास करून पर्यटनाचा निर्णय घेणे सोपे होते.

vi) हॉटेल व्यवसायावर परिणाम (Effect on Hotel Business) **:** जागतिकीकरणाचा खूप मोठा फायदा हॉटेल व्यावसायिकांना झाला. एकाच हॉटेल्स कंपनीची अनेक हॉटेल्स विविध देशात सुरू करणे सोपे झाले. उदा. मॅरियट इंटरनॅशनलची १३०० हॉटेल्स भारत, चीन, रशिया, जपान, इटली, टर्की, कॅनडा व संयुक्त संस्थानात विखुरलेली आहेत. त्यामुळे हॉटेल व्यवसायाचा जगभर विस्तार करणे हॉटेल मालकांना सोपे झाले.

vii) पर्यटकांच्या वागणुकीत बदल (Changes in Behaviour of Tourists) : जागतिकीकरणामुळे पर्यटकांना दुसऱ्या देशातील लोकांची संस्कृती, विचार यांची ओळख झाल्याने पर्यटक जागरूक झाले. दुसऱ्या देशात मिळणाऱ्या सुविधा आपल्याही देशात मिळाव्यात अशा अपेक्षा वाढू लागल्या. पर्यटकांच्या मागण्या वाढू लागल्या. उत्कृष्ट सेवा, विविध खाद्यपदार्थांची चंगळ, निवडीचे स्वातंत्र्य व खर्च केलेल्या पैशांचा जास्तीत जास्त मोबदला इ. मागणी वाढल्याने सर्वांनाच पर्यटनस्थळी सुधारणा कराव्या लागतात.

जागतिकीकरणामुळे आंतरराष्ट्रीय पर्यटन वाढल्यावर पर्यटक हे अधिक जागरूक झाले. सजग झाले, अनुभवी झाले; त्यामुळे त्यांच्या नवीन मागण्या वाढत चालल्या. उदाहरणार्थ- ११ सप्टेंबरला अमेरिकेत, दहशतवादी हल्ला झाल्यानंतर, दहशतवादी हल्ले, अचानक राजकीय अस्थिरता, युद्धजन्य परिस्थिती उद्‌भवल्यास पर्यटकांची सुरक्षा कशी मिळेल, याबाबत पर्यटक विचारणा करू लागले.

ब) प्रतिकूल परिणाम (Negative Impacts)

i) वाढत्या रोजगारीच्या संधींचा स्थानिकांना लाभ न मिळणे (No Advantage of Increasing Job Opportunities to Local People) **:** पर्यटनामुळे हॉटेल्स, वाहतूक, खाद्यपदार्थ पुरवणाऱ्या कंपन्या, टूर गाईड्स, मनोरंजनाच्या सेवा इ. मध्ये रोजगाराच्या संधी मोठ्या प्रमाणावर प्राप्त होतात. परंतु मल्टिनॅशनल कंपन्या जेव्हा स्थापित होतात तेव्हा त्या स्थानिकांना नोकऱ्या देत नाहीत. दिल्या तर कमी पगार देतात, अन्यथा ते परदेशी कामगारांना कमीत कमी पगार देऊन नोकरीवर ठेवतात. त्यामुळे स्थानिक लोकांना रोजगाराच्या संधीचा लाभ मिळत नाही. भारतातील अनेक पंचतारांकित हॉटेल्समध्ये नेपाळ, चीन, थायलंड, बांगलादेश इ. देशातील लोक नोकरी करतात व ते कमी पगारावर उपलब्ध होतात.

ii) आर्थिक गळती (Financial Leakage) **:** जेव्हा परदेशी गुंतवणूक केली जाते तेव्हा त्यांचे वर्चस्व असते. परदेशी गुंतवणूकदार जास्तीत जास्त नफा स्वत:ला ठेवतात व यजमान देशाला फायदा मिळत नाही. यजमान देशात कमावलेले पैसे मात्र

परदेशी जातात. त्यामुळे 'आर्थिक गळती' होते. जवळ जवळ ९० टक्के नफा हा परदेशी गुंतवणूकदारांकडे जातो तर यजमान देशाला केवळ १० टक्केच नफा उरतो.

iii) पर्यावरणावर घातक परिणाम (Destructive Effects on Environment) : परदेशी गुंतवणूक करणारे गुंतवणूकदार हॉटेल्स व रिसार्ट्स यांचा विकास करताना त्याचा पर्यावरणावर तसेच स्थानिक लोकांवर काय परिणाम होतो याचा विचार करत नाहीत. स्थानिक पर्यावरणावर होणाऱ्या घातक परिणामांची त्यांना पर्वा नसते. उदा. समुद्रकिनारी पंचतारांकित हॉटेल्स स्थापित केल्याने तेथील पर्यावरणाची मोठी हानी होते.

iv) पारंपरिक कुटिरोद्योगाची हानी (Destruction of Traditional Cottage Industries) : परदेशी गुंतवणूकदार पर्यटनस्थळी उत्पादित होणाऱ्या व भरपूर मागणी असणाऱ्या वस्तूंचे उत्पादन करणारे कारखाने स्थापित करतात व यंत्रांचा वापर करून वस्तू बनवतात. त्यामुळे पिढ्यानूपिढ्या हाताने वस्तू बनवणाऱ्या कुटिरोद्योगात रोजगार मिळवणाऱ्या लोकांचे रोजगार जातात. उदा. जम्मू-काश्मीर राज्यातील लोकरीचे गालिचे हे जगप्रसिद्ध आहेत. त्यामुळे त्यांना प्रचंड मागणी आहे. तेथे गालिचे बनवण्याचा पिढीजात व्यवसाय आहे, पण काही परदेशी गुंतवणूकदारांनी आता तेथे मशिनच्या सहाय्याने गालिचे बनवण्याचा कारखाना सुरू करून वेगाने उत्पादन सुरू केल्याने पारंपरिक कुटिरोद्योगात रोजगार मिळवणाऱ्या लोकांचे रोजगार गेले.

v) संस्कृतीचा ऱ्हास (Degradation of Culture) **:** जागतिकीकरणामुळे विविध संस्कृतीचे लोक पर्यटनस्थळी मोठ्या संख्येने येऊ लागले. प्रत्येक पर्यटनस्थळी लोकांची स्वत:च्या देशातील संस्कृती रुजलेली असते. काही सामाजिक मूल्ये जपलेली असतात; पण पर्यटकांच्या मागणीमुळे सांस्कृतिक मूल्ये जपली जात नाहीत. उदा. सेक्स टुरिझमचा विकास गोवा व जम्मू-काश्मीर राज्यात परदेशी पर्यटकांच्या मागणीमुळे झाला. परदेशी पर्यटकांच्या मागणीनुसार खाद्यपदार्थांची दुकाने, हॉटेल्स स्थापिली जातात व स्थानिक लोक स्वत:च्या खाण्यापिण्याच्या सवयी विसरून पाश्चात्त्यांच्या खाण्याच्या सवयी उचलतात; म्हणून आज भारतात आपल्याला जागोजागी 'मॅकडोनाल्ड' व चायनीज पदार्थांच्या गाड्या दिसतात. भारतात संगीत व नृत्याची खूप मोठी परंपरा आहे; पण आजची तरुण पिढी मात्र पाश्चात्त्य नृत्यप्रकार व पाश्चात्त्य पॉप संगीत याने भारावून जाऊन त्याचाच प्रसार करत आहे.

vi) धार्मिक स्थळे व सांस्कृतिक वारशाचे व्यापारीकरण (Commercialisation of Religious Places and Cultural Heritage) **:** जेव्हा विविध धर्म, संस्कृतिचे लोक एकत्र येतात तेव्हा धार्मिक स्थळे, ऐतिहासिक वास्तू, सांस्कृतिक

वारसास्थळे यांचे व्यापारीकरण होताना दिसते; कारण इतर धर्माच्या व संस्कृतीच्या लोकांना त्याचे महत्त्व नसते. पावित्र्य वाटत नाही. उदा. शिर्डी, तिरुपती बालाजी इ. धार्मिक स्थळी आता 'पेड दर्शन' म्हणजे पैसे देऊन दर्शन घ्यावे लागते. वेगवेगळ्या गटात वेगवेगळ्या पद्धतीने दर्शनाची रांग लावली जाते व त्याचे पैसे आकारले जातात. जेव्हा परदेशी पर्यटक आपल्या भारतातील विमानतळावर उतरतात तेव्हा टॅक्सीवाले त्यांच्याकडून स्थानिक पर्यटकांपेक्षा पाच पटीने जास्त पैसे मागतात व परदेशी पर्यटकसुद्धा खुशीने देतात कारण त्यांचे राहणीमान उच्च दर्जाचे असते व जास्तीचे पैसे देणे त्यांना परवडते; पण त्यामुळे रात्री बारानंतर विमानतळावरचे टॅक्सीवाले स्थानिक पर्यटकांनासुद्धा अवाजवी प्रवासाचे भाडे मागतात. अशा प्रकारे वाहतूक व्यवसायात व्यापारीकरणाची सुरुवात झाली आहे.

vii) ज्ञानाची व माहितीची चोरी (Piracy of Knowledge and Information) : जागतिकीकरणामुळे बरेच परदेशी नागरिक विविध देशात झाडे, पाने, फुले, प्राणी, जंगले, जैवविविधता इ. चा अभ्यास करण्यासाठी जातात. तेथे महिनोमहिने राहून सर्व माहिती गोळा करतात व त्या माहितीच्या आधारे संशोधन करून माहिती मिळवली असे दाखवून पेटंट मिळवतात. परंतु त्यांनी पेटंट मिळवलेले ज्ञान एखाद्या देशात अनेक वर्षांपासून पिढान्‌पिढ्या पुढच्या पिढीकडे सुपूर्द होत असते. त्यात नावीन्य नसते, पण संपूर्ण श्रेय मात्र परदेशी पर्यटक घेतात.

सराव प्रश्न

१) जागतिक पर्यटनाचा सध्याचा कल स्पष्ट करा.

२) जागतिक पर्यटनाचा आकृतीबंध स्पष्ट करा.

३) सध्या जागतिक पर्यटनाच्या आकृतीबंधात महत्त्वाचा कोणता बदल झाला आहे, ते सकारण स्पष्ट करा.

४) आर्थिक, सामाजिक, राजकीय व तंत्रज्ञानातील बदलाचा पर्यटनावर कसा परिणाम झाला आहे, ते स्पष्ट करा.

५) 'हवामानातील बदलाचा पर्यटनावर गंभीर परिणाम झाला आहे' हे विधान स्पष्ट करा.

६) परकीय गुंतवणूक व जागतिकीकरणाचे पर्यटनावर कोणते अनुकूल परिणाम झाले आहेत ?

७) परकीय गुंतवणूक व जागतिकीकरणाचे पर्यटनावर कोणते प्रतिकूल परिणाम झाले आहेत ते स्पष्ट करा.

८) टिपा लिहा -

   अ) युरोपीय देशातील पर्यटन

   ब) आशियाई देशातील वाढते पर्यटन

   क) चीनमधील पर्यटन विकासाची कारणे

   ड) सामाजिक व आर्थिक बदलाचा पर्यटनावर झालेला परिणाम

   इ) राजकीय व तंत्रज्ञानातील बदलाचा पर्यटनावर झालेला परिणाम

   फ) परकीय गुंतवणूक व पर्यटन

   ग) जागतिकीकरण व पर्यटन

संदर्भसूची

Anand M.M., Tourism and Hotel Industry in India : A Study in Management 1976 (Ed. 1st), Prentice Hall of India, New Delhi.

Bezbaruah M.P., Frontiers of New Tourism, 2002 (Ed. 1st), Gyan Publishing House, New Delhi.

Bhatia A. K., International Tourism, 2012 (Ed. 3rd), Sterling Publishers Pvt. Ltd., New Delhi.

Bhatia A. K., Tourism Development, 2014 (Ed. 3rd), Sterling Publishers Pvt. Ltd., New Delhi.

Bhatia A. K., Tourism in India, 2012 (Ed. 2nd), Sterling Publishers Pvt. Ltd., New Delhi.

Bora Shiela, Bora M.C., The Story of Tourism, 2005 (Ed. 1st), USB Publisher Distribution Pvt. Ltd., New Delhi.

Chauhan Kiran, Tourism Management, 2013 (Ed.1st), Regal Publications, New Delhi.

Dharamrajan Rabindra Seth, Tourism in India Trends and issues, 1999 (Ed. 4th) Har - Anand Publications Pvt. Ltd., New Delhi.

Dutta Bholanath, International Tourism Management, 2011 (Ed.2nd), Himalayan Publishing House, Mumbai.

G. S. Batra and A. S. Chawla, Tourisrm Management A Global Perspective, 2001 (Ed. 1st), Deep and Deep Publications Pvt. Ltd., New Delhi.

Geetanjali, Environment and Tourism, 2010 (Ed. 1st), Centrurn Press Publication, New Delhi.

Geetanjali, Tourism Geography, 2010 (Ed. 1st), Centrun Press Publishers, New Delhi.

Ghosh Bishwanath, Tourism and Travel Management, 2005 (Ed. 2nd), Vikas Publishing House Pvt. Ltd., New Delhi.

Negi Jagmohan, Fundamentals for Tourism Development, 2002 (Ed.1st), Galgotia Publishing Company, New Delhi.

Negi Jagmohan, Hotels for Tourism Development, 2000 (Ed.2nd), Metrapolitan Publication, New Delhi.

Page J stephen Brunt Paul Bushy Graharm Connell Jo, Tourism A Modern Synthesis, 2002 (Ed. 1st), Thomson Learning Publishers London.

S. Gupta and L. Sharma, Introduction to Travel and Tourism, 2012 (Ed. 1st), Centrun Press Publishers, New Delhi.

Sharma Shaloo, Indian Tourism today, Policies and Programmes, 2002 (Ed. 1st), ABD Publishers, Jaipur.

T. K. Sathyadev P. Manjunath, Tourism Planning, 2012 (Ed. 1st), Pacific books International Delhi.

Various Websites on Internet.